ഗ്രീൻ ബുക്സ്

പ്ലാച്ചിമട
ജലത്തിന്റെ രാഷ്ട്രീയം

പി. സുരേഷ്ബാബു

പാലക്കാട് വടക്കുംചേരിക്കടുത്ത് കണ്ണമ്പ്രയിലാണ് ജനനം. മലയാളത്തിൽ ബിരുദാനന്തര ബിരുദവും പത്രപ്രവർത്തനത്തിൽ കേരള പ്രസ്സ് അക്കാദമിയിൽ നിന്ന് ഡിപ്ലോമയും നേടി. 2002 മുതൽ മാതൃഭൂമിയിൽ പത്രപ്രവർത്തകനായി ജോലി ചെയ്യുന്നു. പ്ലാച്ചിമട സമരം, നെല്ലിയാമ്പതി വനം കയ്യേറ്റം, മലബാർ സിമന്റ്സ് കമ്പനിയിലെ അഴിമതി, ചെക്ക് പോസ്റ്റുകളിലെ അഴിമതി, കേരളത്തിന്റെ റെയിൽവെ വികസനം, പറമ്പിക്കുളം-ആളിയാറും മുല്ലപ്പെരിയാറും ഉൾപ്പെടെയുള്ള അന്തർ സംസ്ഥാന നദീജലകരാറുകൾ, ഗാഡ്ഗിൽ-കസ്തൂരിരംഗൻ റിപ്പോർട്ടുകൾ, കാർഷികമേഖലയിലെ പ്രതിസന്ധികൾ തുടങ്ങിയ വിഷയങ്ങളിൽ നിരവധി ലേഖനങ്ങളെഴുതി. തൃശ്ശൂർ പ്രസ്സ് ക്ലബിന്റെ ടി.വി. അച്യുതവാര്യർ സ്മാരക പുരസ്കാരം ഉൾപ്പെടെ നിരവധി അവാർഡുകളും ലഭിച്ചു. ഇപ്പോൾ ഇടുക്കി ജില്ലയിൽ സ്റ്റാഫ് കറസ്പോണ്ടന്റായി പ്രവർത്തിക്കുന്നു.

പരിസ്ഥിതി

പ്ലാച്ചിമട
ജലത്തിന്റെ രാഷ്ട്രീയം

പി. സുരേഷ്ബാബു

ഗ്രീൻ ബുക്സ്

green books private limited
gb building, civil lane road, ayyanthole,
thrissur- 680 003, kerala, ph: +91 487-2381066, 2381039
website: www.greenbooksindia.com
e-mail: info@greenbooksindia.com

malayalam
plachimata
jalathinte rashtreeyam
environment
p. sureshbabu

first published april 2017

cover design : rajesh chalode

branches:
thrissur 0487-2422515
palakkad 0491-2546162
kannur 0497-2763038
thiruvananthapuram 0471-2335301

isbn : 978-93-86440-22-8

GBPL/894/2017

മുഖക്കുറി

പ്ലാച്ചിമട ഒരു സന്ദേശമാണ്. വരുംകാലത്തിന്റെ മുന്നറിയിപ്പാണ്. ഇനിയുള്ള ലോകയുദ്ധം വെള്ളത്തിനു വേണ്ടിയുള്ളതാകുമോ? സംസ്ഥാനങ്ങളും രാജ്യങ്ങളും തമ്മിലുള്ള നദീജലതർക്കങ്ങൾ മുമ്പില്ലാത്തവിധം അരങ്ങേറുന്നു. കാലാവസ്ഥാവ്യതിയാനങ്ങളും കൊടും വരൾച്ചകളും പണ്ട് ഇല്ലാത്തവിധം ദുരിതങ്ങൾ കൊയ്യുന്നു. ഭൂഗർഭജലത്തിന്റെ അളവ് ഭയാനകമാംവിധം താഴ്ന്നുവരുന്നു. ഭൂമിയുടെ അവശേഷിച്ച പച്ചപ്പുകൾ സംരക്ഷിക്കപ്പെടണം. ഈ പുസ്തകം ഇതുവരെ എവിടെയും രേഖപ്പെടുത്തിയിട്ടില്ലാത്ത പ്ലാച്ചിമട സമരത്തിന്റെ യഥാർത്ഥ സമരചരിത്രം.

കൃഷ്ണദാസ്
മാനേജിങ് എഡിറ്റർ

ഉള്ളടക്കം

ഭാഗം മൂന്ന്
രഹസ്യങ്ങളുടെ വെളിപ്പെടുത്തൽ

ഭാഗം നാല്
ജലം അമൂല്യമാണ്

ആമുഖം

പ്ലാച്ചിമട വെറുമൊരു സ്ഥലനാമമല്ല. അതൊരു ചരിത്ര ഭൂമിയാണ്. കൊക്കകോളയെന്ന ബഹുരാഷ്ട്ര കുപ്പിവെള്ള കമ്പനിയെ ഗാന്ധിയൻ സഹനസമരത്തിലൂടെ കെട്ടു കെട്ടിച്ച സമരഭൂമി. പ്രകൃതിവിഭവങ്ങളുടെ അവകാശം ഊട്ടിയുറപ്പിക്കുന്നതിന് ആദിവാസികൾ ഉൾപ്പെട്ട തദ്ദേശ വാസികൾ നടത്തിയ സമരത്തിന് മുന്നിലാണ് ആഗോള ഭീമന് അടിതെറ്റിയത്. 2002 ഏപ്രിൽ 22-ലെ ഭൗമദിനത്തിൽ തുടങ്ങി ഇപ്പോഴും തുടരുന്ന സമരം ഒരുപക്ഷേ, ലോക ത്തിൽ തന്നെ ആദ്യമായിരിക്കാം. തങ്ങളുടെ കുടിവെള്ളം ചോർത്തിയെടുത്ത, മലിനപ്പെടുത്തിയ കമ്പനിയെ തറ പ്പറ്റിച്ചെങ്കിലും സമരം ആത്യന്തികമായി വിജയിച്ചോ എന്ന് ചോദിച്ചാൽ ഒരർത്ഥത്തിൽ ഇല്ലെന്ന് പറയേണ്ടി വരും. കോളക്കമ്പനി വരുത്തിവെച്ച നാശനഷ്ടങ്ങൾക്ക് നഷ്ട പരിഹാരം വാങ്ങിക്കുന്നതിന് സംസ്ഥാനം പാസ്സാക്കിയ കൊക്കകോള നഷ്ടപരിഹാര ട്രിബ്യൂണൽ ബിൽ തള്ളി ക്കൊണ്ട് 2015 നവംബറിൽ ഇന്ത്യൻ രാഷ്ട്രപതി ഉത്തര വിറക്കിയതോടെ പ്ലാച്ചിമട സമരം ത്രിശങ്കുവിലായെന്ന് പറയാം. കമ്പനിയെ കുറ്റവിചാരണ ചെയ്ത് 216 കോടി രൂപ നഷ്ടപരിഹാരം വാങ്ങിക്കാൻ ലക്ഷ്യമിട്ട ബില്ലിന് അകാല ചരമം സംഭവിച്ചതോടെ ഇനിയെന്തെന്ന ചോദ്യ മാണ് പ്ലാച്ചിമടയിൽ നിന്നും ഉയരുന്നത്. ഇതിനാരും ഉത്തരം പറയുന്നില്ല. ലോകം കണ്ട ഒരു ചരിത്ര സമര ത്തെ ഭരണകൂടവും രാഷ്ട്രീയ പാർട്ടികളും ചേർന്ന് അപ മാനിച്ചിട്ടും ആരും ചെറുവിരൽ ഉയർത്തുന്നുമില്ല. സമര ത്തിന്റെ നല്ല കാലത്തിൽ സർവ പിന്തുണയും വാഗ്ദാനം ചെയ്ത് രംഗത്തുണ്ടായിരുന്ന രാഷ്ട്രീയ പാർട്ടികളും നേതാക്കളും കുറ്റകരമായ മൗനം പാലിക്കുകയാണ്. ഈ യൊരു പശ്ചാത്തലത്തിലാണ് പ്ലാച്ചിമട സമരത്തിന്റെ

ചരിത്രത്തിലൂടെ ഒരു പത്രപ്രവർത്തകൻ എന്ന നിലയിലുള്ള ഇടപെടലിന് ഞാൻ മുതിരുന്നത്. 2002 മുതൽ 2013 വരെ തുടർച്ചയായി പ്ലാച്ചിമട സമരത്തിന്റെ ഭാഗമായി പ്രവർത്തിച്ച അനുഭവത്തിന്റെ വെളിച്ചത്തിലുള്ള ഇടപെടലാണ് ഈ പുസ്തകം.

വർഷങ്ങളോളം കേരളത്തിലെയും ഇന്ത്യയിലെയും പത്ര-ദൃശ്യ മാധ്യമങ്ങളും ബി.ബി.സി, ന്യൂയോർക്ക് ടൈംസ് തുടങ്ങിയ ലോക മാധ്യമങ്ങളും ആഘോഷപൂർവം ഏറ്റെടുത്ത ഒരു സമരമായിരുന്നു പ്ലാച്ചിമടയിൽ നടന്നത്. അക്ഷരം കൂട്ടിവായിക്കാനറിയാത്ത മയിലമ്മയെന്ന സമരനായികയും വിളയോടി വേണുഗോപാൽ എന്ന പൊതുപ്രവർത്തകനും മുന്നിൽനിന്നു നയിച്ച സമരം ലക്ഷ്യത്തിലെത്താത്തതിന് കാരണം ഇവിടുത്തെ രാഷ്ട്രീയപാർട്ടികൾ തന്നെയാണെന്ന് പറയേണ്ടിവരും. കൊക്കകോളയുടെ ധാർഷ്ട്യത്തിന് മുന്നിൽ ഭരണഘടന അനുവദിച്ച മൗലിക അവകാശങ്ങൾ പോലും പ്ലാച്ചിമടയിലെ ജനങ്ങൾക്ക് നിഷേധിക്കുന്നതിലാണ് ഭരണകൂടത്തിന് താത്പര്യം. അത് കോൺഗ്രസ് നേതൃത്വം നൽകിയ യു.പി.എ. സർക്കാരായാലും ഇപ്പോൾ ഭരിക്കുന്ന നരേന്ദ്ര മോദിയുടെ എൻ.ഡി.എ സർക്കാരായാലും മാറ്റമില്ലാതെ തുടരുകയാണ്. പൗരന്റെ ജീവിക്കാനുള്ള അവകാശത്തേക്കാൾ ഭരണകൂടം വില കല്പിക്കുന്നത് കോക്കകോളയുടെ കോർപ്പറേറ്റ് താത്പര്യം തന്നെ. അറ്റ്ലാന്റയിൽ ഇരുന്ന് ലോകം മുഴുവൻ നിയന്ത്രിക്കുന്ന കൊക്കകോളക്കെതിരെ എന്തെങ്കിലും നടപടിയെടുക്കുന്നത് അമേരിക്കയുമായുള്ള വ്യാപാര-വാണിജ്യ ബന്ധത്തെ ദോഷകരമായി ബാധിക്കുമെന്ന് സ്വയം വിലയിരുത്തിയാണ് കേന്ദ്ര സർക്കാരിന്റെ കീഴടങ്ങൽ. അതുകൊണ്ടാണ് കേരള നിയമസഭ 2011-ൽ പാസ്സാക്കിയ പ്ലാച്ചിമട ട്രിബ്യൂണൽ ബിൽ അഞ്ചു വർഷം പിടിച്ചുവെച്ചശേഷം കേന്ദ്ര സർക്കാർ നിർദയം തള്ളിയത്. സംസ്ഥാന നിയമസഭക്കുള്ള ഭരണഘടനാധികാരത്തിനും അപ്പുറമാണ് കൊക്കകോളയെന്ന ബഹുരാഷ്ട്രഭീമന്റെ സ്വാധീനം എന്ന് നാം ഇപ്പോൾ തിരിച്ചറിയുന്നു.

പ്ലാച്ചിമട സമരത്തിന്റെ യഥാർത്ഥ ചരിത്രം ഇതുവരെ എവിടെയും രേഖപ്പെടുത്തിയിട്ടില്ല. ഉള്ളതെല്ലാം അപൂർണങ്ങളായ ചില പഠനങ്ങൾ മാത്രമാണ്. കേരളത്തിൽ നടന്ന ജനകീയ സമരങ്ങളിൽ അന്താരാഷ്ട്ര തലത്തിൽ

ആദ്യമായി ശ്രദ്ധനേടിയ സമരമായിരുന്നു സൈലന്റ് വാലിയിൽ നടന്നത്. എന്നാൽ പ്ലാച്ചിമട സമരത്തിന്റെ ഖ്യാതി അതിനും അപ്പുറമായിരുന്നു. ലോകമാധ്യമങ്ങൾ ദിവസങ്ങളോളം ആഘോഷിച്ച സമരം. ലോകം അറിയപ്പെടുന്ന ആക്ടിവിസ്റ്റുകളെല്ലാം പ്ലാച്ചിമടയിലെത്തി. കോളക്കെതിരായ പോരാട്ടത്തിൽ പ്ലാച്ചിമടക്കാർ വിജയിച്ചെങ്കിലും കൊക്കകോളയെ കുറ്റവിചാരണ ചെയ്യണമെന്ന ഉദ്യമത്തിനിടെ തങ്ങൾ തന്നെ തിരഞ്ഞെടുത്തുവിട്ട കേന്ദ്ര സർക്കാരിന് മുന്നിൽ പരാജയപ്പെടുകയും ചെയ്ത, പ്ലാച്ചിമട സമരത്തിന്റെ ചരിത്രം രേഖപ്പെടുത്താനുള്ള ഉദ്യമത്തിന് ഒട്ടേറെ പേർ പ്രചോദനം നൽകിയിട്ടുണ്ട്. പരിസ്ഥിതി വിജ്ഞാനീയ വിദഗ്ധനും പ്ലാച്ചിമട ഉന്നതാധികാര സമിതി അംഗവുമായിരുന്ന ഡോ. എസ്. ഫൈസി, തൃശൂർ കേരളീയത്തിലെ റോബിൻ, നീതുദാസ്, പ്ലാച്ചിമട സമരസമിതിയിലെയും ഐക്യദാർഢ്യസമിതിയിലെയും പ്രിയപ്പെട്ട സുഹൃത്തുക്കൾ, എഴുത്തിനുവേണ്ടി രേഖകൾ നൽകി സഹായിച്ചവർ-നിരവധി പേരുടെ സഹകരണമാണ് എന്നെ ഈ പുസ്തകത്തിലേക്ക് നയിച്ചത്.

പുസ്തകത്തിന് അവതാരിക എഴുതിത്തന്ന രാജേന്ദ്ര സിങ്ങിനെക്കുറിച്ച് പറയാതെ ഈ മുഖക്കുറിപ്പ് പൂർണമാവില്ല. ഉത്തർപ്രദേശിലെ മീററ്റിനടുത്ത് ദൗലയിൽ ജനിച്ച രാജേന്ദ്രസിങ് ജലസംരക്ഷണ പ്രവർത്തനങ്ങളിൽ ലോകം ആദരിക്കുന്ന വ്യക്തിത്വമാണ്. സേവനപ്രവർത്തനങ്ങൾക്കുവേണ്ടി രാജസ്ഥാനിലെ ആൽവാറിലെത്തിയ സിങ് തരുൺ ഭാരത് സംഘ് എന്ന സംഘടനയിലൂടെയാണ് ജലസംരക്ഷണ പ്രവർത്തനത്തിലേക്ക് തിരിയുന്നത്. ചെറിയ തടയണകൾ നിർമ്മിച്ച് നീരുറവകൾ പുനരുജ്ജീവിപ്പിക്കുകയെന്നതാണ് രാജേന്ദ്രസിങ്ങിന്റെ രീതി. മഴവെള്ള സംരക്ഷണത്തിനും ഊന്നൽ നൽകിയിരുന്നു. ജനകീയ പങ്കാളിത്തത്തോടെയുള്ള പ്രവൃത്തിയിലൂടെ രാജസ്ഥാനിലെ വറ്റിവരണ്ടിരുന്ന അർവാരി, രുപാരെൽ, സർസ, ഭഗാനി, ജഹജ് വാലി എന്നീ നദികൾ ജലസമൃദ്ധമാക്കി. 1000 ഗ്രാമങ്ങളിൽ നീരുറവകൾ പുനഃസ്ഥാപിച്ച് ജലക്ഷാമം പരിഹരിച്ചു. നദികളെ പുനരുജ്ജീവിപ്പിക്കുന്നതിന് ജൊഹാദ് എന്നു പറയുന്ന 8600-ഓളം തടയണകൾ നിർമ്മിച്ചുനൽകി. കമ്മ്യൂണിറ്റി ലീഡർഷിപ്പ് പ്രവർത്തനത്തിന് 2001-ൽ രാജേന്ദ്രസിങ്ങിന് രമൺ മഗ്സാസെ അവാർഡ് ലഭിച്ചു. 2015-ൽ നോബൽ പ്രൈസ്

ഓഫ് വാട്ടർ എന്നറിയപ്പെടുന്ന സ്റ്റോക്ക് ഹോം വാട്ടർ പ്രൈസും ലഭിച്ചു. പ്രപഞ്ച സംരക്ഷണ പ്രവർത്തന ങ്ങളിൽ ഏർപ്പെട്ടിരിക്കുന്ന ലോകത്തെ 50 വ്യക്തികളെ ക്കുറിച്ച് 2008-ൽ ദി ഗാർഡിയൻ പത്രം പുറത്തിറക്കിയ പട്ടികയിൽ രാജേന്ദ്രസിങ്ങും ഉൾപ്പെട്ടിരുന്നു. വാട്ടർമാൻ എന്നറിയപ്പെടുന്ന രാജേന്ദ്രസിങ്ങിനോടുള്ള കടപ്പാടും ഈയവസരത്തിൽ അറിയിക്കുന്നു. എല്ലാം തികഞ്ഞ തെന്ന അവകാശവാദത്തിന് മുതിരുന്നില്ല.

പുസ്തകത്തിന്റെ ആദ്യ പതിപ്പിന് നിങ്ങൾ നൽകിയ നിറഞ്ഞ സ്വീകരണത്തിന് നന്ദി.

പി. സുരേഷ്ബാബു

അവതാരിക

പ്ലാച്ചിമടയുടെ മുന്നിൽ ലോകം നമിക്കുന്നു

രാജേന്ദ്ര സിങ്

വെള്ളത്തിനും പ്രകൃതിവിഭവങ്ങളുടെ സംരക്ഷണത്തിനും ലോകത്ത് നടന്ന സമരങ്ങളിൽ അഗ്രഗണ്യമാണ് പ്ലാച്ചിമടയുടെ സ്ഥാനം. വെള്ളം ഉൾപ്പെടെയുള്ള പ്രകൃതിവിഭവങ്ങളുടെ അവകാശം തദ്ദേശീയർക്കാണെന്ന് തെളിയിച്ചു തന്നത് പ്ലാച്ചിമട സമരമായിരുന്നു. ഇതൊരു വിജയിച്ച സമരത്തിന്റെ ചരിത്രകഥയാണ്. ലോകത്തെ മുഴുവൻ ജനകീയ സമരങ്ങൾക്കും ആവേശം പകർന്നുനൽകിയ ജലസമരം. ഈ സമരത്തിന്റെ മുന്നിലാണ് കൊക്കകോളയ്ക്ക് അടിയറവ് പറയേണ്ടി വന്നത്. പാവപ്പെട്ടവരും ദുർബലരുമായ ആദിവാസി വിഭാഗങ്ങൾ നടത്തിയ സമരത്തിന് ഫലം ഉണ്ടായില്ലേ എന്നു ചോദിച്ചാൽ ഉണ്ട് എന്നുതന്നെയാണ് ഉത്തരം. പക്ഷേ, പ്രകൃതിവിഭവങ്ങൾ കൊള്ളയടിച്ചതിനുള്ള നഷ്ടപരിഹാരം ഈടാക്കുന്നതിന്, വ്യവസ്ഥാപിത നിയമത്തിന് മുമ്പിൽ കൊക്കകോളയെ കൊണ്ടുവരാൻ കഴിഞ്ഞില്ലെന്നത് നേരാണ്. അതിന് ഉത്തരവാദി പ്ലാച്ചിമടയിലെ പാവപ്പെട്ട ജനവിഭാഗമല്ലെന്ന് ഓർക്കുക. നമ്മളെ സംരക്ഷിക്കാൻ, നമ്മൾ തെരഞ്ഞെടുത്തുവിട്ട ജനപ്രതിനിധികളും അവരുൾപ്പെടുന്ന രാഷ്ട്രീയപാർട്ടികളുമാണ് ഉത്തരവാദികൾ. കോർപ്പറേറ്റുകൾക്കു വേണ്ടി ജനങ്ങളെ ഒറ്റുകൊടുക്കുന്ന രാഷ്ട്രീയക്കാരെയും ഭരണകൂടത്തെയും തിരുത്തിക്കാൻ നമുക്ക് കഴിയണം. അതിന് നിരന്തര സമ്മർദ്ദം വേണം. ഈയൊരർത്ഥത്തിൽ പ്ലാച്ചിമട സമരം വീണ്ടും ശക്തമാക്കേണ്ടിയിരിക്കുന്നു. ജനകീയസമരം ഒരുവട്ടം കൂടി ഉയർന്നുവരണം. ഇതല്ലാതെ പോംവഴിയില്ല.

വരൾച്ചയും വെള്ളപ്പൊക്കവും സർവസാധാരണമാവുന്ന കാഴ്ചയാണ് ഇന്ന്. അടുത്തകാലത്ത് ഇത് കൂടിയിരിക്കുന്നു.

ക്രമം തെറ്റിയ കാലാവസ്ഥ. രാജ്യത്തിന്റെ ഒരതിരിൽ കുടിവെള്ളം കിട്ടാക്കനിയാവുമ്പോൾ മറുവശത്ത് പ്രളയത്തിന്റെ ഭീതിദമായ അനുഭവങ്ങൾ. നദീസമ്പന്നമാണ് ഭാരതം. പക്ഷേ നദികളുടെ ഇന്നത്തെ അവസ്ഥ പരിതാപകരമാണ്. നമ്മുടെ നദികളിൽ 70 ശതമാനവും വരൾച്ച മൂലം നീരൊഴുക്കില്ലാതെ മൃതാവസ്ഥയിലായിരിക്കുന്നു. അവശേഷിക്കുന്ന 30 ശതമാനം രൂക്ഷമായ മലിനീകരണം മൂലം ഉപയോഗിക്കാൻ പറ്റാത്ത അവസ്ഥയിലുമെത്തി. നദികളെ ആശ്രയിച്ചാണ് നമ്മുടെ കൃഷിയും ജീവിതവും സംസ്കാരവും എല്ലാം നിലകൊള്ളുന്നത്. വികസനത്തോടുള്ള സർക്കാരിന്റെ അത്യാർത്തിയാണ് മലിനീകരണം സൃഷ്ടിക്കുന്നത്. നദികളുടെ തീരത്തെല്ലാം വ്യവസായങ്ങൾ തഴച്ചുവളർന്നതോടെ മലിനീകരണം മൂലം നദികൾ മരിക്കുന്ന കാഴ്ചയാണ് എല്ലായിടത്തും. പരിശുദ്ധമെന്ന് നമ്മൾ വിശ്വസിച്ചുപോരുന്ന ഗംഗയുടെ അനുഭവം തന്നെയാണ് മിക്ക നദികൾക്കുമുള്ളത്. സ്വാതന്ത്ര്യം കിട്ടി പതിറ്റാണ്ടുകൾ പിന്നിടുമ്പോൾ ഗംഗാനദിയെ ശുദ്ധീകരിക്കാൻ ആയിരക്കണക്കിന് കോടികൾ ചെലവിടേണ്ട ദുരവസ്ഥയിലാണ് നമ്മൾ. നമ്മുടെ നദികളെ നശിപ്പിക്കുന്നത് നാം തന്നെയാണെന്നതിന് ഇതിൽപ്പരം തെളിവ് വേണ്ടതില്ല. നദികളുടെ ഇന്നത്തെ ദുരവസ്ഥയ്ക്ക് പ്രധാന കാരണം അനിയന്ത്രിതമായ ഖനനമാണ്. ജനപ്രതിനിധികൾ ഉൾപ്പെടെ എല്ലാവർക്കും ഇതറിയാം. എന്നിട്ടും ഖനനം നിയന്ത്രിക്കാനോ നദികളെ സംരക്ഷിക്കാനോ ആരും തയ്യാറാവാത്തത് എന്തുകൊണ്ടാണ്. ഞാനും നിങ്ങളും ഉൾപ്പെടുന്ന രാജ്യത്തെ പൗരൻമാർക്കെല്ലാം ഇതിന് ഉത്തരം പറയാൻ ബാധ്യതയുണ്ട്. നദികളെ കൊല്ലുന്നവർക്ക്, മറ്റൊരർത്ഥത്തിൽ നമ്മളും നിശ്ശബ്ദമായി കൂട്ടുനിൽക്കുന്നു. നദികളോട് ഇത്തിരിയെങ്കിലും നമുക്ക് സ്നേഹമുണ്ടായിരുന്നുവെങ്കിൽ ഈ ദുരന്തത്തെ കുറച്ചെങ്കിലും പ്രതിരോധിക്കാമായിരുന്നു. വികസനപ്രവർത്തനങ്ങൾ നടത്തുകയെന്നത് മാത്രമല്ല ജനപ്രതിനിധികളുടെ കടമ. പരിസ്ഥിതിയെയും പുഴകളെയും സംരക്ഷിക്കാനുള്ള ബാധ്യതയും അവർക്കുണ്ട്. നമ്മുടെ എത്ര ജനപ്രതിനിധികൾ ഈ ബോധ്യത്തോടെ പ്രവർത്തിക്കുന്നുണ്ട്. ആരുമില്ല എന്നതാണ് യാഥാർത്ഥ്യം. തെരഞ്ഞെടുപ്പ് ഘട്ടങ്ങളിൽ വോട്ടിനുവേണ്ടി നമുക്ക് മുന്നിൽ വരുന്ന രാഷ്ട്രീയക്കാരോട് വോട്ടിന്റെ വില ബോധ്യപ്പെടുത്താൻ കഴിയണം. നമ്മുടെ വോട്ട് എന്തും ചെയ്യാനുള്ള പവർ ഓഫ് അറ്റോർണിയല്ലെന്ന് അവരെ നിരന്തരം ഓർമപ്പെടുത്തണം.

വോട്ടഭ്യർത്ഥിച്ച് വരുന്നവരോട് കഴിഞ്ഞ അഞ്ചുവർഷത്തെ ഭരണത്തിനിടെ പരിസ്ഥിതിക്കും നദീസംരക്ഷണത്തിനും വേണ്ടി നിങ്ങൾ എന്തു ചെയ്തു എന്ന് ഓരോരുത്തരും ചോദിക്കണം. വിദ്യാഭ്യാസരംഗത്തും സാമൂഹിക വികസന രംഗത്തും അവർ ചെയ്ത കാര്യങ്ങൾ വിമർശനപരമായി വിലയിരുത്തുകയും വേണം. ജനങ്ങളുടെ വോട്ടിന്റെ ശക്തിയെക്കുറിച്ച് ഇന്ത്യൻ രാഷ്ട്രീയക്കാർ ഒരിക്കലും ചിന്തിക്കുന്നില്ല. നമ്മുടെ വോട്ട് വാങ്ങി അധികാരത്തിലേറിയവർ നമ്മെ അടച്ചുഭരിക്കുന്ന പരിതാപകരമായ അവസ്ഥ. അധികാരത്തിന്റെ ഗർവിലാണ് അവരുടെ ജീവിതം. യഥാർത്ഥത്തിൽ വോട്ടർമാരാണോ വോട്ട് വാങ്ങുന്നവരാണോ ആരാണ് വലുതെന്ന് ഓരോരുത്തരും ചിന്തിക്കണം.

നമ്മുടെ സംസ്കാരത്തെയും പരിസ്ഥിതിയെയും സംരക്ഷിക്കുന്നതിൽ ആധുനിക വിദ്യാഭ്യാസ സമ്പ്രദായം പരാജയപ്പെടുന്നു എന്നതാണ് വാസ്തവം. വികസനത്തിനുവേണ്ടി പ്രകൃതിവിഭവങ്ങളുടെ പരമാവധി ചൂഷണമെന്ന ആശയമാണ് ആധുനിക വിദ്യാഭ്യാസം പഠിപ്പിക്കുന്നത്, പിന്നെ പ്രകൃതി വിഭവങ്ങളുടെ കൈകാര്യം ചെയ്യലുകളെക്കുറിച്ചും. എല്ലാവർക്കും പൊതുവായി ലഭിക്കേണ്ടുന്ന വിഭവങ്ങൾ ചില വ്യക്തികളിലേക്കും കമ്പനികളിലേക്കുമായി ചുരുക്കുകയെന്നതാണ് കൈകാര്യം ചെയ്യൽ എന്നത് കൊണ്ട് പുതിയ വിദ്യാഭ്യാസരീതി നമ്മെ പഠിപ്പിക്കുന്നത്. നമ്മുടെ പഠനം കൊണ്ട് ഭൂമിക്കും വനത്തിനും പ്രകൃതിക്കും എന്തു പ്രയോജനമാണ് കിട്ടുന്നത്. ഒന്നുമില്ല. അപ്പോൾ മാറേണ്ടത് നമ്മുടെ വിദ്യാഭ്യാസരീതി കൂടിയാവുന്നു. പഴയ തലമുറയിൽ ഭൂരിപക്ഷവും നിരക്ഷരരായിരുന്നുവെങ്കിലും പുഴകളെയും പ്രകൃതിയെയും സംരക്ഷിക്കാനുള്ള വിശുദ്ധിയും മനസ്സും അവർക്കുണ്ടായിരുന്നു. പ്രകൃതിയെ നശിപ്പിക്കുന്ന ആധുനിക വിദ്യാഭ്യാസത്തിന്റെ പ്രസക്തി അപ്പോൾ ചോദ്യം ചെയ്യപ്പെടേണ്ടതാവുന്നു. മുഖ്യമായും നമ്മുടെ നദികൾ നേരിടുന്നത് മൂന്ന് വെല്ലുവിളികളാണ്. നദീതീരങ്ങളുടെ കയ്യേറ്റം, മലിനീകരണം, അമിത ചൂഷണം. നദിയുടെ തീരങ്ങളിലെ ഭൂമിയെവിടെയെന്നതിന് ജനപ്രതിനിധികൾ ഉത്തരം നൽകണം. ദിശ നഷ്ടപ്പെട്ട് മെലിഞ്ഞൊഴുകുന്ന നദികളുടെ തീരമെല്ലാം ആരാണ് കവർന്നെടുത്തത്. സംസ്കാരങ്ങൾ വളർന്നുവന്ന ഫലഭൂയിഷ്ഠമായ നദീതീരങ്ങളെവിടെ എന്നതിനെല്ലാം അവർ ഉത്തരം പറയണം. ഇതുതന്നെയാണ് മലിനീകരണത്തിന്റെയും ചൂഷണത്തിന്റെയും കാര്യത്തിലും സംഭവിക്കുന്നത്. രണ്ടിനും ഒരു

ബാലൻസില്ല. പൊതുസ്വത്ത് എന്നതിൽ നിന്നും മാറി ഓരോ രുത്തരും അവർക്കാവശ്യമുള്ളത്രയും പരമാവധി ചൂഷണം ചെയ്തതോടെ നദികളുടെ മരണമണി മുഴങ്ങിത്തുടങ്ങി.

കേരളത്തിലെ നദികൾ ഉത്ഭവിക്കുന്നത് മഞ്ഞുമലകളിൽ നിന്നല്ല. കാടുകളിൽ നിന്നും മലനിരകളിൽ നിന്നുമാണ്. മഴയും ഭൂജലവുമാണ് അതിന്റെ സ്രോതസ്സ്. ഇവ രണ്ടും ഇല്ലാതാവുമ്പോൾ ഇവിടത്തെ പുഴകൾ മരിക്കുന്നു. നീർച്ചാലു പോലുമില്ലാതെ, കാടുകൾ നിറഞ്ഞ്, മണൽപരപ്പായി മാറിയ ഭാരതപ്പുഴക്ക് എന്നാണൊരു മോചനം. മനുഷ്യനെ യഥാർത്ഥ ജീവിതത്തെക്കുറിച്ച് പഠിപ്പിക്കുന്നത് പുഴകളാണ്. അപ്പോൾ പുഴകളുടെ നാശം മനുഷ്യന്റെ കൂടി നാശമാകുന്നു. ഇതൊഴി വാക്കാൻ പുഴകളെ സംരക്ഷിക്കണം. നമ്മുടെ പുഴകളെ പുനരുജ്ജീവിപ്പിക്കാനുള്ള ബാധ്യത ഓരോരുത്തർക്കുമുണ്ട്. അതിനുള്ള കർമപദ്ധതികളാണ് വേണ്ടത്. ഉറക്കെയുറക്കെ സംസാരിച്ചതുകൊണ്ട് മാത്രം കാര്യമില്ല. പ്രവൃത്തിയാണ് വേണ്ടത്. പുഴകളെ വീണ്ടെടുക്കാനുള്ള ആർജവം. 44 നദി കളുണ്ടെന്ന് അഹങ്കാരത്തോടെ പറയുമ്പോഴും വേനൽ ക്കാലത്ത് അതിൽ എത്രയെണ്ണത്തിൽ വെള്ളം അവശേഷി ക്കുന്നുവെന്ന് കേരളത്തിലെ ജനങ്ങൾ ചിന്തിക്കണം. 3000 മില്ലി മീറ്റർ മഴ പെയ്തിട്ടും പുഴകളിൽ ഒരു തുള്ളി വെള്ളം കാണാ ത്തതിന്റെ കാരണവും തേടണം. അപ്പോൾ എണ്ണത്തിലല്ല, അവയുടെ സംരക്ഷണത്തിലാണ് കാര്യമുള്ളത്.

വീണ്ടും പ്ലാച്ചിമടയിലേക്ക് വരാം. ലോകത്തിന് മാതൃക യായ സമരം നടത്തിയിട്ടും പ്ലാച്ചിമടക്കാർക്ക് നീതി നിഷേധി ച്ചത് എന്തുകൊണ്ടായിരുന്നു. അവിടെയാണ് ഭരണകൂട ത്തിന്റെ കോർപ്പറേറ്റ് താത്പര്യം വെളിപ്പെടുന്നത്. ബഹുരാഷ്ട്ര കുത്തകളുടെ സംരക്ഷണത്തിനാണ് സർക്കാർ മുഖ്യ പരിഗ ണന നൽകുന്നത്. പ്രത്യേകിച്ചും കൊക്കകോള കമ്പനിയെ സംരക്ഷിക്കുന്നതിന്. പ്ലാച്ചിമടയിലെ ആദിവാസികളെക്കുറിച്ചും അവരുടെ കുടിവെള്ളപ്രശ്നത്തെക്കുറിച്ചും സർക്കാരിന് ഒരാ ശങ്കയുമില്ല. കമ്പനിക്കെതിരെ എന്നതുപോലെ സർക്കാരിനെ സമ്മർദത്തിലാക്കുന്ന രീതിയിലും സമരം ഉയർന്നുവരണം. സമ്മർദം മുറുകുമ്പോൾ ഭരണകൂടം നിയമം കൊണ്ടുവരാൻ നിർബന്ധിതരാവും. പ്ലാച്ചിമടക്കാർക്ക് നഷ്ടപരിഹാരം കിട്ടാൻ സമരമല്ലാതെ മറ്റൊരു മാർഗമില്ല. വെള്ളത്തിന്റെയും ഭക്ഷ്യ വസ്തുക്കളുടെയും സുരക്ഷയ്ക്ക് നമുക്കൊരു നിയമം പോലുമില്ല എന്നതാണ് മറ്റൊരു പ്രശ്നം. അമേരിക്കയുടെയും യൂറോപ്യൻ യൂണിയന്റെയും മാതൃകയിൽ ഇന്ത്യക്കും

ശക്തമായൊരു ഭക്ഷ്യസുരക്ഷാ നിയമം വേണം. അത് നിർബന്ധപൂർവം നടപ്പാക്കുന്നതിന് മുഖ്യ പരിഗണനയും നൽകണം. നല്ലൊരു ഭക്ഷ്യസുരക്ഷാനിയമം ഉണ്ടായിരുന്നെങ്കിൽ പ്ലാച്ചിമട പോലുള്ള സ്ഥലത്ത് കോളക്കമ്പനികൾ വരില്ലായിരുന്നു.

കൊക്കകോളക്കും പെപ്സിക്കും വേണ്ടിയാണ് നമ്മുടെ സർക്കാരുകൾ പ്രവർത്തിക്കുന്നത്. പി. ചിദംബരവും അരുൺ ജയ്റ്റ്ലിയും പോലെയുള്ള പ്രഗത്ഭർ ഒരുകാലത്ത് കോളക്കമ്പനികളുടെ വിശ്വസ്തരായ അഭിഭാഷകരായിരുന്നു. ഇവർ പിന്നീട് രാജ്യത്തെ ശക്തരായ ധനകാര്യ മന്ത്രിമാരാവുകയും ചെയ്തു. ഇതൊരു ദുരന്തമാണ്. യു.പി.എ സർക്കാരിന്റെ കാലത്ത് പ്രകൃതിവിഭവങ്ങളുടെ ചൂഷണത്തിന് ചെറിയൊരു നിയന്ത്രണം കൊണ്ടുവന്നിരുന്നു. എന്നാൽ നരേന്ദ്ര മോഡിയുടെ എൻ.ഡി.എ സർക്കാർ ആ നിയന്ത്രണങ്ങളെല്ലാം എടുത്തുകളഞ്ഞിരിക്കുന്നു. കോർപ്പറേറ്റുകളെ നിയന്ത്രിക്കുകയെന്നത് അസാധ്യമൊന്നുമല്ല. പക്ഷേ ഏറെ വിയർപ്പൊഴുക്കേണ്ടി വരും. സർക്കാരിന് വേണമെങ്കിൽ ശക്തമായ നിയമം കൊണ്ടുവരാം. നിയമം പാലിക്കാൻ കമ്പനികളെ നിർബന്ധിപ്പിക്കുകയും ചെയ്യാം. കോളാ ഉത്പന്നങ്ങൾ ബഹിഷ്കരിക്കാനുള്ള തമിഴ്നാട്ടിലെ വ്യാപാരികളുടെ തീരുമാനം ചരിത്രപരമാണ്. കോർപ്പറേറ്റുകൾക്കെതിരായ പോരാട്ടത്തിന് ഫലം കണ്ടിരിക്കുന്നുവെന്ന് പറയാം. നമ്മളിപ്പോൾ യഥാർത്ഥ വിജയത്തിന്റെ പടിവാതിക്കലെത്തിയിരിക്കുന്നു. അന്തിമവജിയം നമുക്കരികിലെത്തി. ഈ ബഹിഷ്കരണത്തിന് ഒരുപാട് അർത്ഥതലങ്ങളുണ്ട്. ചൂഷകരുടെയും മലിനീകരണം നടത്തുന്നവരുടെയും കയ്യേറ്റക്കാരുടെയും ഉത്പന്നങ്ങളാണ് ജനങ്ങൾ ബഹിഷ്കരിക്കുന്നത്. പ്രകൃതിവിഭവങ്ങൾ കൊള്ളയടിക്കുന്ന കുത്തക കമ്പനികളുടെ ഉത്പന്നങ്ങൾ സമൂഹം തന്നെ നിരസിക്കുന്നു എന്നത് വലിയൊരു വിജയമാണ്. തമിഴ്നാട്ടിൽ നിന്നും ആരംഭിച്ച സമരത്തിന് പ്ലാച്ചിമട ഉൾപ്പെടുന്ന കേരളത്തിലും വലിയ പിന്തുണയാണ് ലഭിച്ചത്. വരൾച്ചയ്ക്കും മലിനീകരണത്തിനും കാരണമാവുന്ന കോളാ ഉത്പന്നങ്ങൾ വേണ്ടെന്ന കേരളത്തിലെ വ്യാപാരികളുടെ ആഹ്വാനം അധികം വൈകാതെ ഇന്ത്യയൊട്ടാകെ പടരുമെന്ന് പ്രതീക്ഷിക്കാം.

വെള്ളത്തിനുവേണ്ടി പോരാടുന്നവരുടെ കഥയാണ് ഈ പുസ്തകം പറയുന്നത്. പ്ലാച്ചിമട സമരത്തിന്റെ നാൾവഴികളിലൂടെയുള്ള സമഗ്രമായൊരു അന്വേഷണം. കൊക്കകോളയുടെ വരവ് മുതൽ പ്ലാച്ചിമട നഷ്ടപരിഹാര ട്രിബ്യൂണൽ ബില്ലും

ഏറ്റവുമൊടുവിൽ കോളാ ഉത്പന്നങ്ങളുടെ ബഹിഷ്കരണവും വരെയുള്ള സംഭവങ്ങളിലൂടെയാണ് യാത്ര. സമരത്തിന്റെ പിന്നണിയിൽ പ്രവർത്തിച്ച പാവപ്പെട്ട ജനവിഭാഗങ്ങൾ മുതൽ കേന്ദ്ര-സംസ്ഥാന സർക്കാരുകളുടെ ഇടപെടലുകൾ വരെ വസ്തുനിഷ്ഠമായി വിലയിരുത്തപ്പെടുന്നു. കോർപ്പറേറ്റുകളെ സംരക്ഷിക്കുന്നതിൽ ഭരണകൂടം പുലർത്തുന്ന അമിത താത്പര്യത്തിന് പിന്നിലുള്ള കാരണങ്ങൾ തേടുന്നതിനൊപ്പം രാഷ്ട്രീയപാർട്ടികളുടെയും ജനപ്രതിനിധികളുടെയും നിലപാടില്ലായ്മയും ചോദ്യം ചെയ്യപ്പെടുന്നുണ്ട്. പ്ലാച്ചിമടയിലെ ജനങ്ങളെക്കുറിച്ചുള്ള, വെള്ളത്തിനുവേണ്ടി അവർ നടത്തിയ പോരാട്ടത്തെക്കുറിച്ചുള്ള യഥാർത്ഥ കഥയാണ് ഈ പുസ്തകം.

■

ഭാഗം ഒന്ന്

കോളയും നിയമലംഘനവും

പ്രതാപത്തിന്റെ കൂറ്റൻ ഇരുമ്പുഗേറ്റിന് തുരുമ്പെടുത്തിരിക്കുന്നു. ചായംപൂശാതെ മലിനമായ മതിൽക്കെട്ടിൽ ഹിന്ദുസ്ഥാൻ കൊക്ക കോള ബിവറേജസ് കമ്പനിയെന്ന് അഹങ്കാരത്തോടെ എഴുതി വെച്ചിരുന്ന വലിയ ബോർഡ് പൊട്ടിപ്പൊളിഞ്ഞ് അക്ഷരങ്ങൾ മാഞ്ഞിരിക്കുന്നു. ആളും ആരവവും വാഹനങ്ങളുടെ ചീറിപ്പായലു കളുമില്ല. എല്ലാംകൊണ്ടും ശ്മശാന മൂകത. കൊക്കകോളയുടെ കമ്പനിയായിരുന്നു ഇതെന്ന് പറഞ്ഞറിയിക്കേണ്ട സ്ഥിതി. 34 ഏക്ക റോളം വരുന്ന സ്ഥലത്ത് ഇപ്പോൾ ഫാക്ടറിയുടെ ശേഷിപ്പുകൾ പോലുമില്ല. കമ്പനിക്കകത്തെ പൂന്തോട്ടം നശിച്ചു. ഫലവൃക്ഷങ്ങൾ ഉണങ്ങി. നാലു കാവൽക്കാർ മാത്രമുണ്ടിവിടെ. വണ്ടിത്താവളം-മീനാക്ഷിപുരം റോഡിൽ പ്ലാച്ചിമടയിൽ, കോളക്കമ്പനിക്ക് മുന്നിൽ ഇപ്പോഴും സജീവമായി ഒന്ന് മാത്രമെയുള്ളൂ-പ്ലാച്ചിമട സമര പ്പന്തൽ.

പ്ലാച്ചിമടയിലെ കൊക്കകോള കമ്പനിയുടെ തുരുമ്പെടുത്ത ബോർഡ്

അറ്റ്ലാന്റയിലെ കോർപ്പറേറ്റ് ആസ്ഥാനത്തിരുന്ന് ലോകത്തെ ശീതളപാനീയ-കുപ്പിവെള്ള വിപണി നിയന്ത്രിച്ചിരുന്ന കൊക്കകോളയുടെ കേരളത്തിലെ ഏക ഉത്പാദനകേന്ദ്രത്തിന്റെ ഇന്നത്തെ അവസ്ഥയാണിത്. കുടിവെള്ളത്തിനുവേണ്ടി നാട്ടുകാരായ ആദിവാസികൾ നടത്തിയ സന്ധിയില്ലാസമരത്തിന് മുന്നിലാണ് കൊക്കകോള മുട്ടുമടക്കിയത്. 15 വർഷമായി തുടരുന്ന ഗാന്ധിയൻ സഹന സമരത്തിന് മുന്നിൽ കൊക്കകോള ഒരു സുപ്രഭാതത്തിൽ പരാജയം സമ്മതിച്ചതായിരുന്നില്ല. പണവും അധികാരവും ഉപയോഗിച്ച് സർക്കാരിനെയും നിയമത്തെയും കയ്യിലെടുത്ത് ഭീഷണിമുഴക്കി പ്ലാച്ചിമടക്കാരെ അടക്കിഭരിക്കാൻ ശ്രമിച്ചെങ്കിലും നിവൃത്തിയില്ലാതെ, ഒടുവിൽ കീഴടങ്ങേണ്ടി വന്നു. ആ കഥ ഒരു ചരിത്രമാണ്. അധിനിവേശത്തിന്റെയും കുത്തകവൽക്കരണത്തിന്റെയും കഥ. പ്രകൃതിവിഭവങ്ങൾ കൊള്ളയടിക്കുന്നവർക്കെതിരെ പട്ടിണിപാവങ്ങളായ ആദിവാസികൾ നടത്തിയ ചെറുത്തുനിൽപിന്റെ കഥ. കോർപ്പറേറ്റിന് വേണ്ടി സ്വന്തം ജനങ്ങളെ വഞ്ചിക്കുകയും കബളിപ്പിക്കുകയും ചെയ്യുന്ന ഭരണകൂടത്തിന്റെയും രാഷ്ട്രീയപാർട്ടികളുടെയും കഥ. നമ്മുടെ വെള്ളം കുപ്പികളിലാക്കി നമുക്ക് തന്നെ വിൽക്കുന്ന, രാജ്യത്തെ ഭൂഗർഭ ജലത്തിന്റെ ഉടമസ്ഥാവകാശം സ്വന്തമാക്കിയ കൊക്കകോളയുടെയും പെപ്സിയുടെയും കഥ. സന്ധിയില്ലാസമരത്തിനിടെ കുടിവെള്ളവും ആരോഗ്യവും ജീവിതവും നഷ്ടപ്പെട്ട പ്ലാച്ചിമടയിലെ കന്നിയമ്മമാരുടെ, നഷ്ടപരിഹാരമെന്ന അവകാശത്തിനുവേണ്ടിയുള്ള കാത്തിരിപ്പിന്റെ കഥ. കോളകളുടെ വരവ് മുതൽ അമേരിക്കൻ താത്പര്യത്തിന് വിധേയരായി പ്ലാച്ചിമട നഷ്ടപരിഹാര ട്രിബ്യൂണൽ ബിൽ തള്ളിയ കേന്ദ്ര സർക്കാരിന്റെ ആത്മാർത്ഥതയില്ലായ്മ വരെ നീണ്ടുകിടക്കുന്ന സംഭവബഹുലവും വിവാദങ്ങൾ നിറഞ്ഞതുമായ സമരകാലത്തേക്കാണ് ഈ യാത്ര.

കൊക്കകോള - നിയമലംഘനത്തിന്റെ ഇന്ത്യൻ ചരിത്രം

പിടിച്ചെടുക്കലിന്റെയും കീഴടക്കലിന്റെയും ചരിത്രമാണ് കൊക്കകോള യെന്ന അമേരിക്കൻ കുപ്പിവെള്ള കമ്പനിക്ക് ഇന്ത്യയിലുള്ളത്. 1956-ലാണ് കൊക്കകോള കമ്പനി ഇന്ത്യയിലേക്ക് വരുന്നത്. അന്ന് വിദേശ കമ്പനികളെ നിയന്ത്രിക്കാനുള്ള നിയമമൊന്നും ഇന്ത്യയിലില്ലായിരുന്നു. 100 ശതമാനം മുതൽമുടക്കിൽ അവർ ഇന്ത്യയിൽ ബിസിനസ്സ് സാമ്രാജ്യം തുടങ്ങി. ഇന്ദിരാഗാന്ധി പ്രധാനമന്ത്രിയായിരുന്നപ്പോൾ 1973-ലാണ് വിദേശ കമ്പനികൾക്ക് നിയന്ത്രണം ഏർപ്പെടുത്തിയുള്ള നിയമം ഫോറിൻ എക്സ് ചേഞ്ച് റഗുലേഷൻ ആക്ട്(ഫെറ)പാർലമെന്റ് പാസ്സാക്കുന്നത്. 1974-ൽ അത് നിലവിൽ വന്നു. വിദേശനാണ്യ വിനിമയ കാര്യത്തിലും വിദേശ കമ്പനികളുടെ നിക്ഷേപ കാര്യത്തിലും ശക്തമായ നിയന്ത്രണങ്ങൾ ഉൾക്കൊള്ളുന്നതായിരുന്നു ഫെറ നിയമം. നിയമപ്രകാരം ഏതെങ്കിലു മൊരു ഇന്ത്യൻ കമ്പനിയുമായി സംയുക്ത സംരംഭം ആരംഭിച്ചുമാത്രമെ വിദേശ കമ്പനികൾക്ക് ഇന്ത്യയിൽ പ്രവർത്തിക്കാൻ അനുമതിയുള്ളൂ. അതും റിസർവ് ബാങ്കിന്റെ കടുത്ത നിയന്ത്രണത്തിന് വിധേയമായി മാത്രം. വിദേശനിക്ഷേപം 40 ശതമാനത്തിൽ കൂടാനും പാടില്ല. പുതിയ നിയമം വിദേശകമ്പനികളുടെ നിലനില്പ് ചോദ്യം ചെയ്തു. നിക്ഷേപ വ്യവസ്ഥ പാലിക്കാൻ കൊക്കകോള സമ്മതിച്ചെങ്കിലും കമ്പനിയുടെ സാങ്കേതികവും ഭരണപരവുമായ അധികാരത്തിൽ കൈകടത്താൻ പ്രാദേശിക കമ്പനികളെ അനുവദിക്കണമെന്ന ചട്ടം പാലിക്കാൻ കഴിയി ല്ലെന്ന് അറിയിച്ചു. നമ്മുടെ വിദേശ കൈമാറ്റ ക്രമീകരണ നിയമത്തിന് വിരുദ്ധമായിരുന്നു ഇത്. നിയമം പാലിക്കാനാവില്ലെങ്കിൽ ഇന്ത്യയിൽ നിന്നും പുറത്തുപോവേണ്ടിവരുമെന്ന് കേന്ദ്രസർക്കാർ കോള കമ്പനിയെ അറിയിച്ചെങ്കിലും നടപടിയെടുത്തില്ല. ഇതിനിടെ കേന്ദ്രത്തിൽ തെരഞ്ഞെ ടുപ്പ് വന്നു. 1977-ലെ തിരഞ്ഞെടുപ്പിൽ മൊറാർജി ദേശായിയുടെ നേതൃത്വ ത്തിൽ ജനതാപാർട്ടി അധികാരത്തിൽ വന്നു. പ്രമുഖ ട്രേഡ് യൂണിയൻ നേതാവ് ജോർജ് ഫെർണാണ്ടസ് വ്യവസായ വകുപ്പ് മന്ത്രിയും. വിദേശ കൈമാറ്റനിയമം കർശനമായി പാലിക്കാൻ ജോർജ് ഫെർണാണ്ടസ്

നിർദേശിക്കുകയും ഉത്തരവിടുകയും ചെയ്തതോടെ അമേരിക്കൻ കമ്പനികളായ കൊക്കകോളയ്ക്കും ഐ. ബി. എമ്മിനും പെപ്സിക്കും ഇന്ത്യ വിടേണ്ടിവന്നു. ആറു ലക്ഷം രൂപയുമായി ഇന്ത്യയിലെത്തിയ കൊക്കകോള കമ്പനി ഇരുപത് വർഷം കൊണ്ട് 250 ദശലക്ഷം രൂപ യുടെ ലാഭമാണ് ഇന്ത്യയിൽ നിന്നും കടത്തിയതെന്ന് ജോർജ് ഫെർ ണാണ്ടസ് അന്ന് വെളിപ്പെടുത്തിയിരുന്നു. പിന്നീട് 16 വർഷത്തിനുശേഷം 1993-ലാണ് കൊക്കകോള രണ്ടാമതും ഇന്ത്യയിലെത്തുന്നത്. ആഗോള വത്കരണവും ഉദാരവത്കരണവും നടപ്പാക്കാൻ വിദേശകമ്പനികൾക്ക് വേണ്ടി വിപണികൾ മലർക്കെ തുറന്നിട്ട കാലമായിരുന്നു അത്. അന്ന് കേന്ദ്രം ഭരിച്ചിരുന്ന കോൺഗ്രസ് സർക്കാർ വിദേശകമ്പനികളെ ആകർ ഷിക്കാൻ, ഫെറ നിയമത്തിലെ കടുത്ത നിയന്ത്രണങ്ങൾ ഒഴിവാക്കി ഭേദഗതി വരുത്തി. വിദേശ കുത്തകകളെ നിയന്ത്രിക്കാൻ ഇന്ദിരാഗാന്ധി സർക്കാർ കൊണ്ടുവന്ന നിയമത്തെ കോൺഗ്രസ് പാർട്ടി തന്നെ ദുർ ബലപ്പെടുത്തിയെന്നതാണ് കൗതുകകരം. അതുവരെയുണ്ടായിരുന്ന നിയമങ്ങളെല്ലാം വിദേശ നിക്ഷേപത്തിനുവേണ്ടി മയപ്പെടുത്തിയതോടെ ഈ അനുകൂല സാഹചര്യം കൊക്കകോള ശരിക്കും മുതലെടുത്തു.

1997-ൽ വിദേശ നിക്ഷേപം സംബന്ധിച്ച് തീരുമാനമെടുക്കുന്ന മന്ത്രിസഭാ സമിതി കൊക്കകോളയ്ക്ക് രണ്ട് കമ്പനികൾ തുടങ്ങാനുള്ള അനുമതി നൽകി. ഹിന്ദുസ്ഥാൻ കൊക്കകോള ഹോൾഡിങ് പ്രൈവറ്റ് ലിമിറ്റഡ്, ഭാരത് കൊക്കകോള ഹോൾഡിങ് പ്രൈവറ്റ് ലിമിറ്റഡ് എന്ന പേരിലായിരുന്നു കമ്പനികൾ രജിസ്റ്റർ ചെയ്തത്. 2000-ൽ ഈ രണ്ട് ഹോൾഡിങ് കമ്പനികളും ചേർത്ത് ഹിന്ദുസ്ഥാൻ കൊക്കകോള ഹോൾ ഡിങ് എന്ന പേരിൽ ഒറ്റ കമ്പനിയായി മാറുന്നതിനും കേന്ദ്രം അനുമതി നൽകി. ബോട്ട്ലിങ് പ്ലാന്റ് തുടങ്ങുന്നതിന് ഹിന്ദുസ്ഥാൻ കൊക്കകോള ബിവറേജസ് പ്രൈവറ്റ് ലിമിറ്റഡ് എന്ന പേരിൽ ഡൽഹിയിൽ ഒരു കമ്പനി രജിസ്റ്റർ ചെയ്യുകയും ചെയ്തു. ആദ്യം മലയാളിയായ രാജൻ പിള്ള യുടെ ബ്രിട്ടാനിയ ഇൻഡസ്ട്രീസുമായി സംയുക്തസംരംഭം തുടങ്ങാനാ യിരുന്നു ശ്രമിച്ചതെങ്കിലും അത് വിചാരിച്ചപോലെ വിജയത്തിലെത്തി യില്ല. പിന്നീട് 1999-ൽ ഇന്ത്യയിലെ മുൻനിര ശീതളപാനീയ കമ്പനി യായ പാർലെയെ വിലയ്ക്കെടുത്തു. ഇന്ത്യൻ ശീതളപാനീയ വിപണി യിൽ 60 ശതമാനം അന്ന് പാർലെയുടെ സ്വന്തമായിരുന്നു. തംസപ്പ്, ലിംക, ഗോൾഡ് സ്പോട്ട് തുടങ്ങിയ ജനപ്രിയ ബ്രാൻഡുകളുമായി പാർലെ തിളങ്ങിനിന്ന കാലം. കോളയും പെപ്സിയും വരുന്നതിന് മുമ്പ് പാർലെ ഉൾപ്പെടെ 50 ശീതളപാനീയ ബ്രാൻഡുകൾ ഇന്ത്യയിലുണ്ടായിരുന്നു. പക്ഷേ, കൊക്കകോളയുടെ വരവോടെ ഇന്ത്യൻ കമ്പനികളുടെ ശനിദശയും തുടങ്ങി. ഇതിനിടയിൽ 1998-ലെ വാജ്പേയി സർക്കാർ വിപണിയെ കൂടുതൽ സ്വതന്ത്രമാക്കുന്നതിനും കൂടുതൽ നിക്ഷേപം

സ്വീകരിക്കുന്നതിനും ഫെറ നിയമം തന്നെ റദ്ദാക്കി. പകരം ഫോറിൻ എക്സ്ചേഞ്ച് മാനേജ്മെന്റ് ആക്ട് (ഫെമ)1999-ൽ പാസ്സാക്കി. 2000 മുതൽ ഈ നിയമം നിലവിൽ വന്നു. ഫെറ നിയമത്തിന്റെ പല്ലും നഖവും കൊഴിച്ചാണ് ഫെമ അവതരിപ്പിച്ചത്. കൊക്കകോളയും പെപ്സിയും ഉൾപ്പെടെയുള്ള വിദേശ കമ്പനികൾക്ക് പൂർണതോതിലുള്ള വിപണിസ്വാതന്ത്ര്യം ഇതോടെ ലഭിച്ചു. പിന്നീട് പാർലെയുടെ 55 ബോട്ട്ലിങ് പ്ലാന്റുകൾ സ്വന്തമാക്കിയതോടെ കൊക്കകോളയുടെ വളർച്ച ദ്രുതഗതിയിൽ ആരംഭിച്ചു. ഇന്ന് ലോകത്തെ മുൻനിര ശീതളപാനീയ കമ്പനിയാണ് കൊക്കകോള. 44.29 ബില്ല്യൺ യു.എസ്. ഡോളറിന്റെ വാർഷികവരുമാനമുള്ള, ലോകത്തെ മുഴുവൻ കുപ്പിവെള്ള-ശീതളപാനീയ വിപണിയെയും നിയന്ത്രിക്കുന്ന കോർപ്പറേറ്റ്. നിയമലംഘനത്തിൽ നിന്നാണ് കൊക്കകോളയുടെ ഇന്ത്യൻ ചരിത്രം തുടങ്ങുന്നത്. അപ്പോൾ പിന്നെ പ്ലാച്ചിമട നിവാസികൾക്ക് നഷ്ടപരിഹാരം നൽകുന്ന കാര്യത്തിൽ അവർ നിയമം പാലിക്കാത്തതിൽ അദ്ഭുതപ്പെട്ടിട്ട് കാര്യമില്ല.

കൊക്കകോളയുടെ വരവ്

ചെന്തമിഴിന്റെ ഈണം തുളുമ്പുന്ന കർഷക ഭൂമികയാണ് പാലക്കാടൻ നെല്ലറയിലെ പ്ലാച്ചിമട. തമിഴ്നാടിന്റെ അതിർത്തിഗ്രാമമായ പെരുമാട്ടി യുടെ ഹൃദയഭൂമി. കമ്പാലത്തറ, വെങ്കലക്കയം ജലസംഭരണികൾക്ക് ചുറ്റുമുള്ള ഒരു കർഷക ഗ്രാമം. തൊട്ടടുത്ത് തമിഴ്നാടിന്റെ അതിർത്തിയായ മീനാക്ഷിപുരം. പിന്നെ പറമ്പിക്കുളം-ആളിയാർ കരാർ പ്രകാരമുള്ള വെള്ളം ചിറ്റൂർ പുഴയ്ക്ക് അളന്നുതരുന്ന മണക്കടവ്. കോഴിപ്പോരിന് പ്രശസ്തിയാർജിച്ച സ്ഥലമാണിത്. നേരെ പോവുന്നത് പൊള്ളാച്ചിയിലേക്കുള്ള പാതയാണ്. കുടമണി കിലുക്കി, ശരറാന്തൽ വെളിച്ചത്തിൽ പൊള്ളാച്ചി ചന്തയിലേക്ക് പോവുന്ന കാളവണ്ടികൾ ഇതു വഴിയുള്ള പതിവുകാഴ്ചയാണ്. കൊക്കകോളയെന്ന ബഹുരാഷ്ട്ര കമ്പനി വരുന്നതുവരെ ആരും ശ്രദ്ധിക്കാതിരുന്ന സാധാരണ ഗ്രാമം. ഇ.കെ. നായനാർ മുഖ്യമന്ത്രിയും സുശീല ഗോപാലൻ വ്യവസായ മന്ത്രിയുമായിരുന്ന 2000-ലാണ് ഹിന്ദുസ്ഥാൻ കൊക്കകോള ബിവറേജസ് പ്രൈവറ്റ് ലിമിറ്റഡ് കമ്പനിയുടെ കേരളത്തിലെ ആദ്യ പ്ലാന്റ് പ്ലാച്ചിമട യിൽ ഉയരുന്നത്. നിക്ഷേപ സൗഹൃദാന്തരീക്ഷം ഊട്ടിയുറപ്പിക്കുന്നതിനും തൊഴിലവസരങ്ങൾ വർധിപ്പിക്കുന്നതിനും കൊക്കകോള കമ്പനിയെ അന്നത്തെ എൽ.ഡി.എഫ് സർക്കാർ ആഗോള നിക്ഷേപക സംഗമത്തിൽ നിന്നും ഒരർത്ഥത്തിൽ ക്ഷണിച്ചുകൊണ്ടുവരികയായിരുന്നു. അനുമതിക്കുള്ള നടപടിക്രമങ്ങളെല്ലാം വളരെ വേഗം പൂർത്തീകരിക്കുന്നതിന് രൂപം നൽകിയ ഗ്രീൻചാനൽ സംവിധാനം വഴി കേരളത്തിലെത്തിയ ആദ്യ കമ്പനികളിലൊന്ന്. യഥേഷ്ടം നികുതിയിളവുകളും ഇതിന് വാഗ്ദാനം ചെയ്തിരുന്നു.

പ്ലാച്ചിമടയിൽ ബോട്ട്ലിങ് പ്ലാന്റ് തുടങ്ങുന്നതിന് ഹിന്ദുസ്ഥാൻ കൊക്കകോള ബിവറേജസ് പ്രൈവറ്റ് ലിമിറ്റഡ് പെരുമാട്ടി പഞ്ചായത്തിൽ അപേക്ഷ നൽകുന്നത് 1999 ഒക്ടോബർ എട്ടിനാണ്. 11 നിബന്ധനകളോടെ പാലക്കാട് ജില്ലാ മെഡിക്കൽ ഓഫീസർ സ്ഥലത്തിന് അനുമതി നൽകി. ഫാക്ടറിയുടെ പ്രവർത്തനത്തിന് 2600 കുതിരശക്തിയുള്ള ഇലക്ട്രിക് മോട്ടോർ ഉപയോഗിക്കാനും കമ്പനി പ്രവർത്തിപ്പിക്കാനുമുള്ള അനുമതി 2000 ജനുവരി 25-നാണ് പെരുമാട്ടി പഞ്ചായത്ത് നൽകിയത്. കേരളത്തിൽ

ഏറ്റവും കൂടുതൽ നെൽകൃഷിയുള്ള ചിറ്റൂർ താലൂക്കിന്റെ ഹൃദയഭൂമിയാണ് പെരുമാട്ടി പഞ്ചായത്ത്. പ്ലാച്ചിമടയിൽ, വർഷത്തിൽ രണ്ട് വിള കൃഷിയിറക്കിയിരുന്ന 34 ഏക്കർ നെൽപ്പാടം നികത്തിയാണ് കോള ക്കമ്പനി പ്ലാന്റ് സ്ഥാപിച്ചത്. കുടിവെള്ളം എത്താത്ത സ്ഥലങ്ങളിൽ കൊക്കകോള എന്ന വാഗ്ദാനവുമായി 2000 മാർച്ചിൽ പ്ലാന്റ് പ്രവർത്തനം തുടങ്ങി. നെൽപാടം നികത്തുന്നതിന് മുമ്പ് കെ.എൽ.യു അനുമതി വാങ്ങിയിരുന്നില്ല. വ്യവസായങ്ങൾ തുടങ്ങുന്നതിന് മുമ്പ് പരിസ്ഥിതി ആഘാത പഠനവും നടത്തിയില്ല. ഗ്രാമീണ മേഖലയിൽ വികസനത്തിന്റെ വാഗ്ദാനവുമായി നാട്ടുകാരായ 250 പേർക്ക് കരാർ തൊഴിൽ നൽകിയായിരുന്നു കമ്പനി ജനങ്ങളെ വശത്താക്കിയത്. കരാർ തൊഴിലെന്ന പുത്തൻ രീതിയും അവർ നമ്മെ പഠിപ്പിച്ചു. 56 കോടി മുതൽമുടക്കിൽ പ്ലാന്റിൽ 130 സ്ഥിരം ജോലിക്കാരും 250 താൽക്കാലിക ജീവനക്കാരുമാണ് ഉണ്ടായിരുന്നത്. കൊക്കകോള, ഫാന്റ, ലിംക, തംസ് അപ്പ്, കിൻലെ സോഡ, മാസ, സ്പ്രൈറ്റ് എന്നിവയായിരുന്നു ഉൽപന്നങ്ങൾ.

എരവാളർ, മലസർ വിഭാഗത്തിൽപെട്ട പട്ടികവർഗക്കാർ താമസിക്കുന്ന പ്ലാച്ചിമട മേഖലയിൽ പ്രധാനമായും എട്ടുകോളനികളാണ് ഉള്ളത്. പ്ലാച്ചിമട, വിജയനഗർ, കമ്പാലത്തറ, മാധവൻനായർ കോളനി, രാജീവ് നഗർ, തൊട്ടിച്ചിപ്പതി, കൊച്ചിക്കാട്, കന്നിമാരി, വേലൂർ എന്നീ കോളനികളിലായി 500-ഓളം കുടുംബങ്ങൾ. പിന്നെ പൊതുവിഭാഗത്തിലുള്ള മലയാളികളും നൂറുകണക്കിന് തമിഴ് കുടുംബങ്ങളും. പെരുമാട്ടി പഞ്ചായത്തിലെ മൂലത്തറ വില്ലേജിന്റെ കീഴിൽ വരുന്ന സ്ഥലത്തെ ആകെ ജനസംഖ്യ 38470 പേരാണ്. ഇതിൽ 24 ശതമാനം ആദിവാസി വിഭാഗമായ എരവാളരാണ്. ജനങ്ങളിൽ 80 ശതമാനവും കാർഷികമേഖലയെ ആശ്രയിച്ച് ജീവിക്കുന്നവർ. വിദ്യാഭ്യാസപരമായും തൊഴിൽപരമായും പിന്നാക്കം നിൽക്കുന്ന മേഖലയുമാണിത്. തെങ്ങും നെല്ലുമാണ് മുഖ്യ വിളകൾ. കാർഷിക മേഖലയിൽ കൂലിപ്പണിയെടുത്താണ് ആദിവാസികളുടെ ജീവിതം. സ്ഥിരം വരുമാനമുള്ള തൊഴിലുകളൊന്നുമില്ല. മഴനിഴൽ പ്രദേശവും സ്ഥിരം വരൾച്ചാമേഖലയുമായ ഇവിടെ കമ്പാലത്തറ, വെങ്കലക്കയം ജലസംഭരണികൾക്ക് ചേർന്നാണ് ഫാക്ടറി സ്ഥാപിച്ചത്. പറമ്പിക്കുളം-ആളിയാർ കരാർ പ്രകാരമുള്ള വെള്ളം ചിറ്റൂർ മേഖലയ്ക്ക് വിതരണം ചെയ്യുന്ന ചിറ്റൂർ പുഴ കനാൽ ഒരുവശത്ത്. അൽപ്പം അകലെ മീങ്കര ജലാശയവും. ഇതാണ് പ്ലാച്ചിമടയുടെ ഭൂമിശാസ്ത്രം. വിജയ നഗർ-പ്ലാച്ചിമട കോളനികളുടെ നടുക്കാണ് ഫാക്ടറി.

2000 മാർച്ചിൽ തന്നെയാണ് ചിറ്റൂർ താലൂക്കിന് ചേർന്ന് കിടക്കുന്ന പുതുശ്ശേരി പഞ്ചായത്തിലെ കഞ്ചിക്കോട്ട് വ്യവസായ മേഖലയിൽ പെപ്സി കമ്പനിയും പ്രവർത്തനം ആരംഭിച്ചത്. വ്യവസായ മേഖലയായതിനാൽ പ്രവർത്തനാനുമതിയുടെ കാര്യത്തിൽ പുതുശ്ശേരി പഞ്ചായത്തിന് ഒരു റോളും ഉണ്ടായിരുന്നില്ല-എല്ലാം വ്യവസായ വകുപ്പ് നേരിട്ട് നൽകുകയായിരുന്നു.

ഉയരുന്ന ജനരോഷം

കേന്ദ്ര ഭൂഗർഭജല ബോർഡിന്റെ പഠനപ്രകാരം അമിതോപയോഗം മൂലം ഭൂജലനിരപ്പ് അപകടകരമായി താഴ്ന്നുകൊണ്ടിരിക്കുന്ന ഓവർ എക്സ്പ്ലോയ്റ്റഡ് വിഭാഗത്തിൽപെടുന്ന സ്ഥലമാണ് പ്ലാച്ചിമട ഉൾപ്പെടുന്ന ചിറ്റൂർ ബ്ലോക്ക്. സംസ്ഥാന ശരാശരിയുടെ പാതിപോലും മഴ കിട്ടാത്ത സ്ഥലം. കാലവർഷത്തിൽപോലും കുടിവെള്ളം ടാങ്കർ ലോറികളിൽ എത്തിക്കുന്ന അപൂർവം സ്ഥലങ്ങളിലൊന്ന് പ്ലാച്ചിമടയാണ്. വെള്ളത്തിന് കുഴൽക്കിണറുകളാണ് ഇവിടെ ആശ്രയം. അതും 500, 600 അടി വരെ താഴ്ചയുള്ള കുഴൽക്കിണറുകൾ. ഈ ഊഷരഭൂമിയിലാണ് വെള്ളം മുഖ്യ അസംസ്കൃതവസ്തുവായി ഉപയോഗിക്കുന്ന കൊക്കകോളയുടെ വരവ് എന്നത് വിചിത്രമായി തോന്നാം.

കൊക്കകോളയുടെ ഭൂഗർഭ ജലോപഭോഗം സംബന്ധിച്ച് കൃത്യമായ ഒരു കണക്ക് കമ്പനി പുറത്തുവിട്ടിരുന്നില്ല. സംസ്ഥാന ഭൂജലവകുപ്പിന്റെ കൈവശവും ഇല്ല. ദിവസം പരമാവധി 5,61,000 ലിറ്റർ ശീതളപാനീയം ഉത്പാദിപ്പിക്കാനുള്ള ലൈസൻസാണ് സംസ്ഥാന മലിനീകരണ നിയന്ത്രണ ബോർഡ് കൊക്കകോളയ്ക്ക് നൽകിയത്. കമ്പനിയുടെ കണക്ക് പ്രകാരം ശേഷിയുടെ 70 ശതമാനം വരെ ഉത്പാദനമുണ്ടായിരുന്നു. അതായത് 392700 ലിറ്റർ പാനീയം. ഒരു ലിറ്റർ കോള ഉത്പന്നം നിർമ്മിക്കാൻ നാലു ലിറ്റർ വെള്ളം വേണം. ചുരുങ്ങിയത് 16 ലക്ഷം ലിറ്ററിനടുത്ത് ഭൂജലമാണ് കമ്പനി പ്രതിദിനം ഉപയോഗിച്ചിരുന്നത് എന്ന് കണക്കാക്കാം. എന്നാൽ പ്ലാച്ചിമട ഉന്നതാധികാരസമിതിയുടെ റിപ്പോർട്ടിൽ കമ്പനി നൽകിയ കണക്കുകൾ ഉദ്ധരിച്ച് പറയുന്നത് ദിവസം 6.35 ലക്ഷം ലിറ്റർ വെള്ളം ഉപയോഗിക്കുന്നു എന്നാണ്. ഇത് പരമാവധി ഉത്പാദനം ഉള്ളപ്പോഴാണ്. സാധാരണദിവസങ്ങളിൽ ചുരുങ്ങിയത് 5 ലക്ഷം ലിറ്റർ പ്രതിദിനം ഉപയോഗിക്കുന്നുവെന്നാണ് സമിതിയുടെ റിപ്പോർട്ടിലുള്ളത്. ഫാക്ടറിക്കുള്ളിലെ നാലു സെന്റ് വിസ്തൃതിയുള്ള രണ്ട് വലിയ കിണറുകളും ആറ് കുഴൽക്കിണറുകളുമാണ് വെള്ളത്തിനുവേണ്ടി കമ്പനി ഉപയോഗിച്ചിരുന്നത്. എന്നാൽ ഒരു കിണർ മാത്രം നിർമ്മിക്കാനാണ് പഞ്ചായത്ത് അനുമതി നൽകിയിരുന്നത്. മോട്ടോർ ഉപയോഗിച്ച് ഭൂജലം എടുക്കുന്നതിന് പഞ്ചായത്ത് ലൈസൻസ് നൽകിയിരുന്നില്ല

എന്നതാണ് മറ്റൊരു വസ്തുത. ഫാക്ടറി പ്രവർത്തിപ്പിക്കാൻ മാത്രം മോട്ടോർ ഉപയോഗിക്കാനാണ് അനുമതിയുള്ളത്. പഞ്ചായത്തിന്റെ അനുമതിയില്ലാഞ്ഞിട്ടും 500 അടി വരെ താഴ്ചയിൽ നിന്നും കൂറ്റൻ മോട്ടോറുകൾ ഉപയോഗിച്ച് കമ്പനി ഭൂഗർഭജലം ഊറ്റുകയായിരുന്നു. നാട്ടുകാർക്ക് തൊഴിലും വികസനവും വാഗ്ദാനം ചെയ്ത് തുടങ്ങിയ കമ്പനിയുടെ പ്രവർത്തനം തുടങ്ങി ആറുമാസം പിന്നിട്ടപ്പോഴേക്കും പ്ലാച്ചിമടയിലും സമീപത്തും കുടിവെള്ള പ്രശ്നം തുടങ്ങിയിരുന്നു. പ്ലാന്റിന് ചുറ്റുമുള്ള 8 ആദിവാസി കോളനികളിലും സമീപപ്രദേശത്തുമുള്ള 250ഓളം കിണറുകൾ വറ്റിയതാണ് തുടക്കം. കിണർവെള്ളത്തിന്റെ കട്ടി കൂടി. രുചിയിൽ വ്യത്യാസം. കുളിക്കാനും മറ്റും ഈ വെള്ളം ഉപയോഗിച്ചവർക്ക് ചൊറിച്ചിലും ത്വഗ്രോഗങ്ങളും. ഇതോടെ നാട്ടുകാർ കാരണം തേടിയിറങ്ങി. അങ്ങനെയാണ് കൊക്കകോളയുടെ ജലചൂഷണം പൊതുജനശ്രദ്ധയിൽ വരുന്നത്. ജലചൂഷണത്തിന് പുറമെ കോള കമ്പനി സൃഷ്ടിച്ച പരിസരമലിനീകരണമാണ് കോള വിരുദ്ധ സമരത്തിന് ജനങ്ങളെ പ്രേരിപ്പിച്ചത്. ഇത് ആദ്യം കണ്ടെത്തിയത് ഇന്ത്യൻ നാഷണൽ ട്രസ്റ്റ് ഫോർ ആർട്സ് ആന്റ് കൾച്ചറൽ ഹെറിറ്റേജ് എന്ന സംഘടനയുടെ ഡയറക്ടർ ഡോ. സതീഷ്ചന്ദ്രനായിരുന്നു.

അവിചാരിതമായാണ് പരിസ്ഥിതി ശാസ്ത്രജ്ഞനായ സതീഷ്ചന്ദ്രൻ പ്ലാച്ചിമടയിൽ വരുന്നത്. 2001 ജനുവരിയിൽ പാലക്കാട് മുണ്ടൂരിനടുത്തുള്ള എഴക്കാടിൽ നാഷണൽ ഗ്രീൻ കോർപ്സിന്റെ ആദ്യ സയൻസ് കോൺഗ്രസ് നടക്കുന്ന സമയം. ജില്ലയിലെ അറിയപ്പെടുന്ന പരിസ്ഥിതി പ്രവർത്തകൻ ഡോ.പി.എസ്.പണിക്കരാണ് പരിപാടിയുടെ സംഘാടകൻ. പരിസ്ഥിതി ശാസ്ത്രജ്ഞരായ ഡോ.സതീഷ്ചന്ദ്രനും ഭാര്യ ഡോ.എസ്.ശാന്തിയും അവിടെ പങ്കെടുത്തിരുന്നു. ഓരോ പ്രദേശത്തുമുള്ള പരിസ്ഥിതി പ്രശ്നങ്ങൾ വിശദീകരിക്കണമെന്ന് അറിയിച്ചതിനെ തുടർന്ന് സയൻസ് കോൺഗ്രസിൽ പങ്കെടുത്ത പെരുമാട്ടി വണ്ടിത്താവളം സ്കൂൾ അധ്യാപകൻ എൻ. നരേന്ദ്രനാഥ് പ്ലാച്ചിമടയിൽ കൊക്കകോള കമ്പനിയുടെ പ്രവർത്തനം മൂലം കുടിവെള്ള പ്രശ്നം രൂക്ഷമാണെന്ന് വിശദീകരിച്ചു. ഇതുമൂലം പ്ലാച്ചിമട ഭാഗത്ത് നിന്നുള്ള കുട്ടികൾ സ്ഥിരമായി വൈകിയാണ് സ്കൂളിലെത്തുന്നതെന്നും പറഞ്ഞു. കൊല്ലം കുണ്ടറ സ്വദേശിയായ നരേന്ദ്രനാഥ് ശാസ്ത്ര സാഹിത്യ പരിഷത്തിന്റെ സജീവ പ്രവർത്തകനായിരുന്നു. ആയിടയ്ക്ക് പ്ലാച്ചിമട മേഖലയിൽ 2001-ലെ സെൻസസിന് മുന്നോടിയായുള്ള സാമ്പിൾ സെൻസസിന് നിയോഗിച്ചത് നരേന്ദ്രനെയായിരുന്നു. ഓരോ കോളനിയിലെയും വീട്ടുകാരുടെ കണക്കെടുക്കുന്നതിനിടെയാണ് കുടിവെള്ള പ്രശ്നത്തിന്റെ രൂക്ഷത മനസ്സിലായതെന്ന് നരേന്ദ്രനാഥ് പറഞ്ഞു. കിലോമീറ്ററുകൾ നടന്ന് വെള്ളം കൊണ്ടുവരേണ്ടതിനാൽ ഭക്ഷണം ഉണ്ടാക്കലുൾപ്പെടെ വീട്ടിലെ പണികളെല്ലാം വൈകുന്നു. ഇതുമൂലം കുട്ടികൾക്ക് കൃത്യസമയത്ത് സ്കൂളിൽ വരാനും കഴിയുന്നില്ല. കൊക്കരണി എന്നു പറയുന്ന വലിയ

കൊക്കകോള കമ്പനിയിൽ നിന്നുള്ള മലിനജലം
ഒലിച്ചിറങ്ങി വിഷമയമായ പ്ലാച്ചിമട വിജയനഗർ കോളനിയിലെ
പഞ്ചായത്ത് കിണർ

കിണറുകളെല്ലാം വറ്റുകയും ചെയ്തു. ഇതുവരെ ഇല്ലാതിരുന്ന കുടിവെള്ള ക്ഷാമത്തിന് പിന്നിൽ കൊക്കകോള കമ്പനിയുടെ ജലമൂറ്റലിന് ബന്ധമുണ്ടോ എന്ന സംശയം ഉയർന്നു. വിഷയത്തിന്റെ ഗൗരവം മനസ്സിലായതോടെ കുടിവെള്ള പ്രശ്നത്തെക്കുറിച്ച് കോളനികളിൽ സർവെ നടത്തി സ്വന്തമായി റിപ്പോർട്ട് തയ്യാറാക്കി. ഈ റിപ്പോർട്ട് സയൻസ് കോൺഗ്രസിൽ അവതരിപ്പിക്കുകയും ചെയ്തുവെന്ന് നരേന്ദ്രനാഥ് പറഞ്ഞു. അന്നത്തെ ചർച്ചകളുടെ അടിസ്ഥാനത്തിലാണ് പ്ലാച്ചിമടയെക്കുറിച്ച് പഠിക്കാൻ സതീഷ്ചന്ദ്രൻ വരുന്നത്. പെരുമാട്ടിയിലും പ്ലാച്ചിമടയിലും നടത്തിയ പഠനങ്ങൾക്കുശേഷം ഡോ. സതീഷ്ചന്ദ്രൻ പുറത്തിറക്കിയ റിപ്പോർട്ടാണ് പ്ലാച്ചിമട സമരത്തെക്കുറിച്ചും കൊക്കകോളയുടെ ജലമൂറ്റലിനെയും കുറിച്ചുള്ള ആദ്യത്തെ ആധികാരിക റിപ്പോർട്ട്. അമിത ഭൂഗർഭ ജലോപയോഗം മൂലം സമീപത്തെ കിണറുകളെല്ലാം വറ്റുന്നതായി അദ്ദേഹം കണ്ടെത്തി. പ്ലാച്ചിമട, വിജയനഗരം, വേലൂർ, മാധവൻനായർ കോളനി, രാജീവ് നഗർ, പട്ടഞ്ചേരി പഞ്ചായത്തിലെ തൊട്ടിച്ചിപ്പതി കോളനികളിലെ 750-ഓളം കുടുംബങ്ങൾ കുടിവെള്ളം കിട്ടാതെ ദുരിതമനുഭവിക്കുന്നുവെന്ന് ഇൻടാക് റിപ്പോർട്ടിലുണ്ട്. കിലോമീറ്ററുകൾ നടന്ന് കുടിവെള്ളം കൊണ്ടുവരേണ്ടുന്ന സ്ഥിതിയിലാണ് ജനങ്ങൾ. കോള ഉൽപാദനത്തിന് ശേഷം വരുന്ന പാഴ്ജലം മുഴുവൻ കമ്പനി വളപ്പിലെ ഭൂമിയിൽ തന്നെയാണ് നിക്ഷേപിച്ചിരുന്നതെന്നും വെളിപ്പെടുത്തി. ഈ മലിനജലം നിക്ഷേപിക്കാൻ വലിയൊരു കിണർ തന്നെ കമ്പനിക്കകത്തുണ്ട്. ഇവിടെനിന്നാണ് വിഷകരമായ പദാർത്ഥങ്ങൾ മണ്ണിലേക്ക് ഒലിച്ചിറങ്ങുന്നത്. ഇതുമൂലം കമ്പനിക്ക് സമീപമുള്ള കിണറുകളെല്ലാം മലിനപ്പെട്ടുവെന്ന് സതീഷ്ചന്ദ്രൻ നടത്തിയ പരിശോധനയിൽ കണ്ടെത്തി. സാധാരണ വെള്ളത്തിന്റെ കാഠിന്യം 300 മില്ലിഗ്രാമാണ്. എന്നാൽ പ്ലാച്ചിമടയിൽ നിന്നുള്ള സാമ്പിൾ പരിശോധിച്ചപ്പോൾ 1110 മുതൽ 1240 മില്ലിഗ്രാം വരെയാണ് കാഠിന്യം എന്ന് സംസ്ഥാന സർക്കാരിന് കീഴിലുള്ള മുണ്ടൂർ ഐ. ആർ.ടി.സിയിലെ വിദഗ്ധരും കണ്ടെത്തി. ഈ വെള്ളം കുടിക്കാൻ യോഗ്യമല്ലാതായി. ഇതോടെ നാട്ടുകാർ പ്രതിഷേധവുമായി രംഗത്തുവന്നു. 2001 ഏപ്രിലിൽ പ്ലാച്ചിമട ഉൾപ്പെടുന്ന നെല്ലിമേട് വാർഡിലെ മെമ്പറുടെ നേതൃത്വത്തിൽ കൊക്കകോളയുടെ കുടിവെള്ള മലിനീകരണത്തിനെതിരെ സമരം നടന്നു. കമ്പനിയിൽ നിന്നും കോളനിവാസികൾക്ക് ശുദ്ധീകരിച്ച വെള്ളം ടാപ്പ് വഴി വിതരണം ചെയ്യണമെന്നാവശ്യപ്പെട്ടാണ് സമരം നടത്തിയത്. ശുദ്ധീകരിച്ച കുടിവെള്ളം നൽകാമെന്ന മാനേജ്മെന്റിന്റെ ഉറപ്പിൽ അന്നുതന്നെ സമരം അവസാനിപ്പിച്ചു. എന്നാൽ കമ്പനി വാഗ്ദാനം നിറവേറ്റിയില്ല. പകരം പ്ലാച്ചിമട കോളനിയിൽ ഒരു കുഴൽക്കിണർ സ്ഥാപിച്ചുനൽകി. വെള്ളമില്ലാത്ത കുഴൽകിണറായിരുന്നു അത്. ഇതോടെ നാട്ടുകാർ വീണ്ടും സമരത്തിന് തയ്യാറെടുത്തു. ഇതിനിടയിൽ അമേരിക്ക ആസ്ഥാനമായുള്ള കോർപ്പ് വാച്ച് സംഘടനയുടെ ഇന്ത്യൻ കോ-ഓർഡിനേറ്റർ നിത്യാനന്ദ് ജയരാമൻ, മനുഷ്യാവകാശ

പ്രവർത്തകൻ സി.ആർ. ബിജോയ് എന്നിവരുടെ നേതൃത്വത്തിൽ പ്ലാച്ചിമടയിലെ കിണറുകൾ പരിശോധിച്ച് റിപ്പോർട്ട് പ്രസിദ്ധപ്പെടുത്തി. വിജയനഗർ കോളനിയിലെ രണ്ട് കിണറുകളിലെ വെള്ളം ചെന്നൈയിലെ സർഗം മെറ്റൽസ് ലബോറട്ടറിയിൽ പരിശോധിച്ചപ്പോൾ വളരെയധികം മലിനപ്പെട്ടതായി കണ്ടെത്തി. ഈ രണ്ട് റിപ്പോർട്ടും അനിശ്ചിതകാല സമരത്തിന് മുന്നേ പുറത്തുവന്നിരുന്നു. തുടർച്ചയായ മലിനീകരണം മൂലം പ്ലാച്ചിമടയിലെയും സമീപ കോളനികളിലെയും വെള്ളം കുടിക്കാനും ഭക്ഷണം പാചകം ചെയ്യാനും യോഗ്യമല്ലെന്ന് പാലക്കാട് ഡി.എം.ഒയും കോഴിക്കോട് അനലിറ്റിക്കൽ ലബോറട്ടറിയും സ്ഥിരീകരിച്ചതോടെ പ്ലാച്ചിമടയിലെ ജലചൂഷണം ദേശീയ ശ്രദ്ധനേടി. നിലനില്പിന് വേണ്ടിയുള്ള തദ്ദേശവാസികളുടെ സമരം ഇവിടെ നിന്നാണ് ആരംഭിക്കുന്നത്.

ഭൗമദിനത്തിലെ ചരിത്രസമരം

പ്ലാച്ചിമട സമരത്തിന്റെ പിതൃത്വം ഏറ്റെടുക്കാൻ രാഷ്ട്രീയപാർട്ടികളും സംഘടനകളും ആവത് ശ്രമിക്കുന്നുണ്ടെങ്കിലും സമരം തുടങ്ങിവെച്ചത് തദ്ദേശവാസികളായ ആദിവാസികളാണെന്നതാണ് ചരിത്രം. അക്ഷരം കൂട്ടിവായിക്കാൻ അറിയാത്ത മയിലമ്മയെ പോലുള്ള പാവങ്ങളായിരുന്നു സമരത്തിന്റെ മുന്നണിയിൽ. തങ്ങളുടെ കിണറുകൾ വറ്റി, ഉള്ള വെള്ളം കുടിക്കാൻ പോലും യോഗ്യമല്ലാതായതോടെ ഉയർന്നുവന്ന പ്രതിഷേധങ്ങൾ കമ്പനിയും ഗ്രാമപഞ്ചായത്തും ഗൗനിക്കാതായപ്പോൾ നിവൃത്തിയില്ലാതെയാണ് അവർ സമരത്തിനിറങ്ങുന്നത്. 2002 ഏപ്രിൽ 22-ലെ ഭൗമദിനത്തിൽ അത് കൊക്കകോള കമ്പനിക്കെതിരായ അനിശ്ചിതകാല സമരമായി മാറുകയായിരുന്നു. സമരത്തിന്റെ ഒരുക്കം അതിനുമുന്നേ തുടങ്ങി. 2002 മാർച്ച് 20-ന് സമരത്തിന്റെ കാരണങ്ങൾ വിശദീകരിച്ച് ഇൻടാകിന്റെയും കോർപ്പ് വാച്ചിന്റെയും പഠനറിപ്പോർട്ടുകൾ സഹിതം ജില്ലാകളക്ടർ, മലിനീകരണ നിയന്ത്രണ ബോർഡ്, സംസ്ഥാന മനുഷ്യാവകാശ കമ്മീഷൻ, മുഖ്യമന്ത്രി എന്നിവർക്ക് നിവേദനം നൽകി. ആദിവാസി സംരക്ഷണ സംഘം, പി.യു.സി. എൽ, ഹരിത ഡവലപ്പ്മെന്റ് അസോസിയേഷൻ എന്നിവ സംയുക്തമായി കമ്പനിക്ക് സമരത്തിന് മുന്നോടിയായുള്ള നോട്ടീസും നൽകി. വിളയോടി വേണുഗോപാലും വേലൂർ സ്വാമിനാഥനും ആറുമുഖൻ പത്തിച്ചിറയും ശിവൻകുട്ടിയും കണ്ണദാസനും ഷാജിയും ഹേമടീച്ചറും മയിലമ്മയും നേതൃത്വം കൊടുത്ത സമരത്തിന് ആദിവാസി നേതാവ് സി.കെ.ജാനുവാണ് തുടക്കം കുറിക്കുന്നത്. അന്നത് വെറുമൊരു സമരം മാത്രമായിരുന്നു. പ്ലാച്ചിമട കണ്ണദാസും മുത്തുച്ചാമിയും വേലൂർ സ്വാമിനാഥനും വേലുച്ചാമിയും മാരിയപ്പനും മയിലമ്മയും കന്നിയമ്മയും ഉൾപ്പെടെയുള്ള കോളനിവാസികളായിരുന്നു ആദ്യം സമരത്തിന് വന്നത്. കൊക്കകോളയെന്ന ബഹുരാഷ്ട്ര കമ്പനിയെ പിണക്കാൻ രാഷ്ട്രീയപാർട്ടികളും മാധ്യമങ്ങളും തയ്യാറല്ലാത്തതിനാൽ സമരം മുഖ്യധാരയിലെത്തിയില്ല. സ്ഥലം ഉൾപ്പെടുന്ന പെരുമാട്ടി ഗ്രാമപഞ്ചായത്ത് പോലും ആദ്യഘട്ടത്തിൽ സമരത്തിന് നേരെ മുഖംതിരിച്ചു. പരിസ്ഥിതി, മനുഷ്യാവകാശ സംഘടനകൾ മാത്രമായിരുന്നു പിന്തുണയുമായി എത്തിയിരുന്നത്. വേലൂർ സ്വാമി

സജീവമായ സമരപ്പന്തൽ(ഒരു ഫയൽ ഫോട്ടോ)

നാഥനാണ് കോളനിക്കാരെ സംഘടിപ്പിക്കാൻ മുന്നിൽ നിന്നത്. ആദിവാസി കുടുംബങ്ങളിലെ മുഴുവൻ അംഗങ്ങളും സമരത്തിൽ പങ്കെടുത്തു. ഒരു വീട്ടിൽ നിന്നും ഒരാൾ എങ്കിലും സമരപ്പന്തലിൽ ഉണ്ടാവും. പണിക്കു പോവുന്ന ഓരോരുത്തരും അവരുടെ കൂലിയുടെ വിഹിതം ആഹാരമായി സമരപ്പന്തലിൽ എത്തിച്ചിരുന്നു. സമരം തുടങ്ങി അഞ്ചാംനാൾ മുതലാണ് പരിസ്ഥിതി -മനുഷ്യാവകാശ സംഘടനകൾ പിന്തുണയുമായെത്തിയത്. അധികം വൈകാതെ പങ്കാളിത്തം വികസിപ്പിക്കുന്നതിന് കൊക്കകോള വിരുദ്ധ സമരസമിതിക്ക് രൂപം നൽകി. വിളയോടി വേണുഗോപാൽ രക്ഷാധികാരിയും വേലൂർ സ്വാമിനാഥൻ കൺവീനറും. 26-ാം ദിവസത്തെ സമരത്തിൽ അവർ നടത്തിയ പ്രകടനം പൊലീസ് തടയുകയും അലങ്കോലപ്പെടുത്തുകയും ചെയ്തു. സ്ത്രീകൾ അടക്കം 144 പേരെ അറസ്റ്റ് ചെയ്ത് രാജ്യദ്രോഹം പ്രകാരം കേസെടുത്തു. ഇതോടെ സമരം മുഖ്യധാരയിലെത്തി.

സമരം തുടങ്ങിയതോടെ ഭൂഗർഭ ജലോപയോഗം കുറയ്ക്കുന്നതിനുള്ള ശ്രമങ്ങൾ കമ്പനി തുടങ്ങി. പെരുമാട്ടി, പട്ടഞ്ചേരി പഞ്ചായത്തുകളിലെ വിവിധ ഭാഗങ്ങളിൽ നിന്നും കൊക്കകോള പ്ലാന്റിലേക്ക് ടാങ്കർ ലോറികളിൽ വെള്ളം കടത്താൻ തുടങ്ങി. 12000 ലിറ്റർ ശേഷിയുള്ള 50 ടാങ്കർ വെള്ളമാണ് പ്രതിദിനം കമ്പനിയിലേക്ക് കൊണ്ടുവന്നത്. ഒരു ടാങ്കറിന് 400 രൂപ വരെ കമ്പനി വില നൽകിയതോടെ വെള്ളം വിൽക്കാനും ഒരു വിഭാഗം മൽസരിച്ചു. കോളയ്ക്ക് വെള്ളം വിറ്റിരുന്ന പട്ടഞ്ചേരിയിലെ ജനതാദൾ പ്രാദേശിക നേതാവിനെ ചിറ്റൂർ തഹസിൽദാർ പിടികൂടിയത് അന്ന് വലിയ വാർത്തയാവുകയും ചെയ്തു.

സമരത്തിന്റെ 50-ാം ദിവസം സമരസമിതി ഒരു സർവകക്ഷിയോഗം വിളിച്ചെങ്കിലും രാഷ്ട്രീയ പാർട്ടികളിൽ സി.പി.ഐ പ്രതിനിധി മാത്രമാണ് എത്തിയത്. ഫാക്ടറിയുടെ ലൈസൻസ് റദ്ദാക്കണമെന്നാവശ്യപ്പെട്ട് സമരസമിതി നേതൃത്വത്തിൽ പ്ലാച്ചിമടയിൽ നിന്നും പഞ്ചായത്ത് ഓഫീസിലേക്ക് മർച്ച് നടത്തുകയും പ്രതീകാത്മകമായി പഞ്ചായത്തിനെ ചാണകാഭിഷേകം കൊണ്ട് ശുദ്ധിക്കലശം ചെയ്യുകയും ചെയ്തത് ഏറെ മാധ്യമശ്രദ്ധ നേടിയിരുന്നു. സമരം ശക്തമായതോടെ വിവിധ പരിസ്ഥിതി-മനുഷ്യാവകാശ സംഘടനകൾ പ്ലാച്ചിമടയിൽ പിന്തുണയുമായെത്തി. ഇതിനിടയിൽ തൃശൂരിലെ ജനനീതി, കേരള ശാസ്ത്ര സാഹിത്യ പരിഷത്ത്, യുവജനവേദി എന്നീ സംഘടനകൾ വിദഗ്ധരെ പങ്കെടുപ്പിച്ച് പ്ലാച്ചിമടയിൽ പഠനങ്ങൾ നടത്തി. അമിതമായ ഭൂഗർഭജല ചൂഷണം മൂലം ജലനിരപ്പു താഴാനും വെള്ളം മലിനപ്പെടാനും കാരണമാവുമെന്ന് ഇവരുടെ റിപ്പോർട്ടുകളിൽ എടുത്തുപറയുന്നു. ഈ ഘട്ടത്തിലാണ് 2003 ജനുവരിയിൽ പ്ലാച്ചിമടയിലെ പ്രശ്നങ്ങൾ പഠിക്കാൻ നിയമസഭയുടെ പരിസ്ഥിതി സമിതി എത്തുന്നത്. ജോർജ് ജെ മാത്യുവിന്റെ നേതൃത്വത്തിലുള്ള സമിതി ഫാക്ടറി സന്ദർശിച്ച് വിവരങ്ങൾ ശേഖരിച്ചു. പ്രതിദിനം ആറു ലക്ഷം ലിറ്റർ മാത്രമാണ് ഉപയോഗിക്കുന്നതെന്നായിരുന്നു കമ്പനി നിയമസഭാസമിതിയോട് പറഞ്ഞത്. ഇത് ശരിയാണെങ്കിൽതന്നെ ഈ രീതിയിൽ പോയാൽ സമീപഭാവിയിൽ തന്നെ ഭൂജലനിരപ്പ് ഗണ്യമായി താഴുമെന്ന് സമിതി വ്യക്തമാക്കി. കമ്പനി

കൊക്കകോളയുടെ പ്രവർത്തനംമൂലം കുടിവെള്ളം മുട്ടിയ പ്ലാച്ചിമടക്കാർ ടാങ്കർ ലോറിയിൽ വരുന്ന വെള്ളത്തിനായി കാത്തിരിക്കുന്നു. (ഫയൽഫോട്ടോ)

എത്ര വെള്ളം ഉപയോഗിക്കുന്നു എന്നതിനെക്കുറിച്ച് ഭൂജല അതോറിറ്റിക്ക് പോലും നിശ്ചയമില്ലെന്നും കമ്പനി തരുന്ന കണക്ക് മാത്രമാണ് ഏക ആശ്രയമെന്നും സമിതി വിലയിരുത്തി. കൊക്കകോളയും കഞ്ചിക്കോട്ടെ പെപ്സിയും നടത്തുന്ന ഭൂഗർഭ ജലചൂഷണത്തെക്കുറിച്ച് കേന്ദ്ര ഏജൻസി പഠിക്കണമെന്ന ശുപാർശയാണ് സമിതി സർക്കാരിന് നൽകിയത്. ഇതിനിടയിലാണ് പ്ലാച്ചിമട പ്രശ്നത്തെക്കുറിച്ച് കേരള ശാസ്ത്ര സാഹിത്യ പരിഷത്തിന്റെ പഠനറിപ്പോർട്ട് പുറത്തുവന്നത്. ഇത് ഇടതുമുന്നണിയിൽ വൻ വിവാദത്തിന് തിരികൊളുത്തി. ഫാക്ടറിക്ക് പ്രവർത്തനാനുമതി നൽകിയത് സി.പി.എം ആണെന്ന തരത്തിൽ ആരോപണങ്ങൾ വന്നതോടെ കൊക്കകോള കമ്പനി ഇപ്പോൾ പൂട്ടുകയാണ് വേണ്ടതെന്ന് സി.പി.എം നിലപാടെടുത്തു. പ്ലാച്ചിമട സമരത്തിന്റെ ഒന്നാം വാർഷികത്തിന്റെ ഭാഗമായി മേധാപട്കറും വന്ദനശിവയും ഉൾപ്പെടെയുള്ള ആക്ടിവിസ്റ്റുകൾ വരുകയും സമരം ലോകശ്രദ്ധ നേടുകയും ചെയ്തതോടെ കേരളത്തിലെ ഇടതുപക്ഷ പാർട്ടികളും സംഘടനകളും പ്ലാച്ചിമടയിൽ സജീവമായി പങ്കെടുത്ത് തുടങ്ങി. അന്ന് ഭരണത്തിലുണ്ടായിരുന്ന യു. ഡി. എഫ് അപ്പോഴും സമരത്തോട് മുഖംതിരിച്ചു നിൽക്കുകയായിരുന്നു.

ജോൺവൈറ്റും ബി.ബി.സി. റിപ്പോർട്ടിംഗ് ഇംപാക്ടും

പ്ലാച്ചിമടയിൽ കൊക്കകോള കമ്പനി വരുത്തിവെച്ച പാരിസ്ഥിതിക നാശത്തെക്കുറിച്ച് ലോകത്തെ ബോധ്യപ്പെടുത്തിയത് ജോൺ വൈറ്റ് എന്ന ബി.ബി.സിയുടെ അന്വേഷണാത്മക പത്രപ്രവർത്തകനാണ്. പ്ലാച്ചിമട സമരത്തെക്കുറിച്ച് റിപ്പോർട്ട് തയ്യാറാക്കാനെത്തിയ സഹപ്രവർത്തകൻ ജെയിംസ് സ്മിത്തിനെയും അദ്ദേഹത്തിന് സഹായങ്ങൾ ചെയ്തു നൽകിയ പി.യു.സി.എൽ നേതാവ് സി.ആർ.ബിജോയിയെയും അകാരണ മായി ചിറ്റൂർ പൊലീസ് അറസ്റ്റ് ചെയ്തതിനെ തുടർന്നാണ് ജോൺ വൈറ്റും സംഘവും പ്ലാച്ചിമടയിലെത്തിയത്. കൊക്കകോള കമ്പനിയുടെ പ്രവർത്തനംമൂലം പ്രദേശവാസികൾക്കുണ്ടായ പ്രശ്നങ്ങൾ അവർ വിശദ മായി പഠിച്ചു. ഇതിനിടയിലാണ് കമ്പനി സൗജന്യമായി നൽകിവന്ന വളത്തെക്കുറിച്ച് ജോൺ വൈറ്റ് അറിയുന്നത്. കോളയുടെ ഉൽപാദന ത്തിന് ശേഷം പ്ലാന്റിൽ നിന്നും പുറംതള്ളുന്ന വിഷാംശം കലർന്ന ഖര മാലിന്യം(സ്ലഡ്ജ്) ആണ് 2000 ഏപ്രിൽ മുതൽ വളം എന്ന പേരിൽ സമീപത്തെ കർഷകർക്ക് നൽകിയത്. കമ്പനിയുടെ വലിയ ഔദാര്യം എന്ന നിലയ്ക്ക് നാലുവർഷത്തോളം വളം നൽകിയിരുന്നു. കേരള കാർഷിക സർവകലാശാലയുടെ സാക്ഷ്യപത്രം ഉണ്ടെന്ന് തെറ്റിദ്ധരിപ്പി ച്ചായിരുന്നു വളം വിതരണം. പെരുമാട്ടി, കൊഴിഞ്ഞാമ്പാറ പഞ്ചായത്തു കളിലെ കർഷകർക്കാണ് വളം നൽകിയത്. വളം ഉപയോഗിച്ച പാട ങ്ങളിൽ നിന്ന് രൂക്ഷഗന്ധം ഉയരുന്നതും വളം കൈകാര്യം ചെയ്യുമ്പോൾ ശരീരത്തിൽ ചൊറിച്ചിൽ ഉണ്ടാവുന്നതും കർഷകർ ബി.ബി.സി സംഘത്തെ ധരിപ്പിച്ചു. ഖരമാലിന്യമായ സ്ലഡ്ജ് ബി.ബി.സി സംഘം പരിശോധനക്കെടുത്തു. തുടർന്ന് ബ്രിട്ടനിലെ പ്രസിദ്ധമായ എക്സിറ്റർ സർവകലാശാലയിലെ ശാസ്ത്രജ്ഞൻ ഡേവിഡ് സാന്റിലോവിന്റെ നേതൃത്വത്തിൽ ശാസ്ത്രീയ പരിശോധന നടത്തി. ഇതിന്റെ റിസൾട്ട് ഞെട്ടിപ്പിക്കുന്നതായിരുന്നു. കോളക്കമ്പനി വളം എന്ന പേരിൽ നൽകിയ ഖരമാലിന്യത്തിൽ കാൻസറിനും വൃക്ക-കരൾ രോഗത്തിനും കാരണ മായ കാഡ്മിയവും കറുത്തീയവും വൻതോതിൽ അടങ്ങിയിട്ടുള്ളതായി

കണ്ടെത്തി. നിക്കൽ, സിങ്ക്, ക്രോമിയം എന്നീ ലോഹങ്ങളും അനുവദനീയമായ പരിധിക്ക് മുകളിൽ ഉണ്ടെന്നും തെളിഞ്ഞു. ബി.ബി.സിയുടെ ഫെയ്സ് ദി ഫാക്ട്സ് എന്ന പരിപാടിയിലൂടെയാണ് കോളക്കമ്പനി പുറംതള്ളുന്ന ഖരമാലിന്യത്തിലെ വിഷാംശത്തെക്കുറിച്ചുള്ള വിവരം ജനങ്ങൾ അറിഞ്ഞത്. ഇത് ലോക മാധ്യമങ്ങളിലും ഇന്ത്യയിലെ പ്രധാന മാധ്യമങ്ങളിലും വലിയ വാർത്തയായി.

കമ്പനി ഉപയോഗത്തിനുശേഷം പുറംതള്ളുന്ന പാഴ്ജലത്തിലും വിഷകരമായ മാലിന്യങ്ങളുണ്ടെന്നും ഇത് സമീപത്തെ കിണറുകളെയും മണ്ണിനെയും വിഷലിപ്തമാക്കുന്നതായും ബി.ബി.സി സംഘം വെളിപ്പെടുത്തി. ഈ റിപ്പോർട്ടിനെ തുടർന്ന് സംസ്ഥാന ഭൂജലവകുപ്പും മലിനീകരണ നിയന്ത്രണബോർഡും ആരോഗ്യ വകുപ്പും നടത്തിയ പരിശോധനകളിൽ ബി.ബി.സിയുടെ വെളിപ്പെടുത്തൽ ശരിയാണെന്ന് കണ്ടെത്തി. വിഷം കലർന്ന പാഴ്ജലം കാരണം കമ്പനിക്ക് സമീപത്തെ ആറ് കിണറുകൾ ഉപയോഗിക്കാൻ പറ്റാതായെന്ന് 2003 ആഗസ്തിൽ ഭൂജലവകുപ്പ് റിപ്പോർട്ട് ചെയ്തു. 15-ഓളം കിണറുകളിൽ ലവണാംശം അനിയന്ത്രിതമായി വർധിച്ചു. ജലത്തിൽ വിഷാംശത്തിന്റെ അളവ് എട്ടുമടങ്ങ് വരെ വർധിച്ചതായാണ് കണ്ടെത്തിയത്. കാൽസ്യവും ക്ലോറൈഡും മഗ്നീഷ്യവും ഉൾപ്പെടെയുള്ള രാസവസ്തുക്കൾ അടങ്ങിയ പാഴ്ജലം ശുദ്ധീകരിച്ച ശേഷം കമ്പനിക്കകത്തെ 36 ഏക്കർ സ്ഥലത്ത് ജലസേചനം നടത്തുകയാണ് ചെയ്തത്. ദിവസം മൂന്ന് ലക്ഷം ലിറ്റർ മലിനജലമാണ് നനയ്ക്കാൻ ഉപയോഗിക്കുന്നതെന്നും ഭൂജലവകുപ്പ് കണ്ടെത്തിയിരുന്നു. മലിനജലം ജലസേചനത്തിന് ഉപയോഗിക്കുന്നത് അഞ്ചുവർഷമെങ്കിലും തുടർന്നാൽ പ്ലാച്ചിമട, കന്നിമാരി, കമ്പാലത്തറ പ്രദേശത്തെ മുഴുവൻ കിണറുകളും ഉപയോഗശൂന്യമാവുമെന്നും റിപ്പോർട്ടിൽ എടുത്തുപറഞ്ഞിരുന്നു. ഹൈഡ്രോക്ലോറിക് ആസിഡും ഫോസ്ഫോറിക് ആസിഡും അടക്കമുള്ള രാസവസ്തുക്കളാണ് കോളയുടെ പാഴ്ജലത്തിൽ കലർന്നിരിക്കുന്നത്. ഈ മലിനജലം ജലസേചനത്തിന് ഉപയോഗിക്കുന്നതിന് മുമ്പ് ശാസ്ത്രീയമായി ശുദ്ധീകരിക്കണമായിരുന്നു. കൊക്കകോള നടത്തിയ നിയമലംഘനം ശാസ്ത്രീയമായി തെളിയിച്ചതോടെ കമ്പനിയുടെ പ്രവർത്തനം നിർത്തിവെപ്പിക്കാൻ സർക്കാർതലത്തിൽ നടപടി തുടങ്ങി. ഒരു പക്ഷെ ജോൺ വൈറ്റും സംഘവും വന്നില്ലായിരുന്നുവെങ്കിൽ കൊക്കകോളയുടെ പ്രവർത്തനം വർഷങ്ങളോളം തുടർന്നേനെ.

വിഷമയമായ ഖരമാലിന്യം

ബി.ബി.സി റിപ്പോർട്ടിനെ തുടർന്ന് കൊക്കകോള വിതരണം ചെയ്ത ഖരമാലിന്യം 2003 നവംബറിൽ കേന്ദ്ര മലിനീകരണ നിയന്ത്രണ ബോർഡും പരിശോധനയ്ക്ക് വിധേയമാക്കി. കമ്പനി വളമെന്ന് തെറ്റിദ്ധരിപ്പിച്ച് കർഷകർക്ക് നൽകിയ ഖരമാലിന്യത്തിൽ ഒരു കിലോയിൽ 333.8 മില്ലിഗ്രാം കാഡ്മിയമാണ് കണ്ടെത്തിയത്. അനുവദനീയമായ പരിധിയെക്കാൾ അഞ്ചുമടങ്ങ് കൂടുതൽ. കമ്പനിക്ക് സമീപമുള്ള പഞ്ചായത്ത് കിണറും ഖരമാലിന്യം നിക്ഷേപിച്ച സ്ഥലങ്ങളിലെ കിണറുകളും വ്യാപകമായി മലിനപ്പെട്ടതായും കേന്ദ്ര ബോർഡ് കണ്ടെത്തി. കമ്പനി പുറംതള്ളുന്ന ഖരമാലിന്യം ആരോഗ്യത്തിന് ഹാനികരമായ വസ്തുക്കളായി പരിഗണിക്കണമെന്ന് കേന്ദ്ര ബോർഡ് സംസ്ഥാന മലിനീകരണ നിയന്ത്രണബോർഡിനോട് ആവശ്യപ്പെട്ടു. ഇതിന്റെ അടിസ്ഥാനത്തിൽ സംസ്ഥാന മലിനീകരണ നിയന്ത്രണ ബോർഡ് കൊക്കകോള കമ്പനിക്ക് കത്ത് നൽകുകയും വിതരണം ചെയ്ത മുഴുവൻ ഖരമാലിന്യവും തിരിച്ചെടുക്കണമെന്നും ആവശ്യപ്പെട്ടു. ആരോഗ്യത്തിന് ഹാനികരമായ മാലിന്യങ്ങൾ സംസ്കരിക്കാൻ കമ്പനിയിൽ സംവിധാനമുണ്ടായിരുന്നില്ല എന്നും മലിനീകരണ നിയന്ത്രണ ബോർഡ് കണ്ടെത്തി. ഇതിനിടയിലാണ് ആരോഗ്യത്തിന് ഹാനികരമായ മാലിന്യം സംബന്ധിച്ചുള്ള വസ്തുതകൾ പഠിക്കാൻ സുപ്രീംകോടതി ഒരു മോണിറ്ററിങ് കമ്മിറ്റിയെ ചുമതലപ്പെടുത്തുന്നത്. കമ്മിറ്റി 2004 ആഗസ്ത് 10 മുതൽ 13 വരെ പ്ലാച്ചിമടയിൽ സന്ദർശനം നടത്തി. കമ്പനിയുടെയും പ്ലാച്ചിമടക്കാരുടെയും വാദങ്ങൾ നേരിട്ട് കേൾക്കുകയും പരിശോധനകൾ നടത്തുകയും ചെയ്തു. കമ്പനി വളമെന്ന് പറഞ്ഞ് വിതരണം ചെയ്ത ഖരമാലിന്യത്തിൽ കാഡ്മിയം ഉൾപ്പെടെ വിഷപദാർത്ഥങ്ങൾ കലർന്നത് മോണിറ്ററിങ് കമ്മിറ്റിയും സ്ഥിരീകരിച്ചു. ഇതുമൂലം പ്ലാച്ചിമടയിലെ മണ്ണും വെള്ളവും മലിനപ്പെട്ടതായും അവർ വ്യക്തമാക്കി. തുടർന്ന് കമ്പനിയുടെ ചെലവിൽ പ്രദേശവാസികൾക്ക് പൈപ്പ് വഴി കുടിവെള്ളം ലഭ്യമാക്കാൻ മോണിറ്ററിങ് കമ്മിറ്റി ആവശ്യപ്പെട്ടു. ഒപ്പം ആരോഗ്യത്തിന് ഹാനികരമായ മാലിന്യങ്ങൾ സംബന്ധിച്ച സുപ്രീംകോടതിയുടെ ഉത്തരവ് അടിസ്ഥാനമാക്കി കമ്പനിക്കെതിരെ നടപടിയെടുക്കാൻ സംസ്ഥാന മലിനീകരണ നിയന്ത്രണ ബോർഡിന് നിർദേശം നൽകുകയും ചെയ്തു. സുപ്രീം കോടതി

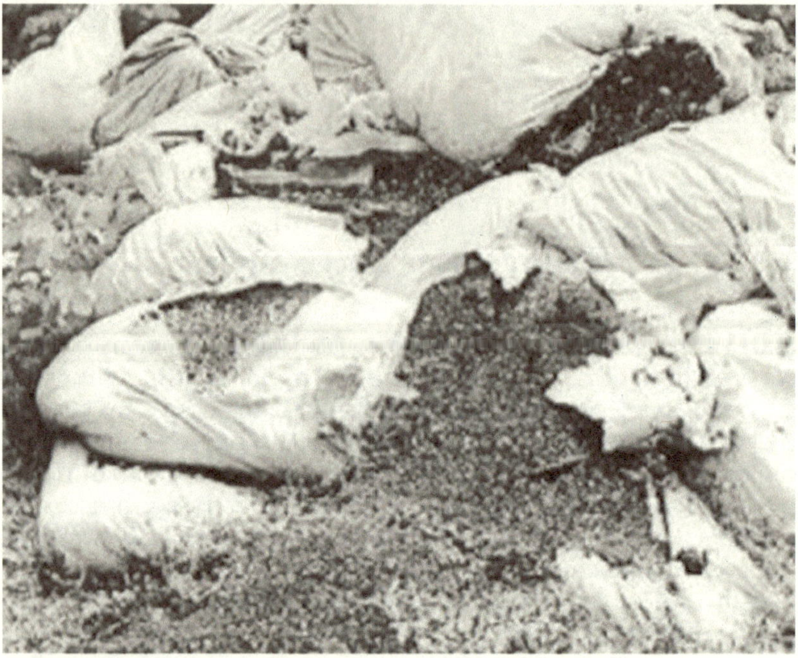

വളമെന്ന പേരിൽ പ്ലാച്ചിമടയിലെ കർഷകർക്ക് നൽകിയ ഖരമാലിന്യം. ഇതിലാണ് കാഡ്മിയം കണ്ടെത്തിയത്.

മോണിറ്ററിങ് കമ്മിറ്റിയുടെയും കേന്ദ്ര മലിനീകരണ നിയന്ത്രണ ബോർഡിന്റെയും കർശനനിർദേശത്തെ തുടർന്നാണ് സംസ്ഥാനമലിനീകരണ നിയന്ത്രണ ബോർഡ് കമ്പനിക്ക് അടച്ചുപൂട്ടാനുള്ള നോട്ടീസ് നൽകുന്നത്.

മലിനീകരണ നിയന്ത്രണ ബോർഡ് നൽകിയ നോട്ടീസിനുള്ള മറുപടിയിൽ തങ്ങളുടെ ഖരമാലിന്യത്തിൽ മാരക വിഷാംശങ്ങളില്ലെന്ന് ആവർത്തിക്കുക മാത്രമാണ് കൊക്കകോള കമ്പനി ചെയ്തത്. വർഷം 50 ടൺ ഖരമാലിന്യം മാത്രമാണ് വിതരണം ചെയ്തതെന്നും വ്യക്തമാക്കി. നാലു വർഷമാണ് കമ്പനി ഖരമാലിന്യം വിതരണം ചെയ്തത്. കൊക്കകോള നൽകിയ കണക്കുകൾ അടിസ്ഥാനമാക്കിയാൽ നാലുവർഷത്തിനിടെ 200 ടൺ ഖരമാലിന്യം പ്ലാച്ചിമടയിലും പരിസരത്തും നിക്ഷേപിച്ചു. കേന്ദ്ര മലിനീകരണ ബോർഡിന്റെ കണ്ടെത്തൽ പ്രകാരം 200 ടൺ ഖരമാലിന്യത്തിൽ 67.76 കിലോ കാഡ്മിയവും 220 കിലോ ലെഡും അടങ്ങിയിട്ടുണ്ടെന്ന് പ്ലാച്ചിമട ഉന്നതാധികാര സമിതിയുടെ റിപ്പോർട്ടിൽ ചൂണ്ടിക്കാട്ടുന്നു. അതായത് മാരകരോഗങ്ങൾക്ക് കാരണമായേക്കാവുന്ന വിഷപദാർത്ഥങ്ങളായ 67 കിലോ കാഡ്മിയവും 220 കിലോ ലെഡുമാണ് കൊക്കകോള പ്ലാച്ചിമടയുടെ മണ്ണിൽ നിക്ഷേപിച്ചതെന്ന് ചുരുക്കം. പ്ലാച്ചിമടയുടെ മണ്ണ് വിഷവിമുക്തമാവാൻ എത്ര പതിറ്റാണ്ടുകൾ വേണ്ടിവരും.

കോളകളിൽ വിഷാംശം: കേന്ദ്രത്തെ ഞെട്ടിച്ച് സി.എസ്.ഇ. റിപ്പോർട്ട്

ശീതളപാനീയ കുത്തകൾക്കെതിരായ പോരാട്ടത്തിൽ എടുത്തുപറയേണ്ട വ്യക്തികളിലൊരാളാണ് സുനിത നരെയ്ൻ. ഡൽഹിയിലെ സെന്റർ ഫോർ സയൻസ് ആന്റ് എൻവയൺമെന്റ് (സി.എസ്.ഇ) എന്ന എൻ.ജി.ഒയുടെ ഡയറക്ടർ. പ്ലാച്ചിമടയിൽ കൊക്കകോള കമ്പനി വളം എന്ന പേരിൽ വിതരണം ചെയ്ത ഖരമാലിന്യത്തിൽ മാരകവിഷാംശം കണ്ടെത്തിയെന്ന ബി.ബി.സി റിപ്പോർട്ട് വിവാദമുയർത്തിയ ഘട്ടത്തിലാണ് പെപ്സി, കൊക്കകോള എന്നിവയുടെ പാനീയങ്ങളിൽ കീടനാശിനികളുടെ സാന്നിധ്യം കണ്ടെത്തുന്നത്. 2003ലായിരുന്നു ഇത്. ഡൗൺ ടു എർത്ത് എന്ന ശാസ്ത്രമാസികയുടെ പ്രസാധകരായ സി.എസ്.ഇ ആണ് പഠനം നടത്തിയത്. വ്യാപകമായി പ്രചാരത്തിലുള്ള 12 ശീതളപാനീയങ്ങളിലാണ് കീടനാശിനിയുടെ അംശം കണ്ടെത്തിയത്. പെപ്സിയുടെ ഉത്പന്നങ്ങളിൽ യൂറോപ്യൻ ഇക്കണോമിക് കമ്മീഷൻ നിശ്ചയിച്ച അളവിനെക്കാൾ 36 മടങ്ങും കൊക്കകോളയുടെ ഉത്പന്നങ്ങളിൽ 30 മടങ്ങും കീടനാശിനി സാന്നിധ്യമുണ്ടെന്ന് സി.എസ്.ഇ ഡയറക്ടർ സുനിത നരെയ്ൻ വ്യക്തമാക്കി. ഡൽഹിയിലും പരിസരത്തും വില്പനയുള്ള 12 ശീതളപാനീയ ബ്രാന്റുകളാണ് സംഘടനയുടെ മലിനീകരണ നിയന്ത്രണ വിഭാഗം പഠനവിധേയമാക്കിയത്. കേരളം ഉൾപ്പെടെയുള്ള ദക്ഷിണേന്ത്യൻ സംസ്ഥാനങ്ങളിൽ വൻതോതിൽ വില്പനയുള്ള ബ്രാന്റുകളായിരുന്നു ഇവ. പാനീയങ്ങളിൽ മാരകവിഷാംശമുള്ള ലിൻഡയിൽ, മലാത്തിയോൺ, ക്ലോർപൈറിഫോസ്, ഡി.ഡി.ടി എന്നീ കീടനാശിനികളുടെ അംശമാണ് അടങ്ങിയിരുന്നതെന്ന് പഠനം വെളിപ്പെടുത്തി. കാൻസർ, മസ്തിഷ്ക തകരാറുകൾ, പ്രത്യുത്പാദന പ്രശ്നങ്ങൾ, ജനനവൈകല്യങ്ങൾ, പ്രതിരോധശേഷിയില്ലായ്മ തുടങ്ങിയ ആരോഗ്യപ്രശ്നങ്ങളുണ്ടാക്കുന്നവയാണ് ഈ കീടനാശിനികളെന്ന് ആരോഗ്യവകുപ്പിലെ വിദഗ്ധർ ചൂണ്ടിക്കാട്ടുന്നു. മിറിൻഡ ലെമൺ എന്ന പാനീയത്തിലാണ് കൂടുതൽ കീടനാശിനി അംശം കണ്ടെത്തിയത്. ഒരു ലിറ്ററിൽ 0.0352 മില്ലിഗ്രാം എന്ന തോതിലാണ് കീടനാശിനിയുള്ളത്. യൂറോപ്യൻ ഇക്കണോമിക് കമ്മീഷന്റെ അനുവദനീയമായ അളവിനെക്കാൾ

70 മടങ്ങ് അധികമാണിത്. കൊക്കകോളയിൽ 42 മടങ്ങ് അധികമാണ് കീടനാശിനി സാന്നിധ്യം. ശീതളപാനീയങ്ങളിലെ കീടനാശിനിയുടെ അംശം നിശ്ചയിക്കാൻ ഇന്ത്യയിൽ മാനദണ്ഡങ്ങളില്ലാത്തതിനാലാണ് യൂറോപ്യൻ ഇക്കണോമിക് കമ്മീഷന്റെ കണക്കുകൾ അടിസ്ഥാന മാക്കിയതെന്ന് സി.എസ്.ഇ വ്യക്തമാക്കിയിരുന്നു. ഈ ബഹുരാഷ്ട്ര കമ്പനികൾ അമേരിക്കയിൽ വില്പന നടത്തുന്ന ഉത്പന്നങ്ങളും സി.എസ്.ഇ പരിശോധനയ്ക്ക് വിധേയമാക്കി. ഇവയിലെ കീടനാശിനി സാന്നിധ്യം അനുവദനീയ പരിധിക്കുള്ളിലായിരുന്നു എന്നാണ് കണ്ടെ ത്തിയത്. ഏഷ്യൻ രാജ്യങ്ങളിലും അമേരിക്കയിലും യൂറോപ്പിലും വ്യത്യസ്തതരം പാനീയങ്ങൾ വിൽക്കുന്ന കോളകൾ ഏഷ്യൻ രാജ്യ ങ്ങളോട് അനുവർത്തിക്കുന്ന ഇരട്ടത്താപ്പും സി.എസ്.ഇ പുറത്തുകൊണ്ടു വന്നു. സി.എസ്.ഇയുടെ പഠന റിപ്പോർട്ട് രാജ്യത്ത് ഏറെ കോളിളക്ക മുണ്ടാക്കി. പ്ലാച്ചിമട സമരം കത്തിനിൽക്കുന്ന സമയമായതിനാൽ പാർല മെന്റിലും വിഷയം സജീവ ചർച്ചയായി. ഒടുവിൽ അന്നത്തെ എം.പിയാ യിരുന്ന ഇ.അഹമ്മദിന്റെ നേതൃത്വത്തിലുള്ള സമിതി പാർലമെന്റ് കാന്റീ നിൽ കോളകൾ നിരോധിക്കുകയും സംഭവത്തിൽ പാർലമെന്ററി സംയുക്ത സമിതിയുടെ അന്വേഷണം ആവശ്യപ്പെടുകയും ചെയ്തു.

ജെ.പി.സി. റിപ്പോർട്ട്

സി.എസ്.ഇ പുറത്തുവിട്ട വിവാദം കേന്ദ്ര സർക്കാരിനും കൊക്കകോള, പെപ്സി കമ്പനികൾക്കും വലിയ നാണക്കേട് വരുത്തുന്നതായിരുന്നു. പഠനറിപ്പോർട്ട് പാർലമെന്റിൽ ഏറെ ഒച്ചപ്പാട് സൃഷ്ടിച്ചു. ശീതള പാനീയ കുത്തകൾ പ്രതിരോധത്തിന് ഇറങ്ങിയെങ്കിലും അതിന് മൂർച്ചയുണ്ടായിരുന്നില്ല. എന്നാൽ അന്നത്തെ വാജ്പേയി സർക്കാരും കേന്ദ്ര ആരോഗ്യ-കുടുംബക്ഷേമ മന്ത്രിയുമായിരുന്ന സുഷമ സ്വരാജും ശീതള പാനീയങ്ങൾ കേന്ദ്രസർക്കാരിന്റെ ഉടമസ്ഥതയിലുള്ള മൈസൂരിലെ സി.എഫ്.ടി.ആർ.ഐ, കൊൽക്കത്തയിലെ സി.എഫ്.എൽ ലാബുകളിൽ പരിശോധന നടത്താൻ ഉത്തരവിട്ടു. 15 ദിവസത്തിന് ശേഷം ഇതിന്റെ ഫലം കേന്ദ്രമന്ത്രി തന്നെ പുറത്തുവിടുകയും പാർലമെന്റിൽ വിശദീകരിക്കുകയും ചെയ്തു. ശീതളപാനീയങ്ങളിലെ കീടനാശിനി സാന്നിധ്യം അപകടകരമല്ലെന്നും അനുവദനീയമായ പരിധിക്കുള്ളിലാണെന്നും പറഞ്ഞ് കോളാ കമ്പനികൾക്ക് ക്ലീൻ ചിറ്റ് നൽകുകയും ചെയ്തു. സി.എസ്.ഇ റിപ്പോർട്ടിന് തീർത്തും വിരുദ്ധമായൊരു റിപ്പോർട്ടായിരുന്നു ഇത്. കേന്ദ്രമന്ത്രിയുടെ പാർലമെന്റിലെ പ്രസ്താവന മുഖ്യവാചകമാക്കി പെപ്സി കമ്പനി ആ സമയത്ത് നൽകിയ പരസ്യം വലിയ വിവാദം സൃഷ്ടിച്ചു. സർക്കാർ കോളക്കമ്പനികൾക്ക് വേണ്ടി പ്രവർത്തിക്കുന്നു എന്ന ആരോപണം ശക്തി പ്രാപിച്ചതോടെ കമ്പനി പരസ്യം പിൻവലിക്കുകയും മാപ്പു പറയുകയും ചെയ്തു. സുഷമ സ്വരാജിന്റെ പ്രസ്താവനയിൽ പ്രതിപക്ഷം ബഹളം വയ്ക്കുകയും സംയുക്ത പാർലമെന്ററി സമിതി രൂപവത്കരിക്കണമെന്ന് ശക്തമായി ആവശ്യപ്പെടുകയും ചെയ്തു. ഇതിനിടയിൽ കേന്ദ്ര മലിനീകരണ നിയന്ത്രണ ബോർഡും ശീതളപാനീയങ്ങൾ പരിശോധിക്കാൻ രംഗത്തുവന്നു. ഡൽഹിയിലെ വിവിധ ഭാഗങ്ങളിൽ നിന്നും ശേഖരിച്ച ആറിനം ശീതളപാനീയ ഇനങ്ങൾ പരിശോധിച്ചതിൽ എല്ലാറ്റിലും മാലത്തിയോൺ കീടനാശിനിയുടെ അംശം മൂന്നു മുതൽ 7.2 മടങ്ങ് (യൂറോപ്യൻ ശരാശരിയെക്കാൾ) വരെ കൂടുതലാണെന്ന് കണ്ടെത്തി. കേരളത്തിലെ ആരോഗ്യവകുപ്പിന്റെ അഭ്യർത്ഥന പ്രകാരം ബാംഗ്ളൂരിലെ ശ്രീറാം സയന്റിഫിക് ആന്റ് ഇൻഡസ്ട്രിയൽ റിസർച്ച് ഫൗണ്ടേഷൻ ലബോറട്ടറിയിൽ നടത്തിയ

പരിശോധനയിൽ കോള പാനീയങ്ങളിൽ കീടനാശിനി സാന്നിധ്യം 17 മുതൽ 419 മടങ്ങ് വരെ അധികമാണെന്ന് തെളിഞ്ഞു. കേന്ദ്ര സർക്കാരിന്റെ അംഗീകാരമുള്ള ലാബ് ആയിരുന്നു ഇത്. ഇതോടെ കോള പാനീയങ്ങളിലെ കീടനാശിനി സാന്നിധ്യം സംബന്ധിച്ച് ആശങ്ക വർധിച്ചു. ഒടുവിൽ പ്രതിപക്ഷാവശ്യം കേന്ദ്രസർക്കാർ സമ്മതിക്കുകയും 2003 ആഗസ്ത് 22-ന് ജെ.പി.സി അന്വേഷണം പ്രഖ്യാപിക്കുകയും ചെയ്തു. ശരദ് പവാറായിരുന്നു സമിതിയുടെ അധ്യക്ഷൻ. ജെ.പി.സി അന്വേഷണം നടക്കുന്നതിനിടെയാണ് ശീതളപാനീയങ്ങളിൽ കീടനാശിനിയുടെ പരിധി നിശ്ചയിച്ച്, അതു പരിശോധിക്കാൻ മാനദണ്ഡങ്ങൾ ആവിഷ്കരിക്കുന്നതിന് കേന്ദ്ര ആരോഗ്യമന്ത്രാലയം രംഗത്തുവന്നത്. കോളക്കമ്പനികളെ സഹായിക്കാൻ വേണ്ടിയായിരുന്നു ഇത്. 160 രാജ്യങ്ങളിൽ അംഗീകരിക്കപ്പെട്ട മാനദണ്ഡമായ കോഡക്സ് ഇന്ത്യയിലും സ്വീകരിക്കാനാണ് കേന്ദ്രം താത്പര്യമെടുത്തത്. ശീതളപാനീയങ്ങളിൽ അനുവദനീയമായ തോതിൽ കീടനാശിനിയുടെ സാന്നിധ്യം ആവാം എന്നാണ് കോഡക്സിൽ പറയുന്നത്. പരിധിയിൽ കൂടരുതെന്ന് മാത്രം. ശീതളപാനീയങ്ങളിൽ കീടനാശിനി അംശം വളരെ കുറഞ്ഞ അളവിൽപോലും അംഗീകരിക്കാത്തതാണ് യൂറോപ്യൻ മാനദണ്ഡം. ഇതു പ്രകാരം പാനീയങ്ങൾ നിർമ്മിക്കാൻ വേണ്ട അസംസ്കൃത വസ്തുക്കൾ വൻതോതിൽ ഇറക്കുമതി ചെയ്യേണ്ടിവരും. ഉത്പാദനച്ചെലവ് കൂടുകയും ചെയ്യും. ഇതൊഴിവാക്കി കമ്പനികളെ സഹായിക്കുന്നതിനാണ് കേന്ദ്രം പുതിയ മാനദണ്ഡം നടപ്പിലാക്കിയത്.

സുനിത നരെയ്ൻ

സ്വതന്ത്ര ഇന്ത്യയിലെ നാലാമത്തെ സംയുക്ത പാർലമെന്ററി സമിതി അന്വേഷണമായിരുന്നു അത്. ജനങ്ങളുടെ ആരോഗ്യവും ഭക്ഷ്യസുരക്ഷയും മുൻനിർത്തിയുള്ള ആദ്യത്തെ പാർലമെന്ററി കമ്മിറ്റി. സി.എസ്.ഇ യുടെ പഠനറിപ്പോർട്ടിന്റെ ആധികാരികത, രാജ്യത്ത് ശക്തമായൊരു ഭക്ഷ്യസുരക്ഷാ നിയമത്തിന്റെ ആവശ്യകത എന്നിവയായിരുന്നു ജെ.പി.സി മുഖ്യമായും പരിഗണിച്ചത്. ഒരു വർഷം തികയുന്നതിന് മുമ്പ് 2004 ഫിബ്രവരി നാലിന് സംയുക്ത പാർലമെന്ററി സമിതിയുടെ റിപ്പോർട്ട് പാർലമെന്റിൽ വെച്ചു. കേന്ദ്ര ലബോറട്ടറികളിലെ പരിശോധനാഫലവും സി.എസ്.ഇ. റിപ്പോർട്ടും സൂക്ഷ്മമായി വിലയിരുത്തിയ ജെ.പി.സി. ഒടുവിൽ സി.എസ്.ഇയുടെ കണ്ടെത്തലിനെ നീതീകരിക്കുന്ന റിപ്പോർട്ടാണ് സമർപ്പിച്ചത്. സി.എസ്.ഇയുടെ ആത്മാർത്ഥതയെ പ്രശംസിക്കുകയും ചെയ്തു. സി.എസ്.ഇയുടെ ലാബിന് അംഗീകാരം ഉണ്ടോ എന്നും ആവശ്യമായ ഉപകരണങ്ങൾ ഉണ്ടോ എന്നതും അവർ പരിശോധിച്ചു. ഒപ്പം ഭക്ഷ്യസുരക്ഷ കർശനമാക്കുന്നതിന് ഒട്ടേറെ ശുപാർശകൾ മുന്നോട്ടുവയ്ക്കുകയും ചെയ്തു. എന്നാൽ ജെ.പി.സി. റിപ്പോർട്ടിനെ പൂർണമായി അംഗീകരിക്കാൻ കേന്ദ്രം തയ്യാറായില്ല. ശീതളപാനീയങ്ങളിലെ കീടനാശിനി സാന്നിധ്യം ശരിവെച്ച ജെ.പി.സിയുടെ നടപടി തള്ളുകയും ചെയ്തു. ഈ ഘട്ടത്തിൽ കോളാ കമ്പനികൾ സുനിത നരെയ്ന്റെ സംഘടനയ്ക്കെതിരെ നിയമനടപടി സ്വീകരിച്ചു. കേസ് തുടങ്ങിയെങ്കിലും സി.എസ്.ഇ നിലപാടിൽ ഉറച്ചുനിൽക്കുകയായിരുന്നു. ജെ.പി.സി റിപ്പോർട്ടിന്റെ അടിസ്ഥാനത്തിൽ ബ്യൂറോ ഓഫ് ഇന്ത്യൻ സ്റ്റാൻഡേർഡ് ശീതളപാനീയങ്ങളുടെ നിലവാരം ശക്തമാക്കുന്നതിന് ഒട്ടേറെ നിയന്ത്രണങ്ങൾ നിർദേശിച്ചെങ്കിലും ഒന്നും പ്രാവർത്തികമായില്ലെന്നതാണ് സത്യം. ഇതോടെ സുനിത നരെയ്ൻ വീണ്ടും രംഗത്തെത്തി. തന്റെ ലാബിന് നേരെയുയർന്ന ആരോപണം നീക്കുന്നതിന് അത്യാധുനിക സംവിധാനങ്ങളൊരുക്കുകയും ഐ.എസ്.ഒ സർട്ടിഫിക്കറ്റും അക്രഡിറ്റേഷനും നേടുകയും ചെയ്തു. തുടർന്ന് 2006-ൽ 11 ഇനം ശീതളപാനീയങ്ങളുടെ 57 സാമ്പിളുകൾ പരിശോധനയ്ക്കെടുത്തു. രാജ്യത്തെ 12 സംസ്ഥാനങ്ങളിലുള്ള കൊക്കകോളയുടെയും പെപ്സിയുടെയും 25 പ്ലാന്റുകളിൽ ഉത്പാദിപ്പിച്ച പാനീയങ്ങളാണ് പരിശോധനയ്ക്ക് വിധേയമാക്കിയത്. 2006 ആഗസ്ത് രണ്ടിന് ഈ പരിശോധനാ റിപ്പോർട്ടും സുനിത നരെയ്ൻ തന്നെ പുറത്തുവിട്ടു. പരിശോധന നടത്തിയ ചില സാമ്പിളുകളിൽ മാരക വിഷാംശമായ ലിൻഡെയ്നിന്റെ അളവ് ബി.ഐ.എസിന്റെ അനുവദനീയ പരിധിയെക്കാൾ 140 മടങ്ങ് അധികമാണമെന്ന് തെളിവുകൾ സഹിതം അവർ വ്യക്തമാക്കി. നിരോധിത കീടനാശിനിയായ ഹെപ്ടക്ലോർ 71 ശതമാനം സാമ്പിളുകളിലും കണ്ടെത്തി. ഇതും ബി.ഐ.എസ് പരിധിയെക്കാൾ നാലിരട്ടി അധികമാണ്. എല്ലാ സാമ്പിളുകളിലും ശരാശരി മൂന്നോ നാലോ കീടനാശിനികളുടെ സാന്നിധ്യമുണ്ടായിരുന്നു. ഇവയുടെ അളവ് ബി.ഐ.എസ് പരിധിയെക്കാൾ 24 മടങ്ങ് കൂടുതലുമായിരുന്നു.

കൊൽക്കത്തെയിൽ നിന്നും പരിശോധനക്കെടുത്ത കൊക്കകോള ബോട്ടിലിൽ ലിൻഡെയ്നിന്റെ അളവ് ബി.ഐ.എസ് പരിധിയെക്കാൾ 140 മടങ്ങും താനെയിൽ ഉത്പാദിപ്പിച്ച പെപ്സിയുടെ കുപ്പിയിൽ ന്യൂറോടോക്സിൻ, ക്ലോർപൈറിഫോസ് എന്നിവയുടെ അളവ് 200 മടങ്ങും അധികമായിരുന്നു. കേന്ദ്ര സർക്കാരിന്റെ വിശ്വാസ്യതയെ തന്നെ ചോദ്യം ചെയ്യുന്നതായിരുന്നു സി.എസ്.ഇയുടെ 2006-ലെ റിപ്പോർട്ട്. ശീതള പാനീയങ്ങളുടെ ഗുണമേൻമ ഉറപ്പുവരുത്തുന്നതിന് കേന്ദ്രം കൊണ്ടുവന്ന നിയന്ത്രണങ്ങളെല്ലാം പാളിയതായി ഇതോടെ തെളിഞ്ഞു. കൊട്ടിഘോഷിച്ച് കൊണ്ടുവന്ന ജെ. പി. സി റിപ്പോർട്ടിന് പ്രസക്തിയുമില്ലാതായി. കൊക്കകോളയുടെയും പെപ്സിയുടെയും പ്രവർത്തനത്തിന് അരങ്ങൊരുക്കുന്ന തരത്തിലുള്ള കേന്ദ്ര നിലപാട് പുറത്തുവന്നതോടെ ഇരു കമ്പനികളും സുനിത നരെയ്നെതിരായ നിയമനടപടികൾ ശക്തമാക്കി. എന്നാൽ 2006-ലെ പഠനറിപ്പോർട്ടിലും കോളാ പാനീയങ്ങളിൽ കീടനാശിനി സാന്നിധ്യം കണ്ടെത്തിയതോടെ കേസിനെ നിയമപരമായി നേരിടാൻ സി.എസ്.ഇയും തീരുമാനിച്ചു. ഒടുവിൽ കോളക്കമ്പനികൾ നിരുപാധികം കേസ് പിൻവലിച്ച് രക്ഷപ്പെടുകയായിരുന്നു.

പത്മഭൂഷൺ വേണ്ടെന്ന് സിദ്ധരാജ് ദദ്ധ

പ്ലാച്ചിമട സമരം തുടങ്ങി ഒരു വർഷം തികയുന്നതിന് മുമ്പ് 2003-ലെ റിപ്പബ്ലിക് ദിനത്തിൽ മേധാപട്കറുടെ നേതൃത്വത്തിൽ പ്ലാച്ചിമടയിൽ നിന്നും അയോധ്യയിലേക്ക് നടത്തിയ ദേശീയപ്രക്ഷോഭ യാത്രയാണ് പ്ലാച്ചിമട സമരത്തിന് ദേശീയതലത്തിൽ ശ്രദ്ധ നേടിക്കൊടുത്തത്. ആഗോളീകരണത്തിനും വർഗീയതയ്ക്കുമെതിരെ നാഷണൽ അലയൻസ് ഫോർ പീപ്പിൾസ് മൂവ്മെന്റ് (എൻ.എ.പി.എം) നേതൃത്വത്തിൽ 'രാജ്യത്തെ രക്ഷിക്കൂ, രാജ്യത്തെ നിർമ്മിക്കൂ' എന്ന സന്ദേശവുമായി നർമ്മദ സമരനായിക മേധാ പട്കർ നയിച്ച യാത്ര ഔപചാരികമായി ഉദ്ഘാടനം ചെയ്തത് പ്ലാച്ചിമടയിലെ സമരപ്പന്തലിൽ വെച്ചായിരുന്നു. പ്രക്ഷോഭയാത്രയുടെ തുടക്കത്തിനൊപ്പം ചടങ്ങിൽ ഉദ്ഘാടകനായി പങ്കെടുത്ത സ്വാതന്ത്ര്യസമരസേനാനി സിദ്ധരാജ് ദദ്ധയുടെ അവാർഡ് തിരസ്കരണ വാർത്തയാണ് ഏറെ ചർച്ച ചെയ്യപ്പെട്ടത്.

സിദ്ധരാജ് ദദ്ധ

രാജ്യത്തെ മൂന്നാമത്തെ പരമോന്നത ബഹുമതിയായ പത്മഭൂഷൺ അവാർഡിന് തിരഞ്ഞെടുത്ത വിവരം സിദ്ധരാജ് ദദ്ധ അറിയുന്നത് പ്ലാച്ചിമടയിലെ സമരവേദിയിൽവെച്ചായിരുന്നു. സാമൂഹിക സേവന പ്രവർത്തനങ്ങൾ മുൻനിർത്തിയാണ് അവാർഡിന് തിരഞ്ഞെടുത്തത്. എൻ.എ.പി.എം പ്രക്ഷോഭ ജാഥയുടെ ഉദ്ഘാടനവേദിയിൽ അവാർഡ് വിവരമറിഞ്ഞ ആ വന്ദ്യവയോധികൻ പൊട്ടിത്തെറിക്കുക തന്നെ ചെയ്തു. “രാജ്യത്തിന്റെ പൈതൃകം വിദേശ കുത്തകയ്ക്ക് വിറ്റുതുലക്കുന്ന നയങ്ങൾ നടപ്പാക്കുന്ന സർക്കാരിന്റെ അവാർഡിന് പകരം

എന്നെ ക്രിമിനൽ പട്ടികയിൽ ഉൾപ്പെടുത്തൂ എന്നാണ് അദ്ദേഹം രോഷത്തോടെ പ്രതികരിച്ചത്. അവാർഡ് വിവരം അറിഞ്ഞ് അഭിനന്ദിക്കാൻ എത്തിയവരുടെ മുന്നിൽ കണ്ണീരോടെയാണ് ദദ്ധ നിന്നത്. "ജനുവരി 26 ഇതിഹാസത്തിന്റെ ദിനമാണ്. പക്ഷേ, സ്വാതന്ത്ര്യം കിട്ടി 56 വർഷം കഴിഞ്ഞപ്പോൾ നമ്മുടേതെന്ന് പറയാവുന്നതെല്ലാം വിദേശകുത്തകകൾ കയ്യടക്കിയിരിക്കുന്നു. റിപ്പബ്ലിക് ദിനാഘോഷത്തിന്റെ പ്രസക്തി തന്നെ നഷ്ടപ്പെട്ടിരിക്കുന്നു. ഒരു രണ്ടാം സ്വാതന്ത്ര്യ സമരം തുടങ്ങേണ്ട കാലമായിരിക്കുന്നു". സ്വാതന്ത്ര്യസമരത്തിൽ ഗാന്ധിജിക്കൊപ്പം ആവേശപൂർവം പങ്കെടുത്ത ദദ്ധയ്ക്ക് അന്ന് 93 വയസ്സായിരുന്നു.

രാജസ്ഥാൻ സ്വദേശിയായ സിദ്ധരാജ് ദദ്ധ 1942-ൽ ക്വിറ്റ് ഇന്ത്യ സമരകാലത്ത് ഇന്ത്യൻ ചേമ്പർ ഓഫ് കോമേഴ്സിലെ ജോലി രാജിവെച്ചാണ് ദേശീയസമരത്തിൽ അണിചേർന്നത്. രാജസ്ഥാനിലെ ആദ്യ മന്ത്രിസഭയിൽ അംഗമായിരുന്നു. പിന്നീട് കോൺഗ്രസ് ബന്ധം ഉപേക്ഷിച്ച് സർവോദയ പ്രസ്ഥാനത്തിൽ അംഗമായി. രാജസ്ഥാൻ സംഗ്രഹ് സേവാ സംഘ് എന്ന പേരിൽ സംഘടനയുണ്ടാക്കി സാമൂഹിക വിഷയങ്ങളിൽ ഇടപെട്ട് പ്രവർത്തിച്ചു. പ്ലാച്ചിമടയിൽ അവിചാരിതമായല്ല ദദ്ധ എത്തിയത്. ജയ്പൂരിന് 40 കിലോമീറ്റർ അകലെയുള്ള കാലെധാരയിൽ പ്രവർത്തിച്ചിരുന്ന കൊക്കകോള കമ്പനിയുടെ ജലചൂഷണത്തിനെതിരെ ജനങ്ങളെ അണിനിരത്തി സമരം നയിച്ചത് സിദ്ധരാജ് ദദ്ധയായിരുന്നു. ഇവിടെ കോളക്കമ്പനിയുടെ പ്രവർത്തനം മൂലം സമീപത്തെ 20 വില്ലേജുകളിലെ ജലനിരപ്പ് ഗണ്യമായി താഴുകയും കുടിവെള്ളക്ഷാമം രൂക്ഷമാവുകയും ചെയ്തപ്പോഴാണ് ദദ്ധയും നാട്ടുകാരും സമരമുഖത്തിറങ്ങിയത്. ഈ അനുഭവപരിചയമാണ് അദ്ദേഹത്തെ പ്ലാച്ചിമടയിൽ എത്തിച്ചത്.

എൻ.എ.പി.എം ദേശീയ പ്രക്ഷോഭ ജാഥയോടെ പ്ലാച്ചിമട സമരത്തിന് ദേശീയശ്രദ്ധ കൈവരുക മാത്രമല്ല ചെയ്തത്. സമരത്തിൽ സജീവമാകാതെ മടിച്ചുനിന്ന മുഖ്യധാരാ ഇടതുരാഷ്ട്രീയപാർട്ടികൾ അന്നുമുതൽ സമരത്തിൽ സജീവമായി പങ്കെടുക്കാനും തുടങ്ങി. സി.പി.എം നേതാവും പാലക്കാട് എം.പിയുമായിരുന്ന എൻ.എൻ.കൃഷ്ണദാസും സി.പി.ഐ നേതാവ് കെ.ഇ.ഇസ്മായിലും ഈ യാത്രയുടെ മുഖ്യസംഘാടകരായിരുന്നു. ഇടത് ആഭിമുഖ്യമുള്ള സംഘടനകളെല്ലാം സമരത്തിൽ സജീവമായതോടെ കൂടുതൽ ശക്തി പ്രാപിക്കുകയും ചെയ്തു. 2002 ഡിസംബർ 16-ന് എൻ. എ.പി.എം ദേശീയ നേതാവും ഇന്ത്യൻ സോഷ്യലിസ്റ്റ് ഫ്രണ്ട് ദേശീയകൺവീനറുമായിരുന്ന സുരേന്ദ്രമോഹൻ പ്ലാച്ചിമട സമരപ്പന്തൽ സന്ദർശിച്ചതിന്റ തുടർച്ചയായാണ് അയോധ്യ മാർച്ച് സംഘടിപ്പിച്ചത്. എൻ.എ.പി.എം പ്ലാച്ചിമട സമരത്തിന് സർവ പിന്തുണയും നൽകി പ്രചാരണം തുടങ്ങിയത് ദേശീയമാധ്യമങ്ങളിൽ പോലും വാർത്തയായിരുന്നു.

ആഗോള സംഗമത്തിന്റെ ജലസമ്മേളനം

പ്ലാച്ചിമട സമരചരിത്രത്തിലെ വേറിട്ടൊരു അനുഭവമായിരുന്നു ലോക ജലസമ്മേളനം. ജലം ഉൾപ്പെടെയുള്ള പ്രകൃതിവിഭവങ്ങളുടെ അധികാരം തദ്ദേശീയർക്കാണെന്ന് ഉറക്കെ പ്രഖ്യാപിക്കുന്നതായിരുന്നു ജല സമ്മേളനത്തിന്റെ സന്ദേശം. കൊക്കകോള കമ്പനിക്കെതിരായ സമരം ലോകത്തിന്റെ ശ്രദ്ധയിൽ കൊണ്ടുവന്നത് ലോക ജലസമ്മേളനമാണെന്നതിൽ സംശയമില്ല. സമരം തുടങ്ങി രണ്ടുവർഷം ആവുന്ന സമയത്ത് 640-ാം നാളിൽ 2004 ജനവരി 21,22,23 തീയതികളിലാണ് ലോക ജല സമ്മേളനം നടന്നത്. ആദ്യ രണ്ടു ദിവസം പ്ലാച്ചിമടയിലും മൂന്നാം ദിവസം പെപ്സി കമ്പനി പ്രവർത്തിക്കുന്ന പുതുശ്ശേരിയിലുമായി നടന്ന സമ്മേളനം വെള്ളത്തിന് വേണ്ടി ലോകത്തിന്റെ വിവിധ ഭാഗങ്ങളിൽ നടത്തുന്ന അവകാശ സമരങ്ങളുടെ സംഗമവേദിയായി. ഫ്രാൻസിലെ കർഷകനേതാവും പരിസ്ഥിതി പ്രവർത്തകനുമായ ഹോസെ ബുവെ, ജലചൂഷണത്തിനെതിരെ ബ്ലൂ ഗോൾഡ് എന്ന പുസ്തകം എഴുതിയ ഡോ. മോഡ് ബാർലോ(കാനഡ), ഇൻഷർ ഷെർലിങ്(സ്വീഡൻ), വാർഡ് മോർഹൗസ്(അമേരിക്ക), കാൾ ഫ്ളെക്കർ(കാനഡ), ഹെയ്ത്തി ഹൗത്താല(ഫിൻലാന്റ്), ഗേബി കൂപ്പേഴ്സ്(ജർമ്മനി), സ്റ്റീവ് എമ്മട്ട് (സ്വീഡൻ), കരോളിൻ ലോക്കാർഡ് (ഇറ്റലി) തുടങ്ങി 30 ഓളം വിദേശ പരിസ്ഥിതി പ്രവർത്തകരും ഇന്ത്യയിൽ നിന്നും ഡോ.വന്ദനശിവയും വരാണസിയിലെ കോളാ വിരുദ്ധ സമരസമിതി നേതാവ് അഫ്ളാത്തൂൺ, ഇന്ത്യയുടെ വാട്ടർമാൻ എന്നറിയപ്പെടുന്ന മാഗ്സാസെ അവാർഡ് ജേതാവ് രാജേന്ദ്രസിങ്, വി.എസ്. അച്യുതാനന്ദൻ, എം.പി.വീരേന്ദ്രകുമാർ, സുകുമാർ അഴീക്കോട് തുടങ്ങിയവരും പ്ലാച്ചിമടയിൽ ഐക്യദാർഢ്യം പ്രഖ്യാപിക്കാൻ എത്തിയിരുന്നു. കേരളത്തിലെ പ്രമുഖ രാഷ്ട്രീയപാർട്ടി നേതാക്കളും പരിസ്ഥിതി സംഘടനാ ഭാരവാഹികളും വിദ്യാർത്ഥികളും ജലസമ്മേളനത്തിന് പിന്തുണയുമായി എത്തി. ഒപ്പം തമിഴ്നാട്ടിൽ നിന്നുള്ള സംഘടനകളും എത്തിയിരുന്നു.

സ്വാതന്ത്ര്യ സമരകാലത്ത് ഗാന്ധിജിയുടെ നേതൃത്വത്തിൽ ക്വിറ്റ് ഇന്ത്യ എന്ന് ബ്രിട്ടീഷുകാരോട് പറഞ്ഞതുപോലെ വിദേശ കുപ്പിവെള്ള

കമ്പനികളായ കൊക്കകോളയും പെപ്സികോളയും ഇന്ത്യ വിടണമെന്ന ഹോസെ ബുവെയുടെ ഉദ്ഘാടന പ്രസംഗത്തോടെയാണ് ജല സമ്മേളനം തുടങ്ങിയത്. ഭൂഗർഭജലം ഊറ്റിയെടുക്കുന്ന കൊക്കകോളയും പെപ്സിയും ക്രിമിനൽ കുറ്റമാണ് ചെയ്യുന്നതെന്ന് ഹോസെ ബുവെ കുറ്റപ്പെടുത്തി. ബൊളീവിയയിലെ കൊച്ചബാംബയിൽ വെള്ളത്തിനു വേണ്ടി നടന്ന ഐതിഹാസിക സമരം വിജയിച്ചതുപോലെ കോളക്കമ്പ നികൾക്ക് എതിരായ സമരവും ഒരു നാൾ വിജയിക്കുകതന്നെ ചെയ്യു മെന്ന് അദ്ദേഹം പ്രത്യാശിച്ചു. സാഹിത്യകാരൻമാരുടെ കൂട്ടായ്മയാണ് തുടർന്ന് നടന്നത്. ജ്ഞാനപീഠജേതാവ് എം.ടി.വാസുദേവൻനായർ, ഡോ.സുകുമാർ അഴീക്കോട്, സാറാ ജോസഫ്, വൈശാഖൻ, കടമ്മനിട്ട രാമകൃഷ്ണൻ തുടങ്ങിയ പ്രമുഖർ പങ്കെടുത്തു. കൈതപ്രം ദാമോദ രൻ നമ്പൂതിരിയുടെ ഗംഗാസ്തുതിയോടെയാണ് കൂട്ടായ്മ ആരംഭിച്ചത്. ഡോ.വന്ദനശിവയുടെ നേതൃത്വത്തിൽ കൊക്കകോള കമ്പനിക്ക് മുന്നിൽ പ്രതിഷേധ പ്രകടനം നടത്തിയാണ് ജലസമ്മേളനത്തിന്റെ രണ്ടാം ദിവസം തുടങ്ങിയത്. കുടിവെള്ളം ഊറ്റുന്നവരെ വിലങ്ങുവയ്ക്കണമെന്ന് സമ്മേളനം ഉദ്ഘാടനം ചെയ്ത അന്നത്തെ പ്രതിപക്ഷനേതാവ് വി.എസ്. അച്യുതാനന്ദൻ പറഞ്ഞു. സൈലന്റ് വാലി പദ്ധതിയെ പിന്തുണച്ചത് തെറ്റായിപ്പോയെന്ന് മുൻ മുഖ്യമന്ത്രിയായിരുന്ന പി.കെ.വാസുദേവൻ

ഫ്രഞ്ച് കർഷക നേതാവ് ഹോസെ ബുവെയും വന്ദന ശിവയും ജനതാദൾ നേതാവ് എം.പി.വീരേന്ദ്രകുമാറും ലോക ജലസമ്മേളനത്തിൽ

നായർ സമ്മേളനത്തിൽ നടത്തിയ കുറ്റസമ്മതം പിന്നീട് ഏറെ ചർച്ച കൾക്ക് വഴിവെച്ചു. വെള്ളം ആരുടെയും സ്വകാര്യ സ്വത്തല്ലെന്ന പ്ലാച്ചി മട പ്രഖ്യാപനത്തോടെയാണ് മൂന്നു ദിവസത്തെ സമ്മേളനം സമാപി ച്ചത്. പെപ്സി കമ്പനി സ്ഥിതിചെയ്യുന്ന പുതുശ്ശേരിയിൽ നടന്ന സമാ പന സമ്മേളനത്തിൽ ഡോ.മോഡ് ബാർലോയും സുകുമാർ അഴീക്കോടും ചേർന്നാണ് പ്ലാച്ചിമട പ്രഖ്യാപനം വായിച്ചത്. ഒമ്പത് സുപ്രധാന നിർദേശങ്ങളാണ് പ്ലാച്ചിമട പ്രഖ്യാപനത്തിലുണ്ടായിരുന്നത്.

1. ജലം ജീവന്റെ ആധാരമാണ്. അത് പ്രകൃതിയുടെ വരദാനവും ഭൂഗോള ത്തിലെ സമസ്ത ജീവജാലങ്ങളുടേതുമാണ്.
2. വെള്ളം ആരുടെയും സ്വകാര്യ സ്വത്തല്ല. അത് എല്ലാ ജീവജാല ങ്ങളുടെയും നിലനിൽപ്പിന്റെ പൊതുവായ വിഭവമാണ്.
3. മനുഷ്യന്റെ മൗലികമായ അവകാശമാണ് ജലം. അത് സംരക്ഷി ക്കേണ്ടതും പരിപാലിക്കേണ്ടതും അതിന്റെ ദൗർലഭ്യവും മലിനീകര ണവും തടയേണ്ടതും തലമുറകൾക്കുവേണ്ടി അതിനെ സൂക്ഷി ക്കേണ്ടതും നമ്മുടെ മൗലികമായ കർത്തവ്യമാണ്.
4. വെള്ളം കച്ചവടച്ചരക്കല്ല. ജലത്തെ വിപണനവത്കരണത്തിനും സ്വകാര്യവത്കരണത്തിനും കുത്തകവത്കരണത്തിനും വിധേയ മാക്കാനുള്ള എല്ലാ ഉദ്യമങ്ങളും ചെറുക്കപ്പെടേണ്ടതാണ്. ലോക ത്തെങ്ങുമുള്ള ജനങ്ങൾക്ക് ജലത്തിനുള്ള മൗലികവും അനിരോധ്യ വുമായ അവകാശത്തെ ഈ രീതിയിൽ മാത്രമെ ഉറപ്പുവരുത്താനാ വുകയുള്ളൂ.
5. ഈ കാഴ്ചപ്പാടിന്റെ അടിസ്ഥാനത്തിലായിരിക്കണം ജലനയം രൂപ പ്പെടുത്തേണ്ടത്.
6. ജലവിഭവങ്ങളുടെ പരിരക്ഷയ്ക്ക്, ഉപയോഗത്തിനും നടത്തിപ്പി നുമുള്ള അവകാശവും ഉത്തരവാദിത്വവും പൂർണമായും പ്രാദേശിക സമൂഹങ്ങൾക്കുള്ളതാണ്. ഇതാണ് ജലജനാധിപത്യത്തിന്റെ അടിത്തറ. ഈ അവകാശങ്ങളെ ലഘൂകരിക്കുകയോ നിഷേധിക്കു കയോ ചെയ്യുന്നത് കുറ്റകരമാണ്.
7. കൊക്കകോള, പെപ്സികോള എന്നീ കോർപ്പറേറ്റ് സ്ഥാപനങ്ങളുടെ വിഷലിപ്തങ്ങളായ ഉത്പന്നങ്ങളുടെ നിർമ്മാണവും വിപണനവും നമ്മുടെ അനർഘമായ ജലസമ്പത്തിന്റെ സമ്പൂർണ നാശത്തിനും മലിനീകരണത്തിനും കാരണമാവുകയും പ്രാദേശിക സമൂഹ ങ്ങളുടെ നിലനില്പുപോലും അപകടപ്പെടുത്തുകയും ചെയ്യുന്നു.
8. നമ്മുടെ വെള്ളം കൊള്ളയടിക്കുന്ന ഈ രാക്ഷസ വാണിജ്യസംഘ ങ്ങൾക്കെതിരെയുള്ള പ്രതിരോധത്തിന്റെ പ്രതിരൂപങ്ങളാണ് പ്ലാച്ചി മടയിലും പുതുശ്ശേരിയിലും ലോകത്തിന്റെ വിവിധ ഭാഗങ്ങളിലും നടക്കുന്ന ചെറുത്തുനില്പുകൾ.

9. പ്ലാച്ചിമടയിൽ ഭീകരവാണിജ്യശക്തികളുടെ പീഡനത്തിനെതിരെ ആദിവാസികൾ ആരംഭിച്ച പ്രതിരോധത്തിന് ഐക്യദാർഢ്യത്തോടെ സമരാങ്കണത്തിൽ അണിനിരന്ന ഞങ്ങൾ കൊക്കകോളയുടെയും പെപ്സിയുടെയും ഉത്പന്നങ്ങൾ ബഹിഷ്കരിക്കാൻ ആഹ്വാനം ചെയ്യുന്നു. കൊക്കകോളയും പെപ്സിയും ഇന്ത്യ വിടണമെന്നുകൂടി പറഞ്ഞുകൊണ്ടുള്ള പ്ലാച്ചിമട പ്രഖ്യാപനത്തിന്റെ അടിയിൽ ഡോ. സുകുമാർ അഴീക്കോടും ഡോ. മോഡ് ബാർലോയുമാണ് ഒപ്പിട്ടിരിക്കുന്നത്. പ്രാദേശികതലത്തിൽ ആദിവാസികൾ തുടങ്ങിവെച്ച സമരത്തിന് ജലസമ്മേളനത്തോടെ ആഗോളശ്രദ്ധ കൈവരുകയായിരുന്നു.

പെരുമാട്ടിയുടെ നിയമയുദ്ധം

ലോകത്തെ കാൽക്കീഴിലൊതുക്കാൻ ശേഷിയുള്ള കൊക്കകോള യുടെ മുമ്പിൽ മുട്ടുമടക്കാതെ, നിവർന്നുനിന്ന് പോരാടിയ ചരിത്രമാണ് പെരുമാട്ടി ഗ്രാമപഞ്ചായത്തിന് പറയാനുള്ളത്. പ്ലാച്ചിമടയിലെ ആദിവാ സികൾ തൊടുത്തുവിട്ട സമരവീര്യത്തിനും പെരുമാട്ടി ഗ്രാമപഞ്ചായ ത്തിന്റെ നിശ്ചയദാർഢ്യത്തിനും മുന്നിലാണ് കൊക്കകോള അടിയറവ് പറഞ്ഞത്. അനധികൃത വെള്ളമൂറ്റൽ തെളിഞ്ഞിട്ടും കമ്പനിയെ സഹാ യിക്കാനായിരുന്നു സംസ്ഥാന-കേന്ദ്ര സർക്കാരുകളുടെ ശ്രമം. ഇതിനെ തിരെ കോടതിയിൽ നിയമയുദ്ധം നടത്തിയും പഞ്ചായത്തീരാജ് നിയമ ത്തിന്റെ പിൻബലത്തിലുമാണ് പെരുമാട്ടി പൊരുതിയത്. ജനങ്ങളുടെ കുടിവെള്ളം മുട്ടിച്ച കൊക്കകോള കമ്പനിയുടെ ലൈസൻസ് റദ്ദാക്കി നിരന്തരം കോടതികളിൽ ചോദ്യം ചെയ്യുകയെന്ന തന്ത്രമാണ് ഗ്രാമ പഞ്ചായത്ത് സ്വീകരിച്ചത്. സർക്കാരുകളും അവരുടെ ജനാധിപത്യ- നിയമ സംവിധാനങ്ങളും തോറ്റിടത്ത് ഒടുവിൽ പെരുമാട്ടി വിജയിക്കു കയും ചെയ്തു.

2000 ജൂൺ മുതലാണ് ഹിന്ദുസ്ഥാൻ കൊക്കകോള ബിവറേജസ് പ്രൈവറ്റ് ലിമിറ്റഡ് പെരുമാട്ടി പഞ്ചായത്തിലെ പ്ലാച്ചിമടയിൽ പ്രവർത്തനം തുടങ്ങുന്നത്. ആദ്യമൊന്നും കാര്യമായ പ്രശ്നങ്ങളുണ്ടായിരുന്നില്ല. വർഷം നികുതിയിനത്തിൽ ലഭിക്കുന്ന ഏഴു ലക്ഷത്തിന്റെ വരുമാനം കാർഷികമേഖലയെ മാത്രം ആശ്രയിച്ച് പ്രവർത്തിക്കുന്ന ഗ്രാമപഞ്ചായ ത്തിന് ഒരനുഗ്രഹവുമായിരുന്നു. കമ്പനി പ്രവർത്തനം തുടങ്ങി ഒരു വർഷ ത്തിനകം പ്ലാച്ചിമട കോളനിയിലെ കിണർവെള്ളം മലിനപ്പെട്ടതായി പരാതി ഉയർന്നു. ഇതിനെതിരെ നാട്ടുകാരുടെ ഇടയിൽ ചർച്ചകൾ ഉയർന്നു വന്നെങ്കിലും ആരും ശ്രദ്ധിച്ചില്ല. കോളനിക്കാരിൽ ചിലർക്ക് കമ്പനിയിൽ ജോലിയുള്ളതിനാൽ അവരെ ബാധിക്കുമെന്ന ആശങ്കയും ഉയർന്നിരുന്നു. ഇതോടെ വിഷയം കോളനികളിൽ മാത്രം ഒതുങ്ങി. മാസങ്ങൾ കഴി ഞ്ഞതോടെ വെള്ളം മലിനപ്പെട്ട വിവരവും കുടിവെള്ളം ഉപയോഗിക്കാ നാവാത്ത സംഭവവും പതുക്കെ പുറത്തറിഞ്ഞ് തുടങ്ങി. ഇതിനിടയിൽ തിരുവനന്തപുരത്തെ ഇൻടാക് സംഘടന നടത്തിയ സർവെയിൽ കമ്പ നിയുടെ പ്രവർത്തനം പ്ലാച്ചിമടയിൽ വ്യാപകമായ പരിസ്ഥിതിനാശം

ഉണ്ടാക്കുന്നുവെന്ന് കണ്ടെത്തി. കോളനികളിലെയും സമീപ പ്രദേശങ്ങളിലെയും ജലനിരപ്പ് അഗാധമായി താഴുകയാണെന്നും നിലവിലുള്ള വെള്ളം ഉപയോഗിക്കാൻ കഴിയാത്തവിധം മലിനപ്പെട്ടതായും കണ്ടെത്തി. പഞ്ചായത്തിൽ അംഗീകരിച്ച് നൽകിയ പ്ലാനിൽ കമ്പനി ഒരു കുഴൽക്കിണറാണ് കാണിച്ചിരുന്നത്. എന്നാൽ കമ്പനി വളപ്പിൽ ഏഴു കുഴൽ കിണറുണ്ട്. ആറ് കുഴൽകിണറുകളിൽ പഞ്ചായത്തിന്റെ അനുമതിയില്ലാതെ മോട്ടോർ സ്ഥാപിച്ച് വെള്ളവും എടുത്തിരുന്നു. ഇതെല്ലാം ഇൻടാക് റിപ്പോർട്ട് ചെയ്തു. ഈ റിപ്പോർട്ട് മാധ്യമങ്ങളിൽ വലിയ വാർത്തകളാവുകയും പരിസ്ഥിതി സംഘടനകൾ ഇടപെടാനും തുടങ്ങി. ഇതിന്റെ തുടർച്ചയായാണ് കമ്പനിക്കെതിരെ അനിശ്ചിതകാല സമരം തുടങ്ങിയത്. ഇതിനിടെ സമരക്കാർ ഗ്രാമപഞ്ചായത്തിലേക്ക് മാർച്ച് നടത്തുകയും കൊക്കകോളയുടെ ലൈസൻസ് റദ്ദാക്കാത്തതിൽ പ്രതിഷേധിച്ച് പഞ്ചായത്ത് ഓഫീസിൽ ചാണകവെള്ളം തളിച്ച് ശുദ്ധികലശം നടത്തുകയും ചെയ്തു.

സമരത്തിന്റെ ആദ്യനാളുകളിൽ പെരുമാട്ടി ഗ്രാമപഞ്ചായത്ത് കാര്യമായ ഇടപെടലുകൾ നടത്തിയിരുന്നില്ല. സമരത്തിന് പിന്തുണയും നൽകിയില്ല. ജനകീയ പ്രശ്നം രൂക്ഷമായപ്പോഴാണ് പഞ്ചായത്ത് വിഷയത്തിൽ ഇടപെടുന്നത്. തുടർന്ന് പ്ലാച്ചിമടയിലെ കിണർവെള്ളം പരിശോധിക്കാൻ ജില്ലാ മെഡിക്കൽ ഓഫീസർക്ക് ഗ്രാമപഞ്ചായത്ത് ഭരണസമിതി കത്തയച്ചു. പരിശോധനയിൽ പ്ലാച്ചിമടയിലെ കിണർവെള്ളം ഉപയോഗിക്കാൻ യോഗ്യമല്ലെന്ന് ഡി.എം.ഒ റിപ്പോർട്ട് നൽകി. അപ്പോഴേക്കും സമരം ഒരു വർഷം കഴിഞ്ഞിരുന്നു. ഇതിനിടെ മേധാപട്കറും വന്ദനശിവയും വി.എസ്.അച്യുതാനന്ദനും എം.പി.വീരേന്ദ്രകുമാറും അടക്കമുള്ളവർ സമരപ്പന്തൽ സന്ദർശിച്ച് പിന്തുണ പ്രഖ്യാപിച്ചു. തുടർന്ന് 2003 ഏപ്രിൽ ഏഴിന് പഞ്ചായത്ത് പ്രസിഡന്റായിരുന്ന എ. കൃഷ്ണന്റെ അധ്യക്ഷതയിൽ കൂടിയ ഭരണസമിതി യോഗം കൊക്കകോളയുടെ ലൈസൻസ് റദ്ദാക്കി. ഇവിടം മുതൽ പഞ്ചായത്തും കൊക്കകോളയും തമ്മിലുള്ള നിയമയുദ്ധം ആരംഭിച്ചു. ലൈസൻസ് റദ്ദാക്കിയശേഷം കൊക്കകോള കമ്പനിക്ക് ഗ്രാമപഞ്ചായത്ത് ഷോകോസ് നോട്ടീസ് നൽകി. ഇതിനെതിരെ കമ്പനി കോടതിയെ സമീപിച്ചെങ്കിലും ബന്ധപ്പെട്ട അധികാരികൾക്ക് മുമ്പാകെ അപ്പീൽ നൽകാനാണ് ഹൈക്കോടതി നിർദേശിച്ചത്. തുടർന്ന് തദ്ദേശ സ്വയംഭരണ സെക്രട്ടറിക്ക് കമ്പനി അപ്പീൽ നൽകി. 11-6-2003ന് ആദ്യ വിചാരണ നടന്നു. അന്ന് ഭരിക്കുന്നത് യു.ഡി. എഫായിരുന്നു. കൊക്കകോളയെ സഹായിക്കുന്ന നടപടികളാണ് തദ്ദേശ സ്വയംഭരണ വകുപ്പ് സ്വീകരിച്ചത്. വിചാരണ നടന്നതിന്റെ പിറ്റേദിവസം 12-6-2003ന് കമ്പനിയുടെ ലൈസൻസ് റദ്ദാക്കിയ ഗ്രാമപഞ്ചായത്ത് നടപടി സർക്കാർ സ്റ്റേ ചെയ്തു. തീർന്നില്ല, ലൈസൻസ് റദ്ദാക്കുന്നതിന് മുമ്പ് ശാസ്ത്രീയമായ പഠനങ്ങൾ നടത്തിയില്ലെന്ന് പറഞ്ഞ് ഭൂജലവകുപ്പ്,

മലിനീകരണനിയന്ത്രണ വകുപ്പ്, ആരോഗ്യവകുപ്പ് എന്നിവയിലെ വിദഗ്ധരെ നിയോഗിച്ച് ശാസ്ത്രീയ പഠനം നടത്താൻ സർക്കാർ പഞ്ചായത്തിനോട് ആവശ്യപ്പെടുകയും ചെയ്തു. 13-10-2003-ലാണ് ഇതിനുള്ള ഉത്തരവിറങ്ങിയത്. റിപ്പോർട്ട് സമർപ്പിക്കാൻ മൂന്നുമാസ കാലാവധി നൽകി. അതുവരെ കമ്പനി പ്രവർത്തിപ്പിക്കാനും അനുമതി നൽകി.

പ്ലാച്ചിമടയിൽ സമരം തുടങ്ങിയതു മുതൽ കൊക്കകോളയെ സംരക്ഷിക്കുന്ന നിലപാടാണ് അന്നത്തെ സംസ്ഥാന സർക്കാർ സ്വീകരിച്ചത്. ജനങ്ങളുടെ സമരത്തെ തീർത്തും അവഗണിക്കുന്ന രീതിയിലാണ് മന്ത്രിമാരും ഉദ്യോഗസ്ഥരും ഇടപെട്ടത്. സർക്കാർ ഉത്തരവ് പഞ്ചായത്തീരാജ് നിയമത്തിന് എതിരായിരുന്നു. കൊക്കകോള കമ്പനിക്ക് പ്രവർത്തനാനുമതി നൽകാൻ മാത്രമാണ് ഗ്രാമപഞ്ചായത്തിന് അധികാരമുള്ളത്. അവർ നടത്തിയ പരിസ്ഥിതി നാശത്തെക്കുറിച്ച് ശാസ്ത്രീയമായി പഠനം നടത്താനുള്ള വിഭവശേഷിയും പണവും പഞ്ചായത്തിന് ഇല്ലായെന്നിരിക്കെ പഞ്ചായത്തിന്റെ സ്വയംഭരണാധികാരത്തിൻമേലുള്ള കടന്നുകയറ്റമായിരുന്നു ഇത്. ജനാധിപത്യവിരുദ്ധവും അധികസാമ്പത്തിക ബാധ്യത വരുത്തുന്നതുമായ സർക്കാർ ഉത്തരവിനെ ചോദ്യം ചെയ്ത് പഞ്ചായത്ത് പ്രസിഡന്റ് എ.കൃഷ്ണൻ 29-10-2003-ന് ഹൈക്കോടതിയിൽ ഹർജി നൽകി. ജസ്റ്റിസ്. കെ.ബാലകൃഷ്ണൻനായരുടെ ബെഞ്ചിലാണ് വാദം നടന്നത്. ഒരു മാസത്തിനകം വാദം പൂർത്തിയായി. പഞ്ചായത്തിനുവേണ്ടി അഡ്വ.കെ.രാംകുമാറും കൊക്കകോളയ്ക്ക് വേണ്ടി സുപ്രീംകോടതിയിലെ സീനിയർ അഭിഭാഷകൻ അഡ്വ.അശോക് ദേശായിയുമാണ് ഹാജരായത്. 2003 ഡിസംബർ 16-ന് ഈ വിഷയത്തിൽ ഹൈക്കോടതിയുടെ സുപ്രധാന വിധി വന്നു. "ഭൂഗർഭജലം പൊതുസ്വത്താണ്. കമ്പനിക്ക് കൂടുതൽ ജലം നൽകാൻ അനുമതി നൽകിയാൽ മറ്റു ഭൂവുടമകൾക്കും ഭൂഗർഭജലം ചൂഷണം ചെയ്യാനുള്ള അവകാശം നൽകേണ്ടി വരും. പ്രകൃതിവിഭവങ്ങൾ സംരക്ഷിക്കാനുള്ള അധികാരം ജനങ്ങൾക്കും പഞ്ചായത്തിനുമാണ്. കമ്പനിയുടെ പ്രവർത്തനം തുടർന്നാൽ ജലസംഭരണികൾ വറ്റിവരളും. അതുകൊണ്ട് ഒരുമാസം വരെ മാത്രമെ ഭൂഗർഭജലം എടുക്കാവൂ എന്നും അതിനുശേഷം വെള്ളത്തിന് മറ്റു മാർഗങ്ങൾ തേടണമെന്നും" 31 പേജുള്ള വിധിന്യായത്തിൽ ചൂണ്ടിക്കാണ്ടി. പൊതു ഉടമസ്ഥതാ തത്ത്വം (public Trust Doctrine) ഉന്നയിച്ചായിരുന്നു ഈ നടപടി. ഇതുപ്രകാരം പ്രകൃതിസ്രോതസ്സുകളുടെ സംരക്ഷണച്ചുമതല സർക്കാരിനും പഞ്ചായത്തിനുമാണ്. തങ്ങളുടെ അതിർത്തിയിൽ വരുന്ന ജലസ്രോതസ്സുകളിൻമേലുള്ള അധികാരം അതത് ഗ്രാമപഞ്ചായത്തുകൾക്കാണെന്ന് ഭരണഘടനയിലും പഞ്ചായത്തീരാജ് നിയമത്തിലും എടുത്തുപറയുന്നതായി വിധിന്യായത്തിൽ വ്യക്തമാക്കുകയും ചെയ്തു. പ്ലാച്ചിമട സമരത്തിന്റെ വിജയത്തിന് നാന്ദികുറിച്ച സുപ്രധാന വിധിയായിരുന്നു ഇത്. പെരുമാട്ടി ഗ്രാമപഞ്ചായത്തിന്റെ നടപടികൾ ശരിവെച്ച

കോടതിവിധിക്കെതിരെ കമ്പനി ഡിവിഷൻ ബെഞ്ചിൽ അപ്പീൽ നൽകി. തുടർന്ന് കമ്പനിയുടെ ജലചൂഷണം സംബന്ധിച്ച് ശാസ്ത്രീയമായ പഠനം നടത്തി റിപ്പോർട്ട് ചെയ്യാൻ കോടതി ഉത്തരവിട്ടു. കോഴിക്കോട് സെന്റർ ഫോർ വാട്ടർ റിസോഴ്സ് ഡവലപ്പ്മെന്റ് ആന്റ് മാനേജ്മെന്റിനെ ഇതിന് ചുമതലപ്പെടുത്തുകയും ചെയ്തു. കമ്പനിയിലെ ആറ് കുഴൽക്കിണറുകളിലും രണ്ട് തുറന്ന കിണറുകളിലും വാട്ടർമീറ്റർ ഘടിപ്പിച്ച് എല്ലാ തിങ്കളാഴ്ചയിലും ഗ്രാമപഞ്ചായത്ത്, CWRDM, കമ്പനി എന്നിവയുടെ പ്രതിനിധികളുടെ സാന്നിധ്യത്തിൽ ജലമെടുത്ത് പരിശോധിക്കുകയും ചെയ്തു.

ഹൈക്കോടതി വിധിക്കുശേഷം കൊക്കകോള കമ്പനി അടച്ചുപൂടണമെന്ന നിലപാട് ഗ്രാമപഞ്ചായത്ത് കൈകൊണ്ടു. ഈയാവശ്യമുന്നയിച്ച് 2004 ഫിബ്രവരി 20 മുതൽ അനിശ്ചിതകാല നിരാഹാരസമരം ആരംഭിക്കുമെന്ന് പ്രസിഡന്റ് എ. കൃഷ്ണൻ മുഖ്യമന്ത്രിയെ നോട്ടീസിലൂടെ അറിയിച്ചു. ഇതിനിടയിലാണ് പ്ലാച്ചിമടയിൽ ലോകജലസമ്മേളനം നടന്നത്. കോളക്കമ്പനിയുടെ ഖരമാലിന്യത്തിൽ കാഡ്മിയവും ലിഥിയവും അടക്കമുള്ള മാരകവിഷാംശങ്ങൾ കണ്ടെത്തിയതും ഈ ഖരമാലിന്യം വളമെന്ന് തെറ്റിദ്ധരിപ്പിച്ച് കർഷകർക്ക് നൽകിയതും അന്ന് വലിയ വിവാദമായിരുന്നു. ലോകത്തിന്റെ വിവിധ ഭാഗങ്ങളിൽ നിന്നും ഐക്യദാർഢ്യവുമായി നൂറുകണക്കിന് സംഘടനകൾ എത്തിയതോടെ സമരം കൂടുതൽ ശക്തമായി. നിൽക്കക്കള്ളിയില്ലാതായതോടെ 17-02-2004-ന് ചേർന്ന മന്ത്രിസഭായോഗം കൊക്കകോള കമ്പനി ഭൂഗർഭജലം എടുക്കുന്നത് നിരോധിച്ചു. ഇടവപ്പാതി വരെയായിരുന്നു നിരോധനം. പാലക്കാട് ജില്ലയെ വരൾച്ചബാധിതമായി പ്രഖ്യാപിച്ചതിന്റെ കൂടി അടിസ്ഥാനത്തിലായിരുന്നു ഇത്. സർക്കാർ ഉത്തരവിനെതിരെ കമ്പനി ഹൈക്കോടതിയിൽ റിട്ട് അപ്പീൽ നൽകി. സർക്കാർ ഉത്തരവ് സ്റ്റേ ചെയ്യണമെന്ന ആവശ്യം കോടതി അനുവദിച്ചില്ല. കമ്പനി അടച്ചിടാനുള്ള സംസ്ഥാന സർക്കാർ ഉത്തരവ് 2004 മാർച്ച് എട്ടിന് ജസ്റ്റിസ് സിറിയക് ജോസഫും ജസ്റ്റിസ് പത്മനാഭൻ നായരും ഉൾപ്പെട്ട ഡിവിഷൻബെഞ്ച് ശരിയ്ക്കുന്നു. പിറ്റേന്ന് മുതൽ അതായത് മാർച്ച് ഒമ്പതിന് കൊക്കകോള കമ്പനി ഔദ്യോഗികമായി ഉത്പാദനം നിർത്തുന്നു.

എ. കൃഷ്ണൻ
(മുൻ പെരുമാട്ടി
പഞ്ചായത്ത് പ്രസിഡന്റ്)

ഇതിനിടെ ലൈസൻസ് പുതുക്കണമെന്നാവശ്യപ്പെട്ട് 17-2-2004-ന് കമ്പനി പഞ്ചായത്തിന് അപേക്ഷ നൽകിയിരുന്നു. എന്നാൽ പാനീയങ്ങളിലെ ചേരുവകൾ

എന്തെല്ലാമാണെന്നും വിഷാംശം ഇല്ലെന്നും പഞ്ചായത്ത് അതിർത്തിയിൽ നിന്നും വെള്ളം എടുക്കില്ലെന്നും ഖരമാലിന്യങ്ങൾ പുറത്തുവിടില്ലെന്നും ഉൾപ്പെടെയുള്ള വ്യവസ്ഥകൾ പാലിക്കാൻ തയ്യാറാണെങ്കിൽ ലൈസൻസ് പരിഗണിക്കാമെന്ന് ഗ്രാമപഞ്ചായത്ത് 2004 മാർച്ച് 30-ന് നോട്ടീസിലൂടെ അറിയിച്ചു. വ്യവസ്ഥകൾ കൊക്കകോള അംഗീകരിച്ചില്ല. അവർ വീണ്ടും സർക്കാരിനെ സമീപിച്ചു. 2004 ഏപ്രിൽ ഒന്നിന് സർക്കാർ കൊക്കകോളയ്ക്കുവേണ്ടി പഞ്ചായത്തിന്റെ നടപടി ഒരുവട്ടംകൂടി സ്റ്റേ ചെയ്തു. ഇതിനെതിരെ പഞ്ചായത്ത് പ്രസിഡന്റ് വീണ്ടും ഹൈക്കോട തിയെ സമീപിച്ചു. ഇതിനിടയിൽ കോടതി നിർദേശത്തെ തുടർന്ന് പഠനം നടത്തിയ CWRDM കമ്മിറ്റി കോടതിയിൽ ഇടക്കാല റിപ്പോർട്ട് സമർ പ്പിച്ചു. 2005 ഫിബ്രവരി 11-ന് CWRDM അന്തിമ റിപ്പോർട്ടും നൽകി. കമ്പനിക്ക് പ്രവർത്തിക്കാൻ വേണ്ട ഭൂഗർഭജലം പ്ലാച്ചിമടയിലുണ്ടെന്നും മഴയുടെ ലഭ്യതയ്ക്കനുസരിച്ച് ജലമെടുക്കുന്നതിനുള്ള ഫോർമുലയും തയ്യാറാക്കി നൽകി. ഈ റിപ്പോർട്ടിന്റെ അടിസ്ഥാനത്തിൽ 2005 ഏപ്രിൽ ഏഴിന് ഹൈക്കോടതി ഡിവിഷൻ ബെഞ്ച് കൊക്കകോളയ്ക്ക് അനുകൂല മായി ആദ്യ ഉത്തരവ് പുറപ്പെടുവിച്ചു. കമ്പനിക്ക് പ്രതിദിനം അഞ്ചുലക്ഷം ലിറ്റർ ഭൂജലം എടുക്കാമെന്ന് പറഞ്ഞ വിധിയിൽ സർക്കാരിന്റെ അടച്ചു പൂട്ടൽ ഉത്തരവും സിങ്കിൾബെഞ്ചിന്റെ നിർണായകമായ ഉത്തരവും റദ്ദാ ക്കുകയും ചെയ്തു. വരൾച്ച മുന്നിൽകണ്ട് കമ്പനി താൽക്കാലികമായി അടച്ചുപൂട്ടിയ സർക്കാർ നടപടി കോടതി റദ്ദാക്കിയതിനെതിരെ സംസ്ഥാന സർക്കാർ സുപ്രീംകോടതിയെ സമീപിച്ചു. കോടതിവിധി കേരള പഞ്ചായത്തീരാജ് നിയമത്തിലെ സെക്ഷൻ 232-ന്റെ ലംഘന മാണെന്നും സംസ്ഥാന മലിനീകരണ നിയന്ത്രണബോർഡിന്റെയും സുപ്രീംകോടതി മോണിറ്ററിങ് കമ്മിറ്റിയുടെയും നിർദേശങ്ങൾ കമ്പനി പാലിക്കാൻ തയ്യാറാവുന്നില്ലെന്നും സർക്കാർ വ്യക്തമാക്കി. കോടതി വിധിക്കെതിരെയും CWRDM റിപ്പോർട്ടിനെതിരെയും പെരുമാട്ടി പഞ്ചാ യത്തും ഭൂജലവകുപ്പും കോടതിയെ സമീപിച്ചെങ്കിലും അംഗീകരിച്ചില്ല. കോടതിവിധിയോടെ കൊക്കകോളയ്ക്ക് പ്രവർത്തനാനുമതി ലഭിച്ചെ ങ്കിലും മലിനീകരണ നിയന്ത്രണ ബോർഡ് നൽകിയ ലൈസൻസിന്റെ കാലാവധി അതിനിടെ തീർന്നിരുന്നു. തുടർന്ന് കമ്പനി വീണ്ടും ബോർഡിന് അപേക്ഷ സമർപ്പിച്ചു. ഒപ്പം അഞ്ചുവർഷത്തേക്ക് ലൈസൻസ് പുതുക്കുന്നതിന് പെരുമാട്ടി പഞ്ചായത്തിനും അപേക്ഷ നൽകി. 2005 ഏപ്രിൽ 26-ന് കമ്പനിയുടെ അപേക്ഷ പഞ്ചായത്ത് തള്ളി. മലിനീകരണ നിയന്ത്രണ ചട്ടങ്ങൾ പാലിക്കുന്നില്ലെന്ന് പറഞ്ഞായി രുന്നു നടപടി. വീണ്ടും കമ്പനി അപേക്ഷ നൽകിയെങ്കിലും അപൂർണ മാണെന്ന് പറഞ്ഞ് പഞ്ചായത്ത് പരിഗണിച്ചില്ല. കമ്പനി വീണ്ടും കോടതിയെ സമീപിച്ചതിനെ തുടർന്ന് 2005 ജൂൺ ഒന്നിന് ഹൈക്കോടതി ഡിവിഷൻബെഞ്ച് കൊക്കകോള കമ്പനിക്ക് ലൈസൻസ് പുതുക്കി നൽക ണമെന്ന് പെരുമാട്ടി പഞ്ചായത്തിനോട് ആവശ്യപ്പെട്ടു. ഒരാഴ്ചയ്ക്കകം

ലൈസൻസ് നൽകാത്തപക്ഷം രണ്ടുവർഷത്തേക്ക് ലൈസൻസ് പുതുക്കി നൽകിയതായി അനുമാനിക്കേണ്ടിവരുമെന്നും കോടതി വ്യക്തമാക്കി. വിധി വന്ന് മൂന്നാം ദിവസം കമ്പനി പഞ്ചായത്തിന് മുമ്പാകെ വീണ്ടും അപേക്ഷ സമർപ്പിച്ചു. കോടതി ഉത്തരവ് പാലിക്കുകയല്ലാതെ ഈ ഘട്ടത്തിൽ പഞ്ചായത്തിന് മുന്നിൽ മറ്റു മാർഗമില്ലായിരുന്നു. വേണമെങ്കിൽ കോളയ്ക്കെതിരായ നിയമയുദ്ധം പഞ്ചായത്തിന് അവസാനിപ്പിക്കാമായിരുന്നു. എന്നാൽ പഞ്ചായത്തീരാജ് നിയമത്തിന്റെ പിൻബലത്തിൽ സുപ്രീംകോടതി മോണിറ്ററിങ് സമിതിയുടെയും മലിനീകരണ നിയന്ത്രണ ബോർഡിന്റെയും കണ്ടെത്തലുകളുടെ അടിസ്ഥാനത്തിൽ 13 വ്യവസ്ഥകൾ മുന്നോട്ടുവെച്ച് മൂന്നുമാസത്തേക്ക് ലൈസൻസ് പുതുക്കി നൽകാനാണ് പഞ്ചായത്ത് കമ്മിറ്റി തീരുമാനിച്ചത്. 2005 ജൂൺ ആറിന് തന്നെ കമ്പനിക്ക് ലൈസൻസ് അനുവദിക്കുകയും ചെയ്തു. എന്നാൽ വ്യവസ്ഥകൾ പാലിക്കാൻ കമ്പനി തയ്യാറായില്ല. ഹൈക്കോടതി നൽകിയ ലൈസൻസ് തങ്ങൾക്കുണ്ടെന്നും പഞ്ചായത്തിന്റെ വ്യവസ്ഥകൾ അടങ്ങിയ ലൈസൻസ് ആവശ്യമില്ലെന്നും കമ്പനി പഞ്ചായത്തിനെ അറിയിച്ചു. ഇതോടെ ഗ്രാമപഞ്ചായത്തും കമ്പനിയും തമ്മിലുള്ള തർക്കം മുറുകി.

ഈ ഘട്ടത്തിലാണ് സംസ്ഥാന മലിനീകരണ നിയന്ത്രണ ബോർഡിന്റെ ഇടപെടലുകൾ വരുന്നത്. മലിനീകരണ നിയന്ത്രണത്തിനുള്ള മാർഗങ്ങൾ ഒരുക്കുന്നതിൽ പരാജയപ്പെട്ടെന്ന് പറഞ്ഞ് സംസ്ഥാന ബോർഡ്, 2005 ജൂലായ് ഒന്നിന് കൊക്കകോളയ്ക്ക് നോട്ടീസ് നൽകി. മറുപടി തൃപ്തികരമല്ലാത്തതിനാൽ 2005 ആഗസ്ത് 19-ന് ബോർഡ് കമ്പനിക്ക് അടച്ചുപൂട്ടലിനുള്ള നോട്ടീസും നൽകി. ലൈസൻസ് നേടാനുള്ള കൊക്കകോളയുടെ ശ്രമങ്ങൾക്ക് ഇതു വലിയ ഒരു തിരിച്ചടിയായിരുന്നു. കമ്പനി വീണ്ടും ഹൈക്കോടതിയെ സമീപിച്ചു. കമ്പനി പുതിയ അപേക്ഷ നൽകുന്ന പക്ഷം അത് അംഗീകരിക്കണമെന്ന് കോടതി പഞ്ചായത്തിന് നിർദേശം നൽകി. 2006 ജനുവരി ആറിനകം പുതിയ ലൈസൻസ് നൽകണമെന്നും കോടതി ആവശ്യപ്പെട്ടു. കൊക്കകോളയ്ക്ക് അനുകൂലമായ സാഹചര്യം ഉരുത്തിരിഞ്ഞുവന്ന സമയത്താണ് സംസ്ഥാന ഭൂജലവകുപ്പിന്റെ ഇടപെടലുണ്ടായത്. 2002-ലെ ഭൂജല(നിയന്ത്രണവും ക്രമീകരണവും)നിയമപ്രകാരം 2005 നവംബർ 19-ന് സംസ്ഥാന ഭൂജല അതോറിറ്റി പ്ലാച്ചിമട ഉൾപ്പെടുന്ന ചിറ്റൂർ ബ്ലോക്കിനെ ഓവർ എക്സ്പ്ലോയ്റ്റഡ് മേഖലയായി വിജ്ഞാപനം ചെയ്തു. കോടതി നിർദ്ദേശപ്രകാരം ഡിസംബർ ഏഴിന് ലൈസൻസ് പുതുക്കുന്നതിന് കമ്പനി വീണ്ടും പഞ്ചായത്തിന് അപേക്ഷ നൽകി. ഇതു പരിഗണിക്കും മുമ്പെ ഡിസംബർ 20-ന് പഞ്ചായത്തിലെ ഒന്നുമുതൽ എട്ടുവരെയും 11 മുതൽ 17 വരെയും വാർഡുകളിൽ ജലസ്രോതസ്സുകളിൽ നിന്നും വാണിജ്യാവശ്യങ്ങൾക്ക് വെള്ളമെടുക്കുന്നത് പഞ്ചായത്ത് കമ്മിറ്റി

നിരോധിച്ചു. ചിറ്റൂർ ബ്ലോക്കിനെ ഓവർ എക്സ്പ്ലോയ്റ്റഡ് മേഖലയായി വിജ്ഞാപനം ചെയ്ത ഭൂജലവകുപ്പിന്റെ നടപടിയുടെ തുടർച്ചയായിരുന്നു ഇത്. 2006 ജനുവരി നാലിന് കൊക്കകോളയുടെ അപേക്ഷ പരിഗണിച്ച പഞ്ചായത്ത് കമ്പനിക്ക് മൂന്നുമാസത്തേക്ക് പുതിയ ലൈസൻസ് നൽകിയെങ്കിലും അതിന് 17 വ്യവസ്ഥകൾ മുന്നോട്ടുവെച്ചു. പഞ്ചായത്ത് അതിർത്തിയിൽ നിന്നും വെള്ളമെടുക്കാൻ പാടില്ലെന്നതായിരുന്നു ഇതിലെ പ്രധാന വ്യവസ്ഥ. കമ്പനി ഉത്പാദിപ്പിക്കുന്ന പാനീയങ്ങളുടെ ചേരുവകൾ വെളിപ്പെടുത്തണമെന്നതാണ് മറ്റൊരു വ്യവസ്ഥ. പാനീയങ്ങളിൽ ആരോഗ്യത്തിന് ഹാനികരമായ വസ്തുക്കൾ കണ്ടെത്തിയതിന് വിശദീകരണം നൽകണമെന്നതുൾപ്പെടെയുള്ള വ്യവസ്ഥകൾ മുന്നോട്ടുവെച്ചതോടെ ലൈസൻസ് കിട്ടില്ലെന്ന് കൊക്കകോളയ്ക്ക് ബോധ്യമായി. മറ്റു മാർഗങ്ങൾ ഇല്ലാതായതോടെ അവർ സുപ്രീംകോടതിയെ സമീപിക്കുകയും ചെയ്തു.

കമ്പനിക്ക് ലൈസൻസ് പുതുക്കിനൽകണമെന്ന ഹൈക്കോടതി ഡിവിഷൻബെഞ്ചിന്റെ വിധിക്കെതിരെ പെരുമാട്ടി ഗ്രാമപഞ്ചായത്തും പരമോന്നത കോടതിയെ സമീപിച്ചു. ജനതാദൾ നേതാവും എം.എൽ.എയുമായ കെ.കൃഷ്ണൻകുട്ടിയുടെ നേതൃത്വത്തിലാണ് ഈ നിയമയുദ്ധങ്ങളെല്ലാം നടത്തിയത്. പഞ്ചായത്ത് പ്രസിഡന്റുമാരായിരുന്ന എ.കൃഷ്ണൻ, റിഷ പ്രേംകുമാർ, പഞ്ചായത്ത് സെക്രട്ടറി കെ. എൻ. ഉണ്ണിക്കൃഷണൻ, ഭരണസമിതി അംഗങ്ങൾ എന്നിവരുടെ ഉറച്ച പിന്തുണയും ഈ നിയമയുദ്ധത്തിന്റെ വിജയത്തിന്റെ പിന്നിലുണ്ട്. പതിറ്റാണ്ട് പിന്നിട്ടിട്ടും കൊക്കകോളയും പെരുമാട്ടി പഞ്ചായത്തും തമ്മിലുള്ള നിയമയുദ്ധം തുടരുകയാണ്. ജനങ്ങൾക്കവകാശപ്പെട്ട പ്രകൃതിവിഭവങ്ങൾ ഒരു നിയന്ത്രണവുമില്ലാതെ ചൂഷണം ചെയ്തിട്ടും കൊക്കകോളയെ സഹായിക്കാനാണ് സംസ്ഥാനസർക്കാർ ശ്രമിച്ചത്. കോടികൾ മുടക്കി, സുപ്രീംകോടതിയിലെ അതിപ്രശസ്തരായ അഭിഭാഷകരെ കൊണ്ടുവന്നാണ് അവർ കോടതികളിൽ പഞ്ചായത്തിനെയും സർക്കാരിനെയും ചോദ്യം ചെയ്തത്. എന്നിട്ടും പെരുമാട്ടി ഗ്രാമപഞ്ചായത്തിന്റെ നിശ്ചയദാർഢ്യത്തിന് മുന്നിൽ അവസാനം കൊക്കകോളയ്ക്ക് അടിയറവ് പറയേണ്ടിവന്നു. സ്വന്തം ജനങ്ങളെ സംരക്ഷിക്കാൻ ബാധ്യതയുള്ള സർക്കാർ വിദേശ കമ്പനിക്കുവേണ്ടി ഭരണഘടന ഉറപ്പുനൽകുന്ന മൗലികാവകാശങ്ങൾ പോലും നിഷേധിക്കുന്ന കാഴ്ചയാണ് നാം കണ്ടത്. ഇവിടെയാണ് പെരുമാട്ടിയുടെ പെരുമ നിലകൊള്ളുന്നത്. പ്രകൃതിവിഭവങ്ങളുടെ സംരക്ഷണത്തിന് പെരുമാട്ടി പഞ്ചായത്ത് നടത്തിയ നിയമപോരാട്ടം ലോകത്തിന് തന്നെ മാതൃകയാണ്.

കോളയെക്കാൾ ജലമൂറ്റി പെപ്സി

ഹിന്ദുസ്ഥാൻ കൊക്കകോള കമ്പനി പ്ലാച്ചിമടയിൽ പ്രവർത്തനം തുടങ്ങുന്ന സമയത്തുതന്നെയാണ് പാലക്കാട് പുതുശ്ശേരി പഞ്ചായത്തിലെ കഞ്ചിക്കോട് വ്യവസായ മേഖലയിലുള്ള വൈസ്പാർക്കിൽ പെപ്സി കമ്പനിയും വരുന്നത്. ഗ്രീൻചാനൽ സംവിധാനം വഴിയായതിനാൽ പെപ്സിക്ക് കടമ്പകളൊന്നും ഉണ്ടായിരുന്നില്ല. കേരളത്തിലെ രണ്ടാമത്തെ വലിയ വ്യവസായ മേഖലയാണ് കഞ്ചിക്കോട്. അതുകൊണ്ട് പെപ്സി കമ്പനിക്ക് ഒട്ടേറെ ഇളവുകൾ ലഭിച്ചു. സ്ഥലവിലയിൽ ഗണ്യമായ കുറവുണ്ടായിരുന്നു. അടിസ്ഥാന സൗകര്യങ്ങളെല്ലാം സർക്കാർ ചെലവിൽ. പ്ലാച്ചിമടയെ പോലെ തന്നെ ഭൂഗർഭജലനിരപ്പ് അപകടകരമായി താണുകൊണ്ടിരിക്കുന്ന ക്രിട്ടിക്കൽ വിഭാഗത്തിൽപ്പെടുന്ന മലമ്പുഴ ബ്ലോക്കിന്റെ ഭാഗമാണ് കഞ്ചിക്കോട്. വരണ്ടുണങ്ങിയ കാലാവസ്ഥയും തമിഴ്നാടിന്റെ സാമീപ്യവുമുള്ള മഴനിഴൽപ്രദേശം. സംസ്ഥാന ശരാശരിയുടെ നാലിലൊന്നുപോലും മഴലഭിക്കാത്ത സ്ഥലം. കുടിവെള്ളത്തിന് പലപ്പോഴും ടാങ്കർവെള്ളത്തെയാണ് ആശ്രയിച്ചിരുന്നത്. പ്ലാച്ചിമടയിൽ നിന്നും വ്യത്യസ്തമായി അടുത്തൊന്നും ജനവാസമേഖലകളില്ല എന്നതായിരുന്നു പെപ്സിക്ക് ലഭിച്ച ഏറ്റവും വലിയ ആനുകൂല്യം. ഈ പഴുതുപയോഗിച്ചാണ് അവർ സമരങ്ങളെ പ്രതിരോധിച്ചത്.

ദിവസം പത്തുലക്ഷം ലിറ്റർ വെള്ളം ഉപയോഗിക്കാനുള്ള ലൈസൻസാണ് സംസ്ഥാന മലിനീകരണ നിയന്ത്രണ ബോർഡ് കമ്പനിക്ക് നൽകിയത്. പ്ലാച്ചിമട സമരം സജീവമായ ഘട്ടത്തിൽ തന്നെ പെപ്സി കമ്പനിയുടെ അമിത ജലചൂഷണവും വാർത്തകളിൽ ഇടംപിടിച്ചെങ്കിലും സമരം നടത്തുന്നത് തടഞ്ഞ് കമ്പനി ഹൈക്കോടതിയിൽ നിന്നും ഇഞ്ചക്ഷൻ ഓർഡർ വാങ്ങി. ഇതോടെ കമ്പനിക്ക് സമീപം സമരങ്ങൾ നിരോധിച്ചു. പുതുശ്ശേരി പഞ്ചായത്തും പെപ്സി വിരുദ്ധ സമരസമിതിയും പ്രശ്നത്തിൽ ഇടപെട്ട് കമ്പനിക്കെതിരെ സമരത്തിനിറങ്ങിയെങ്കിലും കാര്യമായ പ്രയോജനമുണ്ടായില്ല. പെപ്സി കമ്പനി അമിതമായി ജലചൂഷണം നടത്തുന്നതായി 2010-ൽ നിയമസഭാ സബ്ജക്ട് കമ്മിറ്റി കണ്ടെത്തിയെങ്കിലും സർക്കാരിന്റെ ഭാഗത്തുനിന്നും ഒരു നടപടിയുമുണ്ടായില്ല. അന്നത്തെ ജലവിഭവ വകുപ്പു മന്ത്രി എൻ. കെ. പ്രേമചന്ദ്രൻ അധ്യക്ഷനായിരുന്ന സമിതി

ഒരു വർഷം നീണ്ട പഠനത്തിനൊടുവിൽ 2010 മാർച്ച് 17-ന് സർക്കാരിന് റിപ്പോർട്ട് നൽകിയിരുന്നു. ഇതോടൊപ്പം സംസ്ഥാന ഭൂജലവകുപ്പും ശാസ്ത്രീയമായ പഠനം നടത്തിയിരുന്നു. ജനകീയസമരം കൊണ്ട് അടച്ചുപൂട്ടിയ പ്ലാച്ചിമടയിലെ കൊക്കകോള കമ്പനി പ്രതിദിനം ഉപയോഗിച്ചിരുന്നത് 5 ലക്ഷം ലിറ്ററാണെന്നാണ് കമ്പനി തന്നെ അവകാശപ്പെട്ടിരുന്നത്. എന്നാൽ പെപ്സിയുടെ ഉപയോഗം ഏഴു ലക്ഷം ലിറ്ററാണെന്ന് നിയമസഭാ സമിതി കണ്ടെത്തി. 500 അടിവരെ താഴ്ചയുള്ള ഏഴു കുഴൽക്കിണറുകളിൽ നിന്നാണ് ഭൂജലമൂറ്റുന്നത്. കൊക്കകോളയെക്കാൾ രണ്ടു ലക്ഷം ലിറ്റർ അധികം ഉപയോഗിച്ചിട്ടും പെപ്സിക്കെതിരെ നടപടിയെടുക്കണമെന്ന് നിയമസഭാ സമിതി ആവശ്യപ്പെട്ടില്ല. പകരം ജലമെടുക്കുന്നത് നിയന്ത്രിക്കണം എന്നാണ് ആവശ്യപ്പെട്ടത്. കമ്പനി സ്ഥിതിചെയ്യുന്ന പുതുശ്ശേരി ഗ്രാമപഞ്ചായത്തിൽ ആകെ ലഭ്യമാവുന്ന ഭൂജലത്തിന്റെ അളവ് 7.61 ദശലക്ഷം ഘനമീറ്ററാണെന്നും ഇതിൽ 7.1 ദശലക്ഷം ഘനമീറ്ററും ഉപയോഗിക്കുന്നുണ്ടെന്നും സമിതി റിപ്പോർട്ടിൽ പറയുന്നു. ഗ്രാമപഞ്ചായത്തിലെ ഭൂജല ഉപയോഗത്തിന്റെ തോത് 93.3 ശതമാനമാണ്. ഭാരത സർക്കാരിന്റെ ഭൂജല എസ്റ്റിമേറ്റിലെ മാനദണ്ഡം അനുസരിച്ച് പുതുശ്ശേരി ഗ്രാമപഞ്ചായത്തിനെ അതിഗുരുതരം എന്ന വിഭാഗത്തിൽ ഉൾപ്പെടുത്തേണ്ടിവരുമെന്നാണ് സമിതി ശുപാർശ ചെയ്തത്.

കമ്പനി സ്ഥിതിചെയ്യുന്ന 750 ഏക്കർ വിസ്തൃതിയുള്ള വൈസ് പാർക്കിൽ 53 ഏക്കർ സ്ഥലമാണ് പെപ്സിക്കുള്ളത്. പാർക്കിന്റെ ആകെ വിസ്തൃതിയുടെ ഏഴുശതമാനം സ്ഥലം മാത്രം സ്വന്തമായുള്ള കമ്പനി അവിടത്തെ വെള്ളത്തിന്റെ 48.5 ശതമാനവും ഉപയോഗിക്കുന്നു. ഇത് ഗൗരവതരമാണെന്നും റിപ്പോർട്ടിലുണ്ട്. സ്ഥിരം വരൾച്ചബാധിത പ്രദേശമായ പുതുശ്ശേരി ഗ്രാമപഞ്ചായത്തിൽ ഇത്രയധികം ഭൂജലചൂഷണം നടത്തിയിട്ടും പെപ്സിക്കെതിരെ നടപടിയെടുക്കുന്നതിന് പകരം പ്രതിദിന ഉപയോഗം 2.34 ലക്ഷം ലിറ്ററായി പരിമിതപ്പെടുത്തണമെന്നാണ് സമിതി ആവശ്യപ്പെട്ടത്. ഒപ്പം ഉപയോഗിക്കുന്ന ജലത്തിന്റെ അളവ് കൃത്യമായി പരിശോധിക്കുന്നതിന് ജില്ലാ ഭൂജലവകുപ്പിനെ അനുവദിക്കണമെന്നും ആവശ്യപ്പെട്ടു. അമിത ജലചൂഷണം നിരോധിക്കുന്നതിന് പകരം പരിധി നിശ്ചയിച്ച സമിതിയുടെ നടപടി ഫലത്തിൽ പെപ്സി കമ്പനിയെ സഹായിക്കുന്ന തരത്തിലായിരുന്നു. ഈ ആനുകൂല്യത്തിന്റെ ബലത്തിലാണ് പെപ്സി കമ്പനി ഇപ്പോഴും പ്രവർത്തിക്കുന്നത്. നിയമസഭാസമിതി റിപ്പോർട്ട് നടപ്പാക്കണമെന്ന് പറഞ്ഞ് സംസ്ഥാന ഭൂജലവകുപ്പ് കമ്പനിക്ക് നോട്ടീസ് നൽകിയെങ്കിലും അവരത് നടപ്പാക്കാൻ തയ്യാറായില്ല. പകരം നിയമസഭാസമിതിയുടെ റിപ്പോർട്ടിനെ പെപ്സി കമ്പനി ഹൈക്കോടതിയിൽ ചോദ്യം ചെയ്തു. സമിതിയിൽ വിദഗ്ധാംഗങ്ങൾ ഇല്ലെന്നും അതുകൊണ്ട് തന്നെ സർക്കാർ നടപടികൾ സ്റ്റേ ചെയ്യണമെന്നും ഉള്ള കമ്പനിയുടെ ആവശ്യം കോടതിയും അംഗീകരിച്ചു. ഇതോടെ സർക്കാർ വെട്ടിലായി. തുടർന്ന് 2011-ൽ വിദഗ്ധ സമിതിയെ

നിയോഗിച്ച് പെപ്സിയുടെ ജലമൂറ്റൽ പഠിക്കാൻ ഉത്തരവിറക്കി. അന്നത്തെ സംസ്ഥാന ഭൂജല ഡയറക്ടർ ചെയർമാനായ വിദഗ്ധ സമിതി നിമയസഭാസമിതിയുടെ റിപ്പോർട്ട് ശരിവെച്ചുകൊണ്ടുള്ള പഠനറിപ്പോർട്ടാണ് സർക്കാരിന് നൽകിയത്. പെപ്സിക്കനുകൂലമായ സ്റ്റേ ഒഴിവാക്കുന്നതിന് വിദഗ്ധസമിതി റിപ്പോർട്ട് സംസ്ഥാന ഭൂജലവകുപ്പ് ഹൈക്കോടതിയിൽ സമർപ്പിച്ചെങ്കിലും തുടർപ്രവർത്തനങ്ങൾ നടത്തുന്നതിൽ വീഴ്ച വരുത്തി. ഇതോടെ പെപ്സിക്കെതിരെ നടപടിയെടുക്കാനും കഴിഞ്ഞില്ല. എടുക്കുന്ന വെള്ളത്തിന്റെ അളവ് പരിശോധിക്കാൻ ഭൂജലവകുപ്പ് ഉദ്യോഗസ്ഥരെ അനുവദിക്കുന്നുണ്ട് എന്നുമാത്രം. ഭൂജലവകുപ്പിന്റെയും സർക്കാരിന്റെയും മൗനാനുവാദത്തോടെ തന്നെയാണ് ഇപ്പോഴും കമ്പനി പ്രവർത്തിക്കുന്നത്. വരൾച്ചാക്കാലമാവുമ്പോൾ മാത്രം കമ്പനിക്കെതിരെ നടപടിയെടുക്കണെന്ന സർക്കാരിന്റെയും ഭൂജലവകുപ്പിന്റെയും ഗ്രാമ പഞ്ചായത്തിന്റെയും നിലപാടിനെ ഇരട്ടത്താപ്പെന്ന് മാത്രമെ പറയാൻ കഴിയൂ. പെപ്സി കമ്പനിയുടെ പ്രവർത്തനം മൂലം സമീപത്തെ ഭൂഗർഭ ജലനിരപ്പ് മുൻ വർഷത്തേക്കാൾ 5. 66 മീറ്റർ താഴ്ന്നതായി 2010-ൽ ഭൂജല വകുപ്പ് റിപ്പോർട്ട് ചെയ്തിരുന്നു. കഞ്ചിക്കോട്ടുള്ള പുതുശ്ശേരി പഞ്ചായത്ത് ഓഫീസിനടുത്തുള്ള ഭൂജലവകുപ്പിന്റെ നിരീക്ഷണ ബോർവെല്ലിൽ

കഞ്ചിക്കോട്ടെ പെപ്സി കമ്പനിക്കു മുന്നിൽ നടന്ന സമരം
വി. എസ്.അച്യുതാനന്ദൻ ഉദ്ഘാടനം ചെയ്യുന്നു

നടത്തിയ പരിശോധനയിലാണ് ജലനിരപ്പ് അപകടകരമായി താഴുന്നത് കണ്ടെത്തിയത്.

വ്യവസായമേഖലയിൽ പ്രവർത്തിക്കുന്ന കമ്പനിയായതിനാൽ പെപ്സിയുടെമേൽ പുതുശ്ശേരി പഞ്ചായത്തിന് ഒരു നിയന്ത്രണവുമില്ല. പ്രവർത്തന ലൈസൻസ് കൊടുത്തത് വ്യവസായവകുപ്പ്. അതുകൊണ്ട് തന്നെ കമ്പനി എത്ര വെള്ളം ഉപയോഗിക്കുന്നു എന്നതിന് പുതുശ്ശേരി പഞ്ചായത്തിൽ ഒരു രേഖയുമില്ല. പ്ലാച്ചിമടയിൽ കൊക്കകോള കമ്പനിക്ക് പ്രവർത്തനാനുമതി നൽകിയത് പെരുമാട്ടി പഞ്ചായത്തായിരുന്നു. അതുകൊണ്ടാണ് കമ്പനിക്കെതിരെ നിയമയുദ്ധം നടത്താൻ കഴിഞ്ഞത്. ഈ ആനുകൂല്യമാണ് പെപ്സിയെ തുണയ്ക്കുന്നത്. ഭൂഗർഭജല ചൂഷണത്തിനെതിരെ കമ്പനിക്ക് നോട്ടീസ് നൽകാമെന്നല്ലാതെ നിയന്ത്രിക്കാൻ പഞ്ചായത്തിന് ഒരധികാരവുമില്ല. ആദ്യഘട്ട സമരത്തിന് ശേഷം പെപ്സിക്കെതിരെ വീണ്ടും സമരങ്ങൾ ഉയർന്നുവന്നത് 2016-ലായിരുന്നു. രൂക്ഷമായ കുടിവെള്ളക്ഷാമം മുൻനിർത്തി ജലോപയോഗം കുറയ്ക്കണമെന്ന് പറഞ്ഞ് കമ്പനിക്ക് ഗ്രാമപഞ്ചായത്ത് മൂന്നുതവണ നോട്ടീസ് നൽകിയിരുന്നുവെന്ന് പ്രസിഡന്റ് ഉണ്ണികൃഷ്ണൻ പറഞ്ഞു. പഞ്ചായത്തിൽ പെപ്സിക്ക് സമീപമുള്ള അഞ്ച് വാർഡുകളിൽ-

ചുള്ളിമട, പാമ്പാംപള്ളം, പേട്ടക്കാട്, പുതൂർ, വാളയാർ–2016 ഫിബ്രവരി മുതൽ കുടിവെള്ളം ടാങ്കറുകളിൽ വിതരണം ചെയ്യുകയാണെന്ന് അധികൃതർ വ്യക്തമാക്കി. രാവിലെയും വൈകീട്ടും രണ്ട് ടാങ്കർ വീതമാണ് വെള്ളം നൽകുന്നത്. സമീപത്തെ തുറന്നകിണറുകളും കുഴൽക്കിണറുകളും ജലായശയങ്ങളുമെല്ലാം വറ്റി. ഈ പശ്ചാത്തലത്തിലാണ് സി.പി.എം ഏരിയാകമ്മിറ്റിയുടെ നേതൃത്വത്തിൽ ജനകീയ പാർലമെന്റ് എന്ന പേരിലുള്ള പ്രക്ഷോഭത്തിന് തീരുമാനിച്ചത്. 2016–17 കാലത്തെ രൂക്ഷമായ വരൾച്ചയിൽ പാലക്കാട് ജില്ലയിൽ ഏറ്റവുമധികം ദുരിതമുണ്ടായത് പുതുശ്ശേരി പഞ്ചായത്തിലായിരുന്നു. ഇതിന്റെ അടിസ്ഥാനത്തിൽ ആറുമാസത്തേക്ക് ഭൂജലമെടുക്കുന്നത് നിർത്തിവയ്ക്കണമെന്നും പഞ്ചായത്ത് ആവശ്യപ്പെട്ടു. പക്ഷേ, പഞ്ചായത്ത് നൽകിയ നോട്ടീസിന് പെപ്സി പുല്ലുവില പോലും കല്പിച്ചില്ല. തുടർന്ന് 2016 ഡിസംബർ 20–ന് പെപ്സിയിലേക്ക് മാർച്ച് നടത്താൻ സമരസമതി തീരുമാനിച്ചു. പുതുശ്ശേരി ഉൾപ്പെടുന്ന മലമ്പുഴ നിയമസഭാ മണ്ഡലത്തിന്റെ പ്രതിനിധിയും ഭരണപരിഷ്കാരകമ്മിറ്റി ചെയർമാനുമായ വി.എസ്.അച്യുതാനന്ദനാണ് മാർച്ച് ഉദ്ഘാടനം ചെയ്തത്. കോടതിവിലക്ക് ലംഘിച്ച് കമ്പനി കവാടത്തിന് സമീപം വരെ സമരക്കാർ ചെന്നു. ജലോപയോഗം കുറയ്ക്കുന്നതിന് സംസ്ഥാന ദുരന്ത നിവാരണ അതോറിറ്റിയുടെ ശുപാർശപ്രകാരം ജില്ലാ ഭൂജലവകുപ്പും കമ്പനിക്ക് കത്തുനൽകിയിട്ടുണ്ട്.

ചരിത്രത്തിലെ ഏറ്റവും വലിയ വരൾച്ചയെ അഭിമുഖീകരിക്കുമ്പോഴും പെപ്സി കമ്പനിയെ നിയമത്തിന് മുന്നിൽ കൊണ്ടുവരാൻ സംസ്ഥാന സർക്കാർ തയ്യാറാവുന്നില്ല എന്നതാണ് സത്യം. നിയമങ്ങളെ അപ്പാടെ വെല്ലുവിളിച്ച്, സംസ്ഥാന നിയമസഭാ കമ്മിറ്റിയുടെ നിർദേശങ്ങൾ അവഗണിച്ച് എങ്ങനെയാണ് ഒരു വിദേശ കമ്പനിക്ക് നമ്മുടെ പ്രകൃതിവിഭവങ്ങൾ കൊള്ളയടിക്കാനാവുന്നത് എന്ന ചോദ്യത്തിന് സർക്കാരാണ് ഉത്തരം പറയേണ്ടത്. വ്യവസായ മേഖലയിൽ പ്രവർത്തിക്കുന്നു എന്ന ഒറ്റ കാരണത്താൽ പെപ്സിയെ സംരക്ഷിക്കേണ്ട ബാധ്യത സർക്കാരിനില്ല. പെപ്സി കമ്പനിയെ പൂട്ടിക്കാൻ നിയമസഭാ സബ്ജക്ട് കമ്മിറ്റിയുടെ റിപ്പോർട്ട് മാത്രം മതിയെന്നിരിക്കെ അതിനുള്ള ആർജവം കാണിക്കാൻ സർക്കാരുകൾ തയ്യാറാവുകയാണ് വേണ്ടത്. നിയമസഭാസമിതിയുടെ റിപ്പോർട്ട് പുറത്തുവന്നിട്ട് ഏഴുവർഷം കഴിഞ്ഞിരിക്കുന്നു.

ഭാഗം രണ്ട്

ഇവർ പ്ലാച്ചിമടയുടെ ആൾരൂപങ്ങൾ

വിളയോടി വേണുഗോപാൽ

പ്ലാച്ചിമട സമരത്തിന്റെ മുന്നണിപോരാളിയാണ് 59-കാരനായ വിളയോടി വേണുഗോപാൽ. കൊക്കകോള കമ്പനിക്ക് മുന്നിൽ കുടിൽകെട്ടിയുള്ള സമരത്തിന് നേതൃത്വം കൊടുത്ത പരിസ്ഥിതി-മനുഷ്യാവകാശ പ്രവർത്തകൻ. പ്ലാച്ചിമട ഉൾപ്പെടുന്ന പെരുമാട്ടി പഞ്ചായത്തിലെ വിളയോടി വാണിയംകുളമ്പ് പൊന്നുവിന്റെ മകനാണ് ഈ പഴയ പ്രീഡിഗ്രിക്കാരൻ. പി.യു.സി. എല്ലിന്റെ സംസ്ഥാന ജനറൽ സെക്രട്ടറിയും മദ്യനിരോധന സമതിയുടെയും ആദിവാസി സംരക്ഷണ സംഘത്തിന്റെയും സംസ്ഥാന നേതാവുമായിരിക്കെയാണ് വേണുഗോപാൽ പ്ലാച്ചിമടയിൽ എത്തുന്നത്. പ്രദേശവാസികളായ ആദിവാസികളുടെ കുടിവെള്ള ക്ഷാമവും അവരുടെ പ്രതിഷേധങ്ങളും കണ്ട് സമരത്തിൽ ഇടപെടുകയായിരുന്നു. 2002 ഏപ്രിൽ 22-ന് ഭൗമദിനത്തിൽ പ്ലാച്ചിമട കമ്പനിക്ക് മുന്നിൽ അനിശ്ചിതകാല സമരം തുടങ്ങിയതോടെ വിളയോടി വേണുഗോപാൽ ഏറെ ശ്രദ്ധിക്കപ്പെട്ടു. പിന്നെ വിളയോടിയില്ലാതെ പ്ലാച്ചിമട സമരമില്ലെന്ന സ്ഥിതിവന്നു. കോളക്കെതിരായ സമരമുഖത്തെല്ലാം വിളയോടിയുടെ നീട്ടിയുള്ള പ്രസംഗശൈലി വേറിട്ടു നിന്നു. സമരത്തിനപ്പുറമുള്ള വിളയോടിയുടെ നിലപാടുകളിൽ ഒരുപാട് എതിർപ്പുകളുയർന്നെങ്കിലും പ്ലാച്ചിമടക്കാർക്ക് വിളയോടിയില്ലാതെ ഒരു കാര്യവുമില്ല. സമരമുഖത്ത് കോളനിക്കാരെ സംഘടിപ്പിക്കുന്നതിനൊപ്പം അവരുടെ ജീവിത പ്രശ്നങ്ങൾക്ക് പരിഹാരം കാണുന്നതിനും വിളയോടി എന്നും മുന്നിലുണ്ടായിരുന്നു.

"പെരുമാട്ടി പഞ്ചായത്തും മുഖ്യ രാഷ്ട്രീയ പാർട്ടികളും തുടക്കത്തിൽ സമരത്തിനെതിരായിരുന്നു. സമരം തകർക്കാനുള്ള ശ്രമങ്ങൾ തൊഴിലാളികളുടെ ഭാഗത്തുനിന്നും ഉണ്ടായി. പലപ്പോഴും ഭീഷണികളും കയ്യേറ്റ ശ്രമങ്ങളും നടന്നു. കമ്പനിയും ആവത് ശ്രമിച്ചു. പക്ഷേ, ചുറ്റുമുള്ള കോളനിക്കാരും സംസ്ഥാനത്തെ വിവിധ ഭാഗങ്ങളിലുമുള്ള പരിസ്ഥിതി-മനുഷ്യാവകാശ സംഘടനകളും നൽകിയ ശക്തമായ പിന്തുണയുള്ളതിനാൽ സമരം മുന്നോട്ട് തന്നെ പോയി. കോളനിക്കാരായ കന്നിയമ്മയും മയിലമ്മയും വേലൂർ സ്വാമിനാഥനും പരിസ്ഥിതി പ്രവർത്തകനായ

ആറുമുഖൻ പത്തിച്ചിറയും ഒക്കെ ആദ്യംമുതലെ സജീവസാന്നിധ്യമായിരുന്നു. 2003 ജനുവരി 26-ലെ റിപ്പബ്ലിക് ദിനത്തിൽ മേധാ പട്കറുടെ നേതൃത്വത്തിൽ നാഷണൽ അലയൻസ് ഫോർ പീപ്പിൾസ് മൂവ്മെന്റിന്റെ ദേശീയ പ്രക്ഷോഭ ജാഥ പ്ലാച്ചിമടയിൽ നിന്നാണ് തുടക്കംകുറിച്ചത്. ഇതോടെയാണ് ഇടതുപാർട്ടികൾ സമരംരഗത്ത് സജീവമായി കടന്നുവരുന്നത്. പിന്നെ പെരുമാട്ടി പഞ്ചായത്തും കമ്പനിക്കെതിരെ ശക്തമായി നിലകൊണ്ടു. 500 ഉം 1000 വും ദിവസം വരെയെത്തിയപ്പോൾ പ്ലാച്ചിമട ലോകം അറിയുന്ന സമരവേദിയായെന്ന് വിളയോടി പറഞ്ഞു. തുടക്കത്തിൽ യൂറോപ്യൻ രാജ്യങ്ങളിൽ നിന്നും അമേരിക്കയിൽ നിന്നും ദിവസവും നിരവധി പരിസ്ഥിതി സ്നേഹികളും ഗവേഷക വിദ്യാർത്ഥികളും പ്ലാച്ചിമടയിൽ വന്നുകൊണ്ടിരുന്നു. പിന്നീട് ആഫ്രിക്കൻ ഏഷ്യൻ രാജ്യങ്ങളിൽ നിന്നുള്ള ആക്ടിവിസ്റ്റുകളും പിന്തുണയുമായി എത്തി. അപ്പോഴെല്ലാം സമരപ്പന്തൽ സജീവമായി നിലനിർത്തണമായിരുന്നു. ചുറ്റുമുള്ള കോളനികളിലുള്ളവർ ദിവസേന ഊഴമിട്ട് സമരപ്പന്തലിൽ വന്നു. അന്നന്നത്തെ തൊഴിൽ കളഞ്ഞാണ് കോളനിക്കാർ സമരപ്പന്തലിൽ എത്തിയത്. ഇവർക്കുള്ള ഭക്ഷണം ഒരുക്കൽ തന്നെ വലിയൊരു പ്രശ്നമായിരുന്നു. മയിലമ്മയും സഹപ്രവർത്തകരുമാണ് അതിന് നേതൃത്വം നൽകിയത്. സമരത്തിനിരിക്കുന്നവർക്ക് ഭക്ഷണം നൽകാനുള്ള പണം പോലും കിട്ടാത്ത നാളുകളുണ്ടായിരുന്നു. നല്ലവരായ നാട്ടുകാരും സമരത്തോട് അനുഭാവമുള്ള സംഘടനകളുമാണ് അന്നെല്ലാം രക്ഷയ്ക്കെത്തിയത്. പിന്നെ സമരത്തെ സഹായിക്കാൻ വേണ്ടി മാത്രം പ്ലാച്ചിമട സമര ഐക്യദാർഢ്യസമിതിയുണ്ടാക്കി. ജില്ലാതലത്തിലും സംസ്ഥാനതലത്തിലും ഐക്യദാർഢ്യ സമിതി രൂപംകൊണ്ടതോടെയാണ് സാമ്പത്തികം

പ്ലാച്ചിമട കൊക്കകോള കമ്പനിക്ക് മുന്നിൽ വിളയോടി വേണുഗോപാൽ

ഉൾപ്പെടെയുള്ള പ്രശ്നങ്ങൾ പരിഹരിക്കപ്പെട്ടത്. സംസ്ഥാനത്തെ നൂറിലേറെ വരുന്ന പരിസ്ഥിതി-മനുഷ്യാവകാശ സംഘടനകൾ ഇന്ന് ഐക്യദാർഢ്യസമിതിയിലുണ്ട്. ഇവരുടെ അകമഴിഞ്ഞ പിന്തുണയാണ് പ്ലാച്ചിമട സമരത്തിന്റെ ശക്തിയെന്ന് വിളയോടി വ്യക്തമാക്കി. ലോകം അറിയുന്ന സമരവേദിയായി പ്ലാച്ചിമട മാറിയപ്പോൾ പിന്തുണയറിയിച്ച് കേരളത്തിലെ മുഴുവൻ രാഷ്ട്രീയപാർട്ടികളും രംഗത്തുവന്നിരുന്നുവെന്ന് വിളയോടി വേണുഗോപാൽ പറഞ്ഞു. സമരത്തിന്റെ എല്ലാ രംഗത്തും അവർ സജീവമായി പങ്കെടുത്തു. ഇടതുമുന്നണിയായിരുന്നു ആദ്യം വന്നത്. പിന്നെ വലത് രാഷ്ട്രീയപാർട്ടികളും ബി.ജെ.പിയും വന്നു. ഹൈക്കോടതിയുടെയും പെരുമാട്ടി പഞ്ചായത്തിന്റെയും ഇടപെടലുകളും സമര സമിതിയുടെ വിട്ടുവീഴ്ചയില്ലാത്ത നിലപാടുകളും മൂലം കൊക്കകോള കമ്പനി പൂട്ടിപ്പോയെങ്കിലും അവരിൽ നിന്നും നഷ്ടപരിഹാരം വാങ്ങിക്കാൻ കഴിയാത്തത് ഏറെ വേദനിപ്പിക്കുന്നു. വി. എസ്.അച്യുതാനന്ദന്റെ കാലത്ത് പ്ലാച്ചിമട നഷ്ടപരിഹാര ട്രിബ്യൂണൽ ബിൽ നിയമസഭയിൽ ഒറ്റക്കെട്ടായി പാസ്സാക്കാൻ രാഷ്ട്രീയപാർട്ടികൾ തയ്യാറായെങ്കിലും പിന്നീട് ഈ ഐക്യം നിലനിർത്തിയില്ല. ബില്ലിന് രാഷ്ട്രപതിയുടെ അനുമതി ലഭിക്കാൻ കേന്ദ്രത്തിന് അയച്ചെങ്കിലും അന്നത്തെ യു.പി.എ സർക്കാർ കോളക്കമ്പനിക്ക് അനുകൂലമായ നിലപാടാണ് സ്വീകരിച്ചത്. ഇപ്പോൾ അധികാരത്തിലിരിക്കുന്ന എൻ.ഡി.എ സർക്കാരിന്റെ മനസ്സും കോളയ്ക്കൊപ്പമാണ്. അതുകൊണ്ടാണല്ലോ ബിൽ കേന്ദ്രസർക്കാർ തള്ളിയത്-വിളയോടി തന്റെ നിലപാട് വിശദീകരിച്ചു. പ്ലാച്ചിമട കൊക്കകോള വിരുദ്ധ സമരസമിതിയുടെ രക്ഷാധികാരിയും ഇപ്പോഴത്തെ ചെയർമാനുമാണ് വേണുഗോപാൽ. എൻ.എ.പി. എമ്മിന്റെ ദേശീയകൺവീനർ സ്ഥാനവും ഉണ്ട്. സമരകാലഘട്ടത്തിനിടെ നിരവധി കേസുകളുണ്ടായി. 30 ദിവസം ജയിലിൽ കിടന്നു. തിരുവനന്തപുരം മുതൽ ഡൽഹി വരെയുള്ള സ്ഥലങ്ങളിൽ നിരവധി തവണ പ്രക്ഷോഭങ്ങൾക്ക് നേതൃത്വം നൽകി. പ്ലാച്ചിമട സമരത്തിന്റെ അമരക്കാരനെന്ന നിലയിൽ കേരളത്തിലും സമീപ സംസ്ഥാനങ്ങളിലും നിരവധി പരിസ്ഥിതി-ജനകീയ സമരവേദികളിൽ പ്രസംഗിച്ചു. ദീർഘമായ സമരത്തിനിടെ സമരസമിതിയുമായി ചെറിയ ചില പ്രശ്നങ്ങളും അകൽച്ചകളും ഉണ്ടായെന്നതും യാഥാർത്ഥ്യമാണ്. അതെല്ലാം മാറ്റിനിർത്തിയാൽ പ്ലാച്ചിമട സമരത്തിന് ജനകീയ പിന്തുണ നേടിയെടുക്കുന്നതിൽ മുഖ്യ പങ്കുവഹിച്ചവരിൽ ഒരാൾ വിളയോടി വേണുഗോപാലായിരുന്നുവെന്ന് നിസ്സംശയം പറയാം.

മയിലമ്മ
പ്രതീകവും സമരനായികയും

അക്ഷരം വായിക്കുന്നവർക്ക് മയിലമ്മയെന്ന പേര് സുപരിചിതമാണ്. അവരുടെ മുന്നിൽ പ്ലാച്ചിമടയും കൊക്കകോളയും എല്ലാം തെളിഞ്ഞു വരും. നിരക്ഷരയായ പാവം ആദിവാസി വീട്ടമ്മയിൽ നിന്നും കേരളത്തിലെ പരിസ്ഥിതിസമരങ്ങളുടെ നായികയായി മാറിയ ധീരവനിത ഇന്ന് നമുക്കൊപ്പമില്ല. പ്ലാച്ചിമടയിലെ സമരപ്പന്തലിൽ ഇന്നും അവരുടെ ഓർമകൾ നിറഞ്ഞുനിൽക്കുന്നു. വിജയനഗർ കോളനിയിലെ മാരിമുത്തുവിന്റെ ഭാര്യയായിരുന്ന മയിലമ്മ രാഷ്ട്രീയക്കളികൾ പഠിച്ചല്ല സമരത്തിനെത്തിയത്. വിജയനഗർ കോളനിയിലെ ഊരുകൂട്ടങ്ങളിൽ പോലും അവർ ശബ്ദമുയർത്തിയിരുന്നില്ല. തികച്ചും ഗ്രാമീണ വീട്ടമ്മ. പിന്നീടെപ്പോഴോ പ്ലാച്ചിമടയിലെ ദാഹജലം ഊറ്റാൻ കൊക്കകോള കമ്പനി വന്നപ്പോഴും വികസനത്തിന്റെ നാവിൻതുമ്പത്ത് ആരും എതിർപ്പു പറഞ്ഞില്ല, മയിലമ്മയും. കോളക്കമ്പനിയുടെ ദംഷ്ട്രകൾ വീട്ടുമുറ്റത്തെ കിണർ വിഷലിപ്തമാക്കിയപ്പോഴാണ് മയിലമ്മ കൊടുംചതി തിരിച്ചറിഞ്ഞത്. പ്ലാച്ചിമടയിലെ നിസ്സഹായരായ ഗ്രാമീണരും. ലോകത്തെ മുഴുവൻ പരിസ്ഥിതി സ്നേഹികളും തീർത്ഥയാത്രയ്ക്കെന്ന പോലെ പ്ലാച്ചിമടയെ തേടിയെത്തിയപ്പോൾ മയിലമ്മ അവർക്ക് വഴികാട്ടിയായിരുന്നു.

ബഹുരാഷ്ട്രകുത്തകയായ കൊക്കകോള കമ്പനിയെ മുട്ടുകുത്തിച്ച പ്ലാച്ചിമടയിലെ സമരപ്പന്തലിൽ മയിലമ്മ മറ്റൊരമ്മയാവുന്നു. ആദിവാസി സ്ത്രീകൾക്ക് താങ്ങും തണലുമായി, അവർക്ക് കഞ്ഞിവെച്ച് വിളമ്പി സമരവീര്യം മുറുക്കുന്നു. സൽസബീൽ സ്കൂളിലെ പെൺകുട്ടി മുതൽ മേധാപട്കറും വന്ദനശിവയും മോഡ് ബാർലോയും വരെയുള്ളവർക്ക് മയിലമ്മയുടെ നിഷ്കളങ്കതയാണ് എന്നും ശക്തി പകർന്നിരുന്നത്. കൊക്കകോളയുടെ ഭൂജലമൂറ്റലിലും മാലിന്യം നിക്ഷേപിക്കലും മൂലം വീട്ടുമുറ്റത്തെ കിണർ മലിനപ്പെട്ട്, കുടിവെള്ളം മുട്ടിയപ്പോൾ നിസ്സഹായതയിൽ നിന്നാണ് പ്രതിഷേധമുയർന്നത്. പാവപ്പെട്ട ആദിവാസികൾ സത്യം പുറത്തുപറയാൻ ഭയന്നപ്പോൾ മയിലമ്മ ചങ്കൂറ്റത്തോടെ അവ വെളിപ്പെടുത്തി. അണയാത്ത സമരവീര്യത്തിന്റെ നെറുകയിൽ എല്ലാം മറന്ന് മുന്നണിപ്പോരാളിയായി. സമരപ്പന്തലിലെത്തുന്ന വിദേശിയും

സ്വദേശിയുമായ പരിസ്ഥിതി സ്നേഹികളെ നിറചിരിയോടെ സ്വീകരിച്ച് 'വാങ്കോ ഉക്കാരുങ്കോ' എന്നു പറഞ്ഞ് നിൽക്കുന്ന മയിലമ്മ പ്ലാച്ചിമട യുടെ പ്രതീകം തന്നെയായിരുന്നു. അതുകൊണ്ടാണ് അക്ഷരം കൂട്ടി വായിക്കാനറിയാഞ്ഞിട്ടും മുംബൈയിൽ നടന്ന ലോക പരിസ്ഥിതി കൂട്ടാ യ്മയിൽ പ്ലാച്ചിമടയുടെ ദുരിതം വിവരിച്ച് അവർ ലോകശ്രദ്ധ നേടിയത്.'' നമ്മുടെ വെള്ളം കൊള്ളയടിച്ച് ലാഭം നേടുന്ന കൊക്കകോള കമ്പനി പ്ലാച്ചിമടയെ നശിപ്പിച്ചിരിക്കുന്നു. കമ്പനി അടച്ചുപൂട്ടി നഷ്ടപരിഹാരം തന്ന് പോവുകതന്നെ വേണം. അല്ലാതെ ഈ സമരം അവസാനിപ്പിക്കില്ലെന്നും അതുവരെ ഈ സമരപ്പന്തലിൽ ഉണ്ടാവുമെന്നും മയിലമ്മ എന്നും പറ യുമായിരുന്നു. കളങ്കമില്ലാത്തതായിരുന്നു മയിലമ്മയുടെ വാക്കുകൾ. കൊക്കകോളയുടെ ജലമൂറ്റൽ മൂലം കുടിവെള്ളം മലിനപ്പെട്ടതിനെക്കുറിച്ച് മയിലമ്മ പറഞ്ഞത് അന്ന് ഏറെ വാർത്താപ്രാധാന്യം നേടിയിരുന്നു. "വെള്ളം തേടി പോയാൽ അന്ന് പണിക്ക് പോവാൻ പറ്റില്ല. പണിക്ക് പോയാൽ അന്ന് കുടിക്കാൻ വെള്ളവും കിട്ടില്ല. ഞങ്ങളും മനുഷ്യരല്ലെ'' എന്നാണ് സമരപ്പന്തലിൽ എത്തുന്നവരോട് മയിലമ്മ പറഞ്ഞത്. പ്ലാച്ചിമടയിൽ ദാഹനീരിന് സമരം ചെയ്തുതുടങ്ങിയ ഈ വീട്ടമ്മ കേരളത്തിലെ മുഴുവൻ പരിസ്ഥിതിസമരങ്ങൾക്കും പിന്നീട് ഊർജ മായി മാറി. പാലക്കാടിനപ്പുറം കണ്ടിട്ടില്ലാത്ത അവർ മുംബൈയിൽ നടന്ന ലോക സോഷ്യൽ ഫോറത്തിലെ താരമാവുക വരെ ചെയ്തു. ഇതിനുള്ള

പ്ലാച്ചിമട സമരപ്രവർത്തകർക്ക് ഭക്ഷണം തയ്യാറാക്കുന്ന മയിലമ്മ

കോൺഗ്രസ് അധ്യക്ഷ സോണിയാഗാന്ധിയിൽ നിന്നും
മയിലമ്മ പുരസ്കാരം സ്വീകരിക്കുന്നു.

അംഗീകാരമായിരുന്നു ഔട്ട്ലുക്ക് മാഗസിന്റെ സ്പീക്ക് ഔട്ട് പുരസ്കാരം. ഡൽഹിയിൽ നടന്ന ചടങ്ങിൽ അന്ന് യു.പി.എ അധ്യക്ഷയായിരുന്ന സോണിയാഗാന്ധിയാണ് ദേശീയതലത്തിലുള്ള അവാർഡ് സമ്മാനിച്ചത്. ഇതിനിടെ മയിലമ്മയുടെ സമരജീവിതം പാഠപുസ്തകത്തിലും ഇടം പിടിച്ചു. കോളക്കമ്പനി പൂട്ടിപ്പോയത് കാണാൻ അവരുണ്ടായെങ്കിലും നഷ്ടപരിഹാരം വാങ്ങിയെടുക്കാനുള്ള സമരത്തിലണിചേരാൻ മയിലമ്മയ്ക്ക് കഴിഞ്ഞില്ല. അതിനുമുമ്പെ രോഗം അവരെ മരണത്തിന് കീഴടക്കി. 2007 ജനുവരി ആറിന്. മയിലമ്മയുടെ മരണം ഏറെ വിവാദങ്ങൾക്ക് കാരണമായി എന്നതും അതിനെ ഒരു രാഷ്ട്രീയപാർട്ടി ഏറ്റെടുക്കാൻ ശ്രമിച്ചു എന്നതും ഇവിടെ ആരും മറന്നിട്ടുണ്ടാവില്ല.

പ്ലാച്ചിമടയിലെ സമരപ്പന്തൽ മയിലമ്മയ്ക്ക് സ്വന്തം വീടായിരുന്നുവെന്ന് മകൻ തങ്കവേലു ഓർക്കുന്നു. മയിലമ്മയുടെ നാലുമക്കളിൽ മൂന്നാമനാണ് തങ്കവേലു. വിജയനഗർ കോളനിയിലെ വീട്ടിൽ തങ്കവേലുവും അമ്മയും ഒന്നിച്ചാണ് താമസിച്ചിരുന്നത്. ''സഹോദരങ്ങൾ എല്ലാവരും സമരപ്പന്തലിലുണ്ടാവും. ഞങ്ങളുടെ മക്കളും. സമരകാലങ്ങളിൽ പലപ്പോഴും കൂലിപ്പണിക്ക് പോവാൻ പറ്റിയിരുന്നില്ല. കിടപ്പും ഭക്ഷണവും എല്ലാം സമരപ്പന്തലിൽ തന്നെയായിരുന്നു. അന്നൊരു ആവേശമായിരുന്നു. വീട്ടിലെ കിണറിൽ നല്ല കുടിവെള്ളമുണ്ടായിരുന്നു. കമ്പനി വന്നതോടെ അതെല്ലാം ചീത്തയായി. വെള്ളം കിട്ടാത്തതിന്റെ വേദന ഞങ്ങളെ ആരും പറഞ്ഞുപഠിപ്പിക്കേണ്ട സ്ഥിതിയുണ്ടായിരുന്നില്ല. അനുഭവം കൺമുന്നിലുണ്ടായിരുന്നു. വിജയനഗർ കോളനിയിലെ

മിക്ക വീട്ടുകാരുടെയും സ്ഥിതി ഇതായിരുന്നു. അതുകൊണ്ടാണ് എത്ര കഷ്ടപ്പെട്ടാലും സമരം തുടരണമെന്ന് തീരുമാനിച്ചത്. അതിന് ഫലം കിട്ടിയോ എന്ന് ചോദിച്ചാൽ ഞങ്ങളുടെ പക്കൽ ഉത്തരമില്ല''തങ്കവേലു സമരകാലം ഓർത്തെടുത്തു. കോളനിയിലെ തറവാട്ടുവീട് പൊളിച്ച് പുതിയ വീട് പണിയുകയാണ് തങ്കവേലു. മുന്നിൽ പഴയ കിണർ ഇപ്പോഴുമുണ്ട്. കോളയുടെ ഭൂജലമൂറ്റലും മലിനീകരണവും മൂലം വിഷമയമായ കിണർ ഇന്ന് പായലും ചെളിയും നിറഞ്ഞ് നാശത്തിന്റെ വക്കിലാണ്. അമ്മയുടെ മരണശേഷവും തങ്കവേലു പ്ലാച്ചിമട സമരത്തിന്റെ മുന്നണിയിൽ തന്നെയുണ്ട്. സമരപ്പന്തലിലും സമരങ്ങളിലും സജീവമായി ഇടപെടുന്നുമുണ്ട്.

പ്ലാച്ചിമടയിലെത്തുന്ന ഓരോ പരിസ്ഥിതിസ്നേഹിയും ഇന്നും മയിലമ്മയെക്കുറിച്ചാണ് ആദ്യം ചോദിക്കുന്നത്. അവർ മരിച്ചുവെന്നത് ആരും ഓർക്കുന്നില്ല. വെള്ളത്തിനും വായുവിനും പ്രകൃതിവിഭവങ്ങൾക്കും വേണ്ടി നടത്തുന്ന സമരങ്ങളിൽ സ്വയം ലയിച്ച് അതിന്റെ തേരാളിയാവുമ്പോൾ നിരക്ഷരതയുടെ മൂടുപടം താനെ അഴിഞ്ഞുവീഴുന്നു. അങ്ങനെ മയിലമ്മ ഒരിതിഹാസമായി മാറുകയായിരുന്നു. ജലചൂഷണം അവസാനിപ്പിച്ച് കൊക്കകോള കമ്പനി പൂട്ടിപ്പോയെങ്കിലും മയിലമ്മയുടെ സ്വപ്നം പൂർണമായി സാക്ഷാത്കരിക്കപ്പെട്ടില്ല എന്നത് വേദനാജനകമാണ്. പ്ലാച്ചിമടയുടെ മണ്ണും മനസ്സും വായുവും വെള്ളവും മലിനപ്പെടുത്തിയ കോളക്കമ്പനിയിൽ നിന്നും നഷ്ടപരിഹാരം വാങ്ങിയെടുക്കാത്തിടത്തോളം മയിലമ്മയുടെ ആത്മാവിന് ശാന്തി ലഭിക്കുകയില്ല.

വീട്ടിലെ കിണറിന് മുന്നിൽ മയിലമ്മയുടെ മകൻ തങ്കവേലു

സമരം നെഞ്ചിലേറ്റി കന്നിയമ്മ

ഓലമേഞ്ഞ, ചാണകം കൊണ്ട് നിലം മെഴുകിയ പ്ലാച്ചിമട സമരപന്തലിലെ നിറസാന്നിധ്യമാണ് വിജയനഗർ കോളനിയിലെ കന്നിയമ്മ. 80-നോട് അടുത്തെങ്കിലും പ്രായം എത്രയെന്ന ചോദ്യത്തിന് കൃത്യമായ ഉത്തരം പറയാൻ പോലും അറിയാത്ത ആദിവാസി മുത്തശ്ശി. 15 വർഷമായി ഈ പന്തലാണ് കന്നിയമ്മയുടെ വീട്. രാവിലെ വന്ന് സമരപന്തൽ അടിച്ചുവാരി വൃത്തിയാക്കുന്നതിൽ തുടങ്ങും അവരുടെ സമരം. ഒന്നും കിട്ടാനില്ലെന്ന് അറിഞ്ഞിട്ടും കുടിവെള്ളത്തിന് വേണ്ടി, കൊക്കകോളയുടെ ഭൂജലമൂറ്റലിനെതിരെ പ്ലാച്ചിമടയിൽ നിന്നും അവർ ഇന്ദ്രപ്രസ്ഥം വരെ സമരം നയിച്ചു. പ്രായവും ദാരിദ്ര്യവും തളർത്തിയിട്ടും പ്ലാച്ചിമടയുടെ ഈ അമ്മക്ക് പോരാട്ടവീറ് ഒട്ടും കുറഞ്ഞിട്ടില്ല. കന്നിയമ്മയ്ക്ക് സമരപ്പന്തൽ രണ്ടാംവീടാണ്. പതിവുപോലെ കന്നിയമ്മ എത്തി. മുഷിഞ്ഞ ചേലയുടുത്ത്, വെറ്റിലമുറുക്കി ഒരു നിയോഗം പോലെ. 15 വർഷം മുമ്പ് സമരപ്പന്തലിന്റെ ആദ്യകാൽ നാട്ടുമ്പോഴും ഈ അമ്മയുണ്ടായിരുന്നു. സമരത്തെക്കുറിച്ച് വിസ്തരിക്കാൻ പറഞ്ഞപ്പോൾ അവർക്ക് നൂറ് നാവായിരുന്നു.

“കൊക്കകോള കമ്പനിയുടെ മതിൽക്കെട്ടിനോട് ചേർന്നുള്ള വിജയനഗർ കോളനിയിലെ പഞ്ചായത്ത് കിണർ വറ്റിയപ്പോഴാണ് ഞങ്ങൾ പ്രതിഷേധവുമായി ആദ്യം രംഗത്തുവന്നത്. പ്ലാച്ചിമടയിലും വേലൂരും മാധവൻനായർ കോളനിയിലും ഉള്ളവരെല്ലാം കുടിവെള്ളം എടുത്തിരുന്നത് ഈ പഞ്ചായത്ത് കിണറിൽ നിന്നായിരുന്നു. നല്ല ശുദ്ധമായ വെള്ളം. കമ്പനി പ്രവർത്തനം തുടങ്ങിയതോടെ ഒരു ദിവസം കിണർ വറ്റാൻ തുടങ്ങി. ഉള്ള വെള്ളത്തിന് നല്ല നാറ്റം. വായിൽ വയ്ക്കാൻ പറ്റാത്തത്രയും ചീത്തയായതോടെ പ്രതിഷേധവുമായി വരികയായിരുന്നു. സമരത്തിന് തുടക്കമിട്ടത് പെണ്ണുങ്ങളായിരുന്നു. ഞാനും മുത്തുലക്ഷ്മിയും മയിലയും അംശവേണിയും സരസ, പാർവതി, മയിലാത്ത, പാപ്പമ്മ, ശെൽവി, പഴണ, ഭാഗ്യ എന്നിവരാണ് ആദ്യം കമ്പനിപ്പടിക്കൽ സമരത്തിനെത്തിയത്. കുടവുമേന്തി നടത്തിയ സമരത്തിന്റെ പ്രധാന ആവശ്യം കുടിക്കാൻ വെള്ളം തരുക എന്നതായിരുന്നു. പഞ്ചായത്തിനും

ഉദ്യോഗസ്ഥർക്കും മുമ്പിൽ പലതവണ ആവശ്യപ്പെട്ടിട്ടും ഞങ്ങൾക്ക് വെള്ളം തരാൻ ആരും തയ്യാറായില്ല. അങ്ങനെയാണ് അനിശ്ചിതകാല സമരത്തിലണിനിരന്നത്. അന്നുമുതൽ ഇന്നുവരെ സമരത്തിലുണ്ട്. സമരം ചെയ്തത് ഞങ്ങളാണ്. ഞങ്ങൾ ആ കടമ നിറവേറ്റി. പക്ഷെ നഷ്ടപരിഹാരം തരേണ്ടതും കോളയ്ക്കെതിരെ നടപടിയെടുക്കേണ്ടതും സർക്കാരുകളല്ലെ. ഞങ്ങൾക്കതിന് ശേഷിയില്ല. പക്ഷേ ആരും ഒന്നും ചെയ്യുന്നില്ലല്ലോ. നഷ്ടപരിഹാരം കിട്ടുമെന്ന് കുറെക്കാലമായി പറയുന്നു. അതിലും തീരുമാനമുണ്ടായിട്ടില്ല''- ഉള്ളിലെ ക്ഷോഭം ഒതുക്കി കന്നിയമ്മ പറഞ്ഞവസാനിപ്പിച്ചു.

മയിലമ്മയ്ക്ക് ശേഷം പ്ലാച്ചിമട സമരത്തിന്റെ പ്രതീകമായി മാറി ഈ അമ്മ. പ്ലാച്ചിമട നഷ്ടപരിഹാര ട്രിബ്യൂണൽ ബില്ലിന് അനുമതി

അടച്ചുപൂട്ടിയ കൊക്കകോള കമ്പനിക്ക് മുന്നിൽ കന്നിയമ്മ

നൽകണമെന്നാവശ്യപ്പെട്ട് ഡൽഹിയിൽ നടത്തിയ പാർലമെന്റ് മാർച്ചിന്റെ മുന്നണിയിൽ കന്നിയമ്മയുണ്ടായിരുന്നു. ഏകതാപരിഷത്തിന്റെ ഭൂസമരത്തിലും പങ്കെടുത്തു. പ്ലാച്ചിമട സമരസമിതി സംസ്ഥാനതലത്തിൽ നടത്തിയ ജലാധികാര യാത്രയിലും മറ്റു പ്രക്ഷോഭങ്ങളിലും കന്നിയമ്മ പ്രായം മറന്നും സാന്നിധ്യമായി. പുഴയും ജലവും സംരക്ഷിക്കാൻ കേരളത്തിൽ നടത്തുന്ന സമരങ്ങളിലെല്ലാം പ്ലാച്ചിമട വിശേഷങ്ങളുമായി കന്നിയമ്മ എത്തുന്നുണ്ട്. പ്ലാച്ചിമടക്കാർക്ക് നഷ്ടപരിഹാരം നൽകണമെന്ന മിനിമം ബാധ്യതയിൽ നിന്നും കൊക്കകോളയും സർക്കാരും രാഷ്ട്രീയ പാർട്ടികളും ഓടിയൊളിക്കുമ്പോൾ കന്നിയമ്മയെ പോലുള്ളവരുടെ ജീവിത ദുരിതത്തിന് എന്നാണ് അറുതിയുണ്ടാവുക.

കോളയെ ശപിച്ച് ഷാഹുൽഹമീദ്

പ്ലാച്ചിമടയിൽ കോളവിരുദ്ധ സമരം ഇരമ്പിയിരുന്ന കാലത്ത് സമരപ്പന്തലിലെ നിത്യസാന്നിധ്യമായിരുന്നു ഷാഹുൽഹമീദ്. നാലേക്കർ വരുന്ന നെൽപ്പാടം കോളക്കമ്പനിയുടെ പ്രവർത്തനം മൂലം തരിശിടേണ്ടി വന്നതിന്റെ രോഷം മുഴുവൻ പ്രകടിപ്പിച്ച് സൈക്കിളിൽ പാഞ്ഞുനടന്നൊരു പാവം കർഷകൻ. കമ്പനിക്ക് സമീപം താമസിക്കുന്ന പി.വി. ഷാഹുൽ ഹമീദിന്റെ കൃഷിയിടത്തിൽ സമൃദ്ധമായി നെല്ല് വിളഞ്ഞൊരു കാലമുണ്ടായിരുന്നു. കമ്പാലത്തറ ഏരിക്കും മൂലത്തറ കനാലിനും സമീപത്തായതിനാൽ ഷാഹുൽഹമീദിന്റെ പറമ്പിലെ കിണർ എന്നും ജലസമൃദ്ധമായിരുന്നു. അഞ്ച് എച്ച്.പി മോട്ടർ ഉപയോഗിച്ച് ദിവസവും 14 മണിക്കൂർ വരെ പമ്പ് ചെയ്തിരുന്ന കിണർ. പക്ഷേ, കമ്പനി പ്രവർത്തനം തുടങ്ങിയതോടെ കിണർ വറ്റിത്തുടങ്ങി. പിന്നെ നെൽക്കതിർ ഈ പാടത്ത് വിളഞ്ഞിട്ടില്ലെന്ന് ഷാഹുൽഹമീദ് സങ്കടത്തോടെ പറയുമായിരുന്നു. 30 അടി താഴ്ചയുള്ള കിണറിൽ നിന്നും വീട്ടാവശ്യത്തിനുള്ള വെള്ളം പോലും കിട്ടാത്ത സ്ഥിതി വന്നു. വെള്ളമില്ലാതായതോടെ നെൽക്കൃഷിക്ക് പകരം നിലക്കടല കൃഷിയിറക്കി. ആവശ്യത്തിന് നനയ്ക്കാൻ കഴിയാത്തതിനാൽ വിളവ് ഗണ്യമായി കുറഞ്ഞു. നെൽക്കൃഷി കൊണ്ട് മാന്യമായി ജീവിച്ചിരുന്ന കുടുംബം അങ്ങനെ ദാരിദ്ര്യം എന്തെന്ന് അറിയുന്ന സ്ഥിതി വരെയെത്തി. കൊക്കകോളയ്ക്കെതിരെ ആദ്യം പ്രതികരിച്ച് തുടങ്ങിയത് ഷാഹുൽ ഹമീദായിരുന്നു. അധികൃതർ ചെവി കൊണ്ടില്ല. ആരും സഹായിക്കാനും വന്നില്ല. കോർപ്പറേറ്റിനോട് പൊരുതാനുള്ള ശേഷിയില്ലാത്തതിനാൽ നിശ്ശബ്ദമായി എല്ലാം സഹിക്കുകയായിരുന്നുവെന്ന്

ഷാഹുൽഹമീദ്

ഷാഹുൽഹമീദ് പറഞ്ഞിരുന്നു. എന്നും സമരത്തിന്റെ മുന്നണിയിൽ ഈ പാവം കർഷകനുണ്ടായിരുന്നു. പരിശോധനക്കെത്തുന്ന ഉദ്യോഗസ്ഥർക്ക് മുന്നിൽ പ്ലാച്ചിമടക്കാരുടെ ദുരവസ്ഥ വിശദീകരിക്കാനും വേണ്ടിവന്നാൽ കയർത്തുസംസാരിക്കാനും മടിയില്ലാതിരുന്ന കർഷകൻ. സമരത്തിന്റെ അന്തിമഫലത്തിനുവേണ്ടിയുള്ള പോരാട്ടത്തിൽ ഷാഹുൽഹമീദ് ഇന്ന് നമ്മോടൊപ്പമില്ല.

ഷാഹുൽഹമീദിനെ പോലെ കൊക്കകോളയുടെ ഇരകളായി ജീവിതം വഴിമുട്ടിയ നിരവധി പേരുണ്ട് പ്ലാച്ചിമടയിൽ. വേലൂർ കോളനിയിലെ സ്വാമി നാഥൻ അവരിലൊരാളാണ്. കൊക്കകോള വിരുദ്ധ സമരസമിതിയുടെ ആദ്യ കൺവീനർ. കമ്പനി പൂട്ടിപ്പോവുന്നത് വരെ സമരത്തെ നയിച്ച വരിൽ ഒരാൾ. കോളനിവാസികളെ സംഘടിപ്പിക്കാൻ മുന്നിലുണ്ടായി രുന്ന ആദിവാസി സംരക്ഷണ സംഘം നേതാവായിരുന്നു സ്വാമിനാഥൻ. അനിശ്ചിതകാല സമരം തുടങ്ങിയതോടെ സമരത്തിന്റെ കൺവീനറു മായി. 2016-ൽ സ്വാമിനാഥനും വിടപറഞ്ഞു. ആദ്യകാലത്ത് സമരത്തിന്റെ മുന്നണിയിലുണ്ടായിരുന്ന അലിയാർ രാംദാസും ഇന്നില്ല. ഇവരുൾപ്പെടെ സമരകാലഘട്ടത്തിനിടെ മരിച്ച 50-ഓളം പേർക്കും പ്ലാച്ചിമടയെക്കുറിച്ചും സമരത്തെക്കുറിച്ചും ഒരുപാട് പ്രതീക്ഷകളുണ്ടായിരുന്നു. അവരുടെ സ്വപ്നങ്ങൾ യാഥാർത്ഥ്യമാവാൻ കാലം കുറെ വേണ്ടിവരുമെന്ന് മാത്രം.

പരിസ്ഥിതി പഠനത്തിന്റെ സൽസബീൽ മാതൃക

പ്ലാച്ചിമട സമരത്തിന്റെ നാളുകളിൽ സമരപ്പന്തലിലും ജലസമ്മേളന വേദിയിലും ആവേശത്തോടെ സ്വാഗതഗാനം പാടിനടന്നൊരു വിദ്യാർത്ഥി സംഘത്തെ ഒരിക്കലും മറക്കാനാവില്ല. അവരെ നയിച്ച പി.ടി.എം. ഹുസൈൻ എന്ന പരിസ്ഥിതി പ്രവർത്തകനെയും. ഏതു ചടങ്ങിലും "വരിക വരിക സഹജരെ സഹനസമര സമയമായ്" എന്ന സമരഗാനം പാടിനടക്കുന്ന തൃശ്ശൂരിലെ മുണ്ടൂരിലുള്ള സൽസബീൽ സ്കൂൾ കുട്ടികളായിരുന്നു അത്. സി.ബി.എസ്.ഇ സിലബസ് പഠിപ്പിക്കുന്ന സ്കൂളായിട്ടും അതിന്റെ പൊങ്ങച്ചങ്ങൾക്കും പരിഷ്കാരങ്ങൾക്കും കൂട്ടുനിൽക്കാതെ പ്രകൃതിയെയും പരിസ്ഥിതിയെയും സ്നേഹിക്കാനും സമൂഹത്തിനൊപ്പം നിൽക്കാനും പഠിച്ച കുട്ടികളായിരുന്നു അവർ. വിജ്ഞാനം

എൻ. എ. പി. എം മാർച്ചിന് തുടക്കംകുറിച്ച്
പ്ലാച്ചിമടയിൽ നടന്ന സമ്മേളനത്തിൽ സൽസബീൽ സ്കൂളിലെ
കുട്ടികൾ സ്വാഗതഗാനം ആലപിക്കുന്നു.

ആർജിക്കുക എന്നതിനപ്പുറം തങ്ങൾക്ക് ലഭിച്ച അറിവ് മറ്റുള്ളവരിലേക്ക് പകരാനും സമൂഹത്തോടുള്ള കടമ നിറവേറ്റുന്നതിനും ഉതകുന്നതാവണം യഥാർത്ഥ വിദ്യാഭ്യാസമെന്ന് വിശ്വസിക്കുകയും അതിനൊത്ത് പഠന സംവിധാനം ചിട്ടപ്പെടുത്തുകയും ചെയ്തതാണ് സൽസബീലിനെ വ്യത്യസ്തമാക്കുന്നത്. നർമദ സമരഭൂവിൽ നിന്നും തുടങ്ങി പ്ലാച്ചിമട യിലും ഒട്ടനവധി പരിസ്ഥിതി ജനകീയ കൂട്ടായ്മ വേദികളിലും സൽ സബീലിന്റെ വിദ്യാർത്ഥികളും അധ്യാപകനുതുല്യം അവർ സ്നേഹി ക്കുന്ന മാനേജർ ഹുസൈനും സജീവമാവുന്നത് അങ്ങനെയാണ്. പ്ലാച്ചി മട സമരത്തിന്റെ നാൾവഴികളിലെല്ലാം ഈ കുട്ടികളുണ്ടായിരുന്നു. അവരുടെ പാട്ടുകളും.

പി.ടി.എം. ഹുസൈൻ മാനേജിങ് ട്രസ്റ്റിയായ സൽസബീൽ സ്കൂൾ പരിസ്ഥിതി രംഗത്ത് ആദ്യചുവട് വയ്ക്കുന്നത് 16 വർഷം മുമ്പാണ്. നർ മദ നദിയിൽ കൂറ്റൻ അണക്കെട്ട് നിർമ്മിക്കുന്നതിനെതിരെ തദ്ദേശീയരായ ആദിവാസികളെ പങ്കെടുപ്പിച്ച് മേധാ പട്കർ നടത്തിയ ജലസമാധി സമരത്തെക്കുറിച്ച് മാധ്യമങ്ങളിൽ വാർത്ത കണ്ടതാണ് തുടക്കം. ആ സമരത്തോട് ഐക്യദാർഢ്യം പ്രഖ്യാപിക്കാൻ ഹുസൈനും കുട്ടികളും തീരുമാനിച്ചു. വാർത്ത വന്നതിന്റെ പിറ്റേദിവസം സ്കൂളിൽ മൂന്നു മുതൽ പത്തുവരെ ക്ലാസ്സിൽ പഠിക്കുന്ന 100 കുട്ടികളുമായി തൃശ്ശൂർ കളക്ട്രേറ്റിന് മുന്നിൽ ഉപവാസസമരം നടത്തി. രാവിലെ ഒമ്പത് മുതൽ അഞ്ചുവരെ യായിരുന്നു സമരം. കുരുന്നു വിദ്യാർത്ഥികൾ നടത്തിയ സമരം അന്ന് ഏറെ ശ്രദ്ധിക്കപ്പെട്ടു. വിവിധ പരിസ്ഥിതി-മനുഷ്യാവകാശ സംഘടന കൾ സ്കൂളിന് പിന്തുണയുമായെത്തിയതോടെ വിവരം മേധാപട്കറുടെ ശ്രദ്ധയിലുമെത്തി. ഐക്യദാർഢ്യത്തിന് നന്ദി അറിയിച്ച് മേധാപട്കർ

സൽസബീലിലെ കുട്ടികൾക്കൊപ്പം മേധാ പട്കർ

സ്കൂളിനയച്ച കത്ത് ഈ രംഗത്ത് കൂടുതൽ സജീവമാവാൻ പ്രചോദന മായി. ഈ ഘട്ടത്തിൽ തന്നെയാണ് പ്ലാച്ചിമട സമരവും തുടങ്ങുന്നത്. സമരത്തിന്റെ തുടക്കത്തിൽ കമ്പനിക്ക് മുന്നിൽ ധർണ നടത്തിയ സമര ക്കാരെ പൊലീസ് ക്രൂരമായി തല്ലിച്ചതച്ച സംഭവമുണ്ടായിരുന്നു. ഈ വാർത്തയറിഞ്ഞാണ് സൽസബീലിലെ 50 കുട്ടികൾ ആദ്യമായി പ്ലാച്ചി മടയിലെത്തുന്നത്. അവർ സമരപ്പന്തലിലും സമീപ കോളനികളും സന്ദർശിച്ച് ജനങ്ങൾ അനുഭവിക്കുന്ന ദുരിതങ്ങളെക്കുറിച്ച് വിവര ശേഖരണം നടത്തി. 2003-ലെ റിപ്പബ്ലിക് ദിനത്തിൽ മേധാപട്കറുടെ നേതൃ ത്വത്തിൽ പ്ലാച്ചിമടയിൽ നിന്നും അയോധ്യയിലേക്ക് നടത്തിയ ദേശീയ പ്രക്ഷോഭ ജാഥയുടെ ഉദ്ഘാടനവേദിയിൽ സൽസബീലിലെ 200-ഓളം കുട്ടികൾ പങ്കെടുത്തു. മേധാപട്കറെയും സിദ്ധരാജ് ദദ്ധയെയും വര വേൽക്കാൻ കുട്ടികൾ ആലപിച്ച സ്വാഗതഗാനത്തെ ആവേശപൂർവമാണ് സമരക്കാർ സ്വീകരിച്ചത്. രാജ്യത്തെ രക്ഷിക്കൂ, രാജ്യത്തെ നിർമ്മിക്കൂ എന്ന സന്ദേശമുയർത്തി നടത്തിയ അയോധ്യ മാർച്ചിൽ സ്കൂളിലെ 45 കുട്ടികൾ പങ്കെടുക്കുകയും കന്യാകുമാരി വരെ അനുഗമിക്കുകയും ചെയ്തു. മാർച്ചിന്റെ സമാപനവേദിയായ അയോധ്യയിലും 25 പേരട ങ്ങുന്ന സൽസബീൽ സംഘം ഐക്യദാർഢ്യവുമായെത്തി. നർമ്മദാ തീരത്തും ഈ കുട്ടികൾ സമരാവേശം പകർന്ന് നിരവധി തവണ എത്തി യിരുന്നു.

പി.ടി.എം ഹുസൈന്റെ നേതൃത്വത്തിൽ കിരാലൂരിൽ സൽസബീൽ ഗ്രീൻ സ്കൂൾ എന്ന പേരിലാണ് ഇപ്പോൾ സ്കൂൾ പ്രവർത്തിക്കുന്നത്. എൽ.കെ.ജി മുതൽ പത്താംക്ലാസ്സ് വരെ ഓരോ ക്ലാസ്സിലും 20 കുട്ടികൾ എന്ന രീതിയിൽ 200 കുട്ടികളാണ് സ്കൂളിലുള്ളത്. പരിസ്ഥിതി- സാമൂഹിക വിഷയങ്ങളിലുള്ള തന്റെ നിലപാട് കൃത്യമായി വ്യക്തമാക്കി യാണ് സ്കൂളിലേക്ക് കുട്ടികളെ ചേർക്കുന്നതെന്ന് പി.ടി.എം. ഹുസൈൻ പറഞ്ഞു. ബദൽ സ്കൂൾ എന്ന മാതൃകയിൽ പഠനത്തിനൊപ്പം സമൂഹ ത്തിലും ജീവിതത്തിലും കുട്ടികൾ ഇടപെടേണ്ടതിന്റെ ആവശ്യകത രക്ഷി താക്കളെ ബോധ്യപ്പെടുത്തിയാണ് പ്രവേശനം നൽകുന്നത്. അങ്ങനെ സമരങ്ങളിലുള്ള പങ്കാളിത്തവും പിന്തുണയും പഠനത്തിന്റെ ഭാഗമാക്കി മാറ്റിയതോടെ രക്ഷിതാക്കളുടെ പൂർണസഹകരണവും ലഭിച്ചു. ഒപ്പം കുട്ടികളെ സേവന സജ്ജരാക്കാനും സാധിച്ചു.

പ്ലാച്ചിമട സമരാനുഭവത്തിന്റെ വെളിച്ചത്തിൽ സംസ്ഥാനത്തിന്റെ വിവിധ ഭാഗങ്ങളിൽ നടന്ന ജനകീയ സമരങ്ങളിൽ സൽസബീലിലെ കുട്ടികൾ പങ്കെടുക്കുന്നുണ്ട്. തൃശ്ശൂരിലെ ലാലൂർ, കാതിക്കുടം സമര ങ്ങൾ ചിലതുമാത്രം. രാജ്യത്തെ നടുക്കിയ സുനാമി ദുരന്തത്തിൽ നാഗപട്ടണത്തും ഉത്തരാഖണ്ഡിൽ പ്രളയം ദുരന്തം വിതച്ചപ്പോഴും സഹായഹസ്തവുമായി സൽസബീലിലെ കുട്ടികൾ അവിടങ്ങളിൽ എത്തിയിരുന്നു. മേധാപട്കറോട് വല്ലാത്തൊരു സ്നേഹമാണ് ഈ കുട്ടികൾക്ക്. 2014-ലെ ലോക്സഭാ തെരഞ്ഞെടുപ്പിൽ മുംബൈയിൽ മേധ

മത്സരിച്ചപ്പോൾ സൽസബീലിലെ കുട്ടികൾ തുടക്കം മുതൽ അവസാനം വരെ പ്രചാരണ രംഗത്ത് സജീവമായി പങ്കെടുത്തിരുന്നു. വേൾഡ് വിഷന്റേതുൾപ്പെടെ നിരവധി അവാർഡുകൾ സ്കൂളിന് ലഭിച്ചു. അതിനെക്കാൾ ഉപരി സൽസബീലിന്റെ പ്രവർത്തന മാതൃക മനസ്സിലാക്കാൻ ഓരോ വർഷവും രാജ്യത്തെ വിവിധ ഭാഗങ്ങളിൽ നിന്നും നിരവധി പേരാണ് സ്കൂളിലെത്തുന്നത്. ജീവിതവുമായി ബന്ധപ്പെട്ടുള്ള പഠനരീതി എന്നർത്ഥത്തിലാണ് സ്കൂളിന്റെ പേരിനൊപ്പം ഗ്രീൻ എന്നു ചേർത്തതെന്ന് ഹുസൈൻ പറയുന്നു. നാഷണൽ അലയൻസ് ഫോർ പീപ്പിൾസ് മൂവ്മെന്റ് (എൻ. എ. പി. എം)സംഘടനയുടെ സംസ്ഥാന കൺവീനറും പ്ലാച്ചിമട ഐക്യദാർഢ്യസമിതി എക്സിക്യൂട്ടീവ് അംഗവുമാണ് ഹുസൈൻ.

ഭാഗം മൂന്ന്

രഹസ്യങ്ങളുടെ വെളിപ്പെടുത്തൽ

നന്ദു ബാനർജിയും വെളിപ്പെടുത്തലും

അറിയപ്പെടുന്ന പത്രപ്രവർത്തകനാണ് നന്ദു ബാനർജി. സർവോപരി ഹിന്ദുസ്ഥാൻ കൊക്കകോള കമ്പനിയുടെ പബ്ലിക് റിലേഷൻസ് ഡയറക്ടറുമായിരുന്നു. 2001 മുതൽ 2004 വരെ പ്ലാച്ചിമട സമരത്തിന്റെ നിർണായക കാലഘട്ടത്തിൽ കോളയുടെ കമ്മ്യൂണിക്കേഷൻസ് വിഭാഗം നിയന്ത്രിച്ചിരുന്നത് ബാനർജിയായിരുന്നു. 14 വർഷത്തെ പ്രവാസകാലഘട്ടത്തിന് ശേഷം ഇന്ത്യയിൽ മടങ്ങിയെത്തിയ കൊക്കകോള കമ്പനിയുടെ കോർപ്പറേറ്റ് ചതിക്കുഴികളെക്കുറിച്ച് കമ്പനി ഡയറക്ടറായിരുന്ന നന്ദു ബാനർജി നടത്തിയ വെളിപ്പെടുത്തലുകൾ ഏറെ വിവാദങ്ങൾക്ക് തിരികൊളുത്തി. കൊക്കകോളയിൽ നിന്നും പടിയിറങ്ങിയ ശേഷം നന്ദു ബാനർജി 2009-ൽ എഴുതിയ 'ദി റിയൽ തിങ് കോക്ക്സ് ബമ്പി റൈഡ് ത്രൂ ഇന്ത്യ' എന്ന പുസ്തകത്തിലൂടെ കമ്പനിയുടെ അന്തർരഹസ്യങ്ങളെല്ലാം വെളിപ്പെടുത്തി. മലയാളിയായ സിങ്കപ്പൂർ ബിസിനസ്സുകാരൻ രാജൻപിള്ളയുടെ കമ്പനിയുമായി സംയുക്തസംരംഭമായി കൊക്കകോള ഇന്ത്യയിൽ വന്നതിനെക്കുറിച്ചും പ്ലാച്ചിമടയിൽ ഉൾപ്പെടെ നടത്തിയ അനിയന്ത്രിതമായ ഭൂജലചൂഷണത്തെക്കുറിച്ചും ഒട്ടും ഗുണമേൻമയില്ലാത്ത, കീടനാശിനി കലർന്ന ശീതളപാനീയ വില്പനയെക്കുറിച്ചുമെല്ലാം ബാനർജി പുസ്തകത്തിലൂടെ പുറംലോകത്തെത്തിച്ചു. പ്ലാച്ചിമട സമരവും സുനിത നരെയ്നിന്റെ സെന്റർ ഫോർ സയൻസ് ആന്റ് എൻവയൺമെന്റ് പുറത്തുവിട്ട ശീതളപാനീയങ്ങളിലെ കീടനാശിനി സാന്നിധ്യത്തെക്കുറിച്ചുമുള്ള പഠനറിപ്പോർട്ടുമാണ് പുസ്കത്തിന്റെ മുഖ്യവിഷയം. രണ്ടാംവരവിൽ കൊക്കകോളയുടെ ഇന്ത്യയിലെ പ്രവർത്തനം ഒട്ടും ശരിയായിരുന്നില്ലെന്ന് വസ്തുനിഷ്ഠമായി തെളിയിക്കുന്നതിനാണ് ബാനർജി ശ്രമിച്ചത്. ഒപ്പം ബഹുരാഷ്ട്ര കുത്തകകളായ കോർപ്പറേറ്റ് കമ്പനികൾ നടത്തുന്ന നിയമലംഘനങ്ങളെക്കുറിച്ചും അദ്ദേഹം വിശദീകരിച്ചു. പ്ലാച്ചിമടയിൽ സമരം കത്തിനിൽക്കുന്ന ഘട്ടത്തിൽ കമ്പനിയെ ന്യായീകരിക്കാൻ മുന്നിലുണ്ടായിരുന്ന നന്ദു ബാനർജി ജോലി രാജിവെച്ചശേഷം കുറ്റബോധം കൊണ്ടാവാം ഒരു പക്ഷേ, പുസ്തകമെഴുതിയത്.

2009 മെയ് 29-നാണ് പുസ്തകം പ്രകാശനം ചെയ്യുന്നത്. ആദ്യം കൊൽക്കത്തയിൽ മഹാശ്വേതാദേവിയും പിന്നീട് ഡൽഹിയിൽ

ഡോ. വന്ദന ശിവയുമാണ് പ്രകാശനം നിർവഹിച്ചത്. താൻ ഇത്തരമൊരു പുസ്തകം എഴുതിയില്ലായിരുന്നെങ്കിൽ 30 വർഷത്തെ തന്റെ പത്രപ്രവർത്തന ജീവിതം നിരർത്ഥകമായിരിക്കുമെന്ന ഓർമ്മപ്പെടുത്തലോടെയാണ് നന്ദു ബാനർജി പുസ്തകത്തിലേക്ക് കടക്കുന്നത്. കൊക്കകോളയും രാജൻപിള്ളയുടെ കമ്പനിയും തമ്മിലുണ്ടായിരുന്ന ബിസിനസ്സ് രഹസ്യങ്ങളുടെ ഉള്ളടക്കം ബാനർജിയുടെ പുസ്തകത്തിലൂടെയാണ് വെളിപ്പെടുന്നത്. മലയാളിയായ സിങ്കപ്പൂർ വ്യവസായിയും ബ്രിട്ടാനിയ ഇൻഡസ്ട്രീസ് ലിമിറ്റഡ് ചെയർമാനും ബിസ്ക്കറ്റ് രാജാവ് എന്ന പേരിൽ അറിയപ്പെടുന്നയാളുമായ ജെ.എം. രാജൻപിള്ളയുടെ ജെ.എം.ആർ.പി.സി.ഒ ലിമിറ്റഡ് കമ്പനിയുമായി സഹകരിച്ച് കൊക്കകോള സൗത്ത് ഏഷ്യ ഹോൾഡിങ് കമ്പനി എന്ന പേരിലാണ് രണ്ടാമത് ഇന്ത്യയിലെത്തുന്നത്. ഉദാരവത്കരണ സാമ്പത്തിക നയത്തിന്റെ ഭാഗമായി എത്തിയ കൊക്കകോളയ്ക്ക് രാജൻപിള്ളയുടെ കമ്പനിയിൽ 40 ശതമാനം ഷെയറാണ് ഉണ്ടായിരുന്നത്. 1993-ൽ കമ്പനിയിലെ 60 ശതമാനം ഷെയറുകളും കൊക്കകോള കൈക്കലാക്കിയെന്ന് പറയുന്നു. ഇതിനിടെ രാജൻപിള്ള സിങ്കപ്പൂരിലുണ്ടായ സാമ്പത്തിക കുറ്റാരോപണ കേസിൽ ഇന്ത്യയിലേക്ക് നാടുകടത്തപ്പെടുകയും 1995-ൽ തിഹാർ ജയിലിലിരിക്കെ മതിയായ ചികിൽസ കിട്ടാതെ മരിക്കുകയും ചെയ്തു. കൊക്കകോളയുടെ വഞ്ചനയ്ക്കെതിരെ ഭാര്യ നീന പിള്ള നിരുപാധികം മാപ്പും 100 കോടി രൂപ

നന്ദു ബാനർജിയുടെ പുസ്തകം
മഹാശ്വേതാ ദേവി പ്രകാശനം ചെയ്യുന്നു

നഷ്ടപരിഹാരവും ആവശ്യപ്പെട്ട് കൊക്കകോളക്കെതിരെ കേസ് നൽകിയത് ബാനർജി പുസ്തകത്തിൽ വിശദമായി പ്രതിപാദിച്ചിട്ടുണ്ട്. ഇന്ത്യയിലേക്കുള്ള രണ്ടാംവരവിന് രാജൻപിള്ളയെ കൊക്കകോള കമ്പനി ഉപയോഗിക്കുകയായിരുന്നുവെന്നും നന്ദു ബാനർജി എടുത്തുപറയുന്നുണ്ട്. എന്നിരുന്നാലും കൊക്കകോള രാജൻപിള്ളയുടെ കമ്പനിയുമായി അടുത്തതിനെ നന്ദു ബാനർജി ഒരിക്കലും അംഗീകരിക്കുന്നില്ല. കൊക്കകോളയുടെ പ്രതിച്ഛായ മോശമാക്കുന്ന ഇടപാടായിരുന്നു ഇതെന്നാണ് ബാനർജിയുടെ നിലപാട്.

പ്ലാച്ചിമടയിൽ കൊക്കകോള നടത്തിയ ഭൂജലചൂഷണവും തുടർന്ന് ശീതളപാനീയങ്ങളിൽ കീടനാശിനി അംശം കണ്ടെത്തിയ സുനിതാ നരെയ്നിന്റെ റിപ്പോർട്ടുമാണ് അടുത്തതായി ബാനർജി വിശദീകരിക്കുന്നത്. കൊക്കകോള പോലുള്ള ബഹുരാഷ്ട്ര കമ്പനികൾ അവരുടെ പണവും സ്വാധീനവും ഉപയോഗിച്ച് അതത് രാജ്യങ്ങളിലെ നിയമങ്ങളെ ചങ്ങലയ്ക്കിട്ട് പണം കൊയ്യുകയാണെന്ന് പ്ലാച്ചിമടയെ ഉദാഹരിച്ച് ബാനർജി സാക്ഷ്യപ്പെടുത്തുന്നു. പ്ലാച്ചിമടയിൽ ജനങ്ങളെ ഒന്നാകെ വഞ്ചിക്കുന്ന ഭൂജലചൂഷണമാണ് നടത്തിയത്. അതിനൊപ്പം കമ്പനി നിക്ഷേപിച്ച മാലിന്യങ്ങൾ കുടിവെള്ളത്തെ മലിനവുമാക്കി. ഭൂജല ലഭ്യതയെക്കുറിച്ച് ഒരുതരത്തിലുള്ള സാധ്യതാപഠനവും നടത്താതെയാണ് പ്ലാച്ചിമടയിൽ പ്ലാന്റ് സ്ഥാപിച്ചതെന്നും സ്ഥിരം വരൾച്ചാമേഖലയായ സ്ഥലത്ത് ഫാക്ടറി സ്ഥാപിക്കാനുള്ള തീരുമാനം തെറ്റായിരുന്നുവെന്നും നന്ദു ബാനർജി പറയുന്നു. പ്ലാച്ചിമട സമരം ശക്തമായിരുന്ന സമയത്താണ് സുനിത നരെയ്നിന്റെ സി.എസ്.ഇ എന്ന സ്ഥാപനം കൊക്കകോളയുടെയും പെപ്സിയുടെയും കുപ്പിവെള്ളത്തിലും ശീതളപാനീയങ്ങളിലും അപകടകരമായ അളവിൽ കീടനാശിനി അംശം കലർന്നിട്ടുണ്ടെന്ന റിപ്പോർട്ട് പുറത്തുവിട്ടത്. ഇതിനെ നന്ദു ബാനർജിയും അംഗീകരിക്കുന്നു. ശീതളപാനീയങ്ങളിലെ അനുവദനീയമായ കീടനാശിനി സാന്നിധ്യം സംബന്ധിച്ചുള്ള യൂറോപ്യൻ യൂണിയന്റെ അടിസ്ഥാന അളവിന്റെ 45 ഇരട്ടി അധികമാണ് ഇന്ത്യയിൽ വില്പന നടത്തുന്ന കൊക്കകോളയുടെ പാനീയത്തിലുള്ളതെന്ന സി. എസ്. ഇ റിപ്പോർട്ട് നന്ദു ബാനർജിയും ശരിവയ്ക്കുന്നു. ശക്തമായ ഭക്ഷ്യസുരക്ഷാ നിയമത്തിന്റെ അഭാവമാണ് ഇന്ത്യയുടെ യഥാർത്ഥ പ്രശ്നമെന്ന് ബാനർജി ചൂണ്ടിക്കാട്ടി. ഗുണമേൻമയുള്ള ഉത്പന്നങ്ങളുടെ വിതരണ കാര്യത്തിൽ കൊക്കകോളക്ക് ഇരട്ടത്താപ്പുണ്ട്. യൂറോപ്യൻ രാജ്യങ്ങളിലും അമേരിക്കയിലും വിൽക്കുന്ന പാനീയങ്ങൾ ഗുണമേൻമയുള്ളതും ആരോഗ്യത്തിന് ഹാനികരമല്ലാത്തതുമാണ്. എന്നാൽ ഇന്ത്യയുൾപ്പെടെ ഏഷ്യൻ രാജ്യങ്ങളിലും ആഫ്രിക്കയിലും ഈയൊരു മാനദണ്ഡം പാലിക്കാൻ കമ്പനി തയ്യാറാവുന്നില്ല. യൂറോപ്യന്റെ ആരോഗ്യവും ജീവിതവും ഇന്ത്യക്കാരന്റേതിനെക്കാൾ വില കൂടിയതാണെന്ന് അവർ പറയാതെ പറയുന്നു. അതുകൊണ്ട് ഇന്ത്യയിൽ കോളയെ കീടനാശിനി കോള(പെസ്റ്റി കോള) എന്നു വിളിക്കേണ്ട സ്ഥിതി വന്നെന്നും ബാനർജി

ഹിന്ദുസ്ഥാൻ കൊക്കകോള കമ്പനി മാനേജ്മെന്റിന്റെ കെടുകാര്യസ്ഥതയാണ് പുസ്തകത്തിൽ ചൂണ്ടിക്കാണിക്കുന്ന മറ്റൊരു പ്രധാന വിഷയം. മാനേജ്മെന്റിന്റെ തലപ്പത്തുള്ളവരുടെ കഴിവില്ലായ്മയും അഹന്ത നിറഞ്ഞ പ്രവർത്തനവും മൂലം കമ്പനി ഏറെ വിഷമം പിടിച്ച ഘട്ടത്തിലൂടെയാണ് കടന്നുപോവുന്നതെന്ന് അദ്ദേഹം സൂചിപ്പിക്കുന്നു. ഈ വിഷമകാലഘട്ടം സൂചിപ്പിക്കുന്ന രീതിയിലാണ് പുസ്തകത്തിന് പേരിട്ടത്. അനിയന്ത്രിതമായ ഭൂജലചൂഷണവും പാനീയങ്ങളിലെ കീടനാശിനി സാന്നിധ്യവും മൂലം കൊക്കകോളക്കെതിരെ നിരവധി സ്ഥലങ്ങളിൽ പ്രക്ഷോഭങ്ങളുണ്ടായി. സി. എസ്.ഇ പോലുള്ള ഏജൻസികളുടെ ശാസ്ത്രീയമായ കണ്ടെത്തലുകൾ പുറത്തുവന്നിട്ടും അത് പരിഹരിക്കാനുള്ള ശ്രമങ്ങൾ നടത്തിയില്ല. 2003-ൽ കൊക്കകോളക്കെതിരെ രാജ്യത്തൊട്ടാകെയുള്ള ഉപഭോക്തൃ കോടതികളിൽ ആയിരത്തിലേറെ പരാതികൾ ഉണ്ടായിരുന്നുവെന്ന് പുസ്തകത്തിൽ എടുത്തുപറഞ്ഞിരിക്കുന്നു. ഇത് കമ്പനിയുടെ സൽപ്പേരിന് കളങ്കംവരുത്തി. കമ്പനിയുടെ ധിക്കാരം നിറഞ്ഞ പ്രവർത്തനംമൂലം നിസ്സാര പ്രശ്നങ്ങൾ പോലും സങ്കീർണ്ണങ്ങളായി മാറി. പ്ലാച്ചിമടയിലും സംഭവിച്ചത് ഇതായിരുന്നു. നിയമവിരുദ്ധമായ രീതിയിൽ ഊറ്റിയെടുക്കുന്ന ഭൂഗർഭജലം ഉപയോഗിച്ച് നിർമ്മിക്കുന്ന കോള ഒരിക്കലും ഒരു നല്ല പാനീയമല്ലെന്ന് നന്ദു ബാനർജി നമ്മെ ഓർമിപ്പിക്കുന്നു.

പ്ലാച്ചിമട സമരം സജീവമായിരുന്ന ഘട്ടത്തിൽ കൊക്കകോളയെ പ്രതിരോധിക്കാൻ മുന്നിൽ നിന്ന് നയിച്ചവരിൽ ഒരാളായിരുന്നു നന്ദു ബാനർജി. കമ്പനിക്കെതിരെ മാധ്യമങ്ങളിൽ നിരന്തരം വാർത്തകൾ വന്നതിനെ തുടർന്ന് കമ്പനിയുടെ വാദങ്ങൾ വിശദീകരിക്കാൻ 2003-ൽ കൊക്കകോള കമ്പനി പാലക്കാട്ട് ഒരു പത്രസമ്മേളനം നടത്തിയിരുന്നു. പത്രസമ്മേളനത്തിലേക്ക് കൊച്ചിയിൽ നിന്നും തിരുവനന്തപുരത്തുനിന്നും കോയമ്പത്തൂരിൽ നിന്നും ദേശീയമാധ്യമങ്ങളുടേതുൾപ്പെടെ നിരവധി പത്രപ്രവർത്തകരെയാണ് എത്തിച്ചത്. എ.സി ബസ്സിൽ വിനോദയാത്രയ്ക്ക് ശേഷമാണ് ഇവർ പാലക്കാട്ടെത്തിയത്. ഈ യാത്ര വിവാദമാവുകയും ചെയ്തു. നഗരത്തിലെ മുന്തിയ ഹോട്ടലിൽ നടത്തിയ പത്രസമ്മേളനത്തിൽ പങ്കെടുത്തവർക്കെല്ലാം വലിയ സമ്മാനങ്ങളും നൽകി. വിഭവസമൃദ്ധമായ ഭക്ഷണവും യഥേഷ്ടം മദ്യവും വിളമ്പി. എല്ലാറ്റിനും ചുക്കാൻ പിടിച്ചത് നന്ദു ബാനർജിയായിരുന്നു എന്നതാണ് കൗതുകം. മാധ്യമപ്രവർത്തകരെ എങ്ങനെ സുഖിപ്പിക്കണമെന്ന് മുൻ പത്രപ്രവർത്തകനായ അദ്ദേഹത്തിന് നന്നായി അറിയാമായിരുന്നു. പുസ്തക വില്പന പ്രോൽസാഹിപ്പിക്കാൻ വിവാദങ്ങൾ തൊടുത്തുവിടുകയെന്നത് ഒരു മാർക്കറ്റ് തന്ത്രമാണ്. നന്ദു ബാനർജിയും ഇതിന് ശ്രമിച്ചിരുന്നുവെങ്കിലും അതിലൂടെ കൊക്കകോളയുടെ അന്തർരഹസ്യങ്ങളെല്ലാം പുറംലോകത്തിന് മനസ്സിലാക്കാൻ കഴിഞ്ഞു എന്നത് വലിയൊരു നേട്ടമാണ്.

ഉന്നതാധികാരസമിതി-
ഒരു കാൽവയ്പ്

കൊക്കകോള വരുത്തിവെച്ച പാരിസ്ഥിതിക നാശനഷ്ടങ്ങൾ പഠിക്കാനാണ് പ്ലാച്ചിമട ഉന്നതാധികാര സമിതിക്ക് സർക്കാർ രൂപം നൽകിയത്. പ്ലാച്ചിമട സമരത്തിന്റെ 2500-ാം ദിവസം പ്ലാച്ചിമട സമരസമിതിയും ഐക്യദാർഢ്യസമിതിയും തിരുവനന്തപുരത്ത് അന്നത്തെ മുഖ്യമന്ത്രി വി.എസ്. അച്യുതാനന്ദന്റെ വസതിയിലേക്ക് നടത്തിയ മാർച്ചിന്റെ പിറ്റേദിവസം 2009 ഫിബ്രവരി 25-നാണ് ഉന്നതാധികാര സമിതിയെക്കുറിച്ച് സർക്കാർ നിലപാടറിയിച്ചത്. നിയമസഭയിൽ വന്ന സബ്മിഷന് മറുപടിയായി സമിതി ഉടൻ രൂപവത്കരിക്കുമെന്ന് മുഖ്യമന്ത്രി ഉറപ്പുനൽകുന്നു. പ്ലാച്ചിമടയിലെയും അതുൾക്കൊള്ളുന്ന പെരുമാട്ടി പഞ്ചായത്തിലെയും ജനങ്ങളുടെയും ഭരണസമിതിയുടെയും ഇച്ഛാശക്തിക്ക് മുന്നിൽ പിടിച്ചുനിൽക്കാനാവാതെ സംസ്ഥാനസർക്കാർ 2009 ഏപ്രിൽ 9-ന് ഉന്നതാധികാര സമിതിക്ക് രൂപം നൽകി. പ്ലാച്ചിമട നഷ്ടപരിഹാര ഉന്നതാധികാര സമിതിയുടെ ചെയർമാനായി അഡീഷണൽ ചീഫ് സെക്രട്ടറി കെ. ജയകുമാറിനെയും കൺവീനറായി ഭൂജലവകുപ്പ് ഡയറക്ടർ വി. പി. രാധാകൃഷ്ണപിള്ളയെയും നിയോഗിച്ചു. 13 അംഗ വിദഗ്ധസമിതിയിൽ ഡോ. കെഎസ്. അനിൽകുമാർ(അഡീഷണൽ ഡയറക്ടർ ആരോഗ്യവകുപ്പ്), ഡോ. വിജയകുമാർ(ഡയറക്ടർ മൃഗസംരക്ഷണ വകുപ്പ്), സി.എസ്.സി. തമ്പി (റീജ്യണൽ ഡയറക്ടർ സെൻട്രൽ ഗ്രൗണ്ട് വാട്ടർ ബോർഡ്), കൊച്ചപ്പൻ (ഡയറക്ടർ-കേരള എൻജിനീയറിങ് റിസർച്ച് ഇൻസ്റ്റിറ്റ്യൂട്ട്), ഡോ. ഇ. നാണു (ഡീൻ-കാർഷിക സർവകലാശാല), ഡോ.എ.അഗസ്റ്റിൻ (അഡീഷണൽ ഡയറക്ടർ-കേരള കാർഷിക സർവകലാശാല), എസ്. ജയപ്രസാദ് (ചെയർമാൻ-കേരള മലിനീകരണ നിയന്ത്രണ ബോർഡ്), എസ്. ഫൈസി(പരിസ്ഥിതി വിജ്ഞാന വിദഗ്ധൻ), ടി.കെ.രാമൻ (റിട്ടയേർഡ് ജില്ലാ സെഷൻസ് ജഡ്ജി), ആർ. വസന്തകുമാരി(സൂപ്രണ്ടിങ് എൻജിനീയർ-കേരള ജല അതോറിറ്റി), കൃഷിവകുപ്പ് ഡയറക്ടർ എന്നിവരായിരുന്നു അംഗങ്ങൾ. സമിതിയുണ്ടാക്കി ഒരുമാസത്തിനകം ആദ്യയോഗം തിരുവനന്തപുരത്ത് ചേർന്നു. തുടർന്ന് രണ്ടുതവണ പ്ലാച്ചിമടയിൽ തെളിവെടുപ്പ് നടത്തി. 800-ഓളം പേരിൽ നിന്നും വിവരങ്ങൾ

ശേഖരിച്ചു. കൃഷി, ആരോഗ്യം, ഭൂജലം, നിയമം തുടങ്ങിയ വിഷയങ്ങളിൽ തിരുവനന്തപുരത്തും എറണാകുളത്തും ശില്പശാലകളും നടത്തി. എട്ടു മാസത്തെ പഠനത്തിനുശേഷം 2010 മാർച്ച് 22-ലെ ജലദിനത്തിൽ സർക്കാരിന് റിപ്പോർട്ട് നൽകി. ഇന്ത്യയിലാദ്യമായാണ് പാരിസ്ഥിതിക നാശനഷ്ടം പഠിക്കാൻ ഒരു സംസ്ഥാനം വിദഗ്ധസമിതിയുണ്ടാക്കി ശാസ്ത്രീയ പഠനം നടത്തുന്നത്. തെളിവെടുപ്പിനിടയിൽ പരിസ്ഥിതിക്ക് മാത്രമല്ല കാർഷിക-കുടിവെള്ള-ആരോഗ്യ-ജലവിഭവ മേഖലയിലും കോളക്കമ്പനി വലിയതോതിൽ നാശനഷ്ടങ്ങൾ വരുത്തിയതായി കണ്ടെത്തി. കേരളത്തിന്റെ നെല്ലറയാണ് പാലക്കാട് ജില്ലയെങ്കിലും പ്ലാച്ചിമട ഉൾപ്പെടുന്ന ചിറ്റൂർ താലൂക്ക് മഴനിഴൽ പ്രദേശവും സ്ഥിരം വരൾച്ച ബാധിത മേഖലയുമാണ്. 34 ഏക്കർ ഭൂമിയിൽ സ്ഥിതിചെയ്യുന്ന കമ്പനി ആറ് കുഴൽക്കിണറിൽ നിന്നും രണ്ട് തുറന്ന കിണറിൽ നിന്നുമായി പ്രതിദിനം 6. 36 ലക്ഷം ലിറ്റർ വെള്ളം ഉപയോഗിക്കുന്നുവെന്നാണ് ഉന്നതാധികാരസമതി കണ്ടെത്തിയത്. ഇത് പരമാവധി ഉത്പാദനമുള്ളപ്പോഴാണ്. അല്ലാത്തദിവസങ്ങളിൽ അഞ്ചുലക്ഷം ലിറ്റർ വെള്ളമാണ് ഉപയോഗിക്കുന്നത്. പുറം തള്ളുന്നത് ദിവസവും ഒന്നര മുതൽ 3 ലക്ഷം ലിറ്റർ വരെ പാഴ്ജലവും. ദിവസം അഞ്ചു ലക്ഷത്തിലധികം ലിറ്റർ ഭൂജലം വലിച്ചെടുക്കുന്നത് മൂലം പ്രദേശത്തെ സ്വാഭാവികമായ ജലസംതുലനതയെ തകിടംമറിക്കുകയും ജലലഭ്യതയെ ദോഷകരമായി ബാധിക്കുകയും ചെയ്തുവെന്ന് സമിതി കണ്ടെത്തി. ഭൂജലത്തിന്റെ സലൈനിറ്റിയും ഘനത്വവും വർധിച്ച് ജലഗുണത ശോഷിച്ചു. പാഴ്ജലത്തിലെ വിഷപദാർത്ഥങ്ങൾ കാരണം ജലം കൃഷിക്ക് ഉപയുക്തമല്ലാതായി. ഭൂജലവിഭവത്തിന്റെ അത്യധികശോഷണവും ഭൂജലമലിനീകരണവുമുണ്ടായി. ഈ മലിനീകരണം ലഘൂകരിക്കാൻ വർഷങ്ങൾ വേണ്ടിവരുമെന്ന് സമിതിയുടെ റിപ്പോർട്ട് പറയുന്നു. ഭൂജലത്തിന്റെ അളവിലും ഗുണത്തിലും ഉള്ള ശോഷണവും അതുകൊണ്ടുണ്ടായ പൊതുജനാരോഗ്യ പ്രശ്നങ്ങൾ തൊഴിലില്ലായ്മ, കാർഷിക സമ്പദ്‌വ്യവസ്ഥയുടെ തകർച്ച എന്നിവയാണ് പ്ലാച്ചിമടയിൽ കൊക്കകോളയുടെ പ്രവർത്തനം മൂലം ഉണ്ടായതെന്ന് സമിതി വ്യക്തമാക്കുന്നു. മാരക വിഷപദാർത്ഥങ്ങളായ കാഡ്മിയം അടങ്ങിയ ഖരമാലിന്യങ്ങൾ കൃഷിയിടങ്ങളിൽ നിക്ഷേപിച്ചത് സ്ഥിതി കൂടുതൽ വഷളാക്കി.

കൂട്ടനിയമലംഘനം

പ്ലാച്ചിമടയിൽ കൊക്കകോള കമ്പനി നടത്തിയ നിയമലംഘനങ്ങൾക്ക് കണക്കില്ല. മലിനീകരണ നിയന്ത്രണ നിയമങ്ങളുടെയും മനുഷ്യാവകാശങ്ങളുടെയും ഇന്ത്യൻ ഭരണഘടനയുടെ 21-ാം ഖണ്ഡത്തിൽ പറയുന്ന ജീവിക്കാനുള്ള അവകാശത്തിന്റെ ഉറപ്പിന്റെയും ലംഘനങ്ങൾ. ഉന്നതാധികാര സമിതി റിപ്പോർട്ടിൽ ഇവ അക്കമിട്ട് പറയുന്നുണ്ട്.

1. ജലനിയമം(മലിനീകരണ നിയന്ത്രണവും തടയലും)-1974
2. പരിസ്ഥിതി(സംരക്ഷണം)നിയമം-1986
3. ഫാക്ടറി ആക്ട്-1948
4. ആരോഗ്യത്തിന് ഹാനികരമായ മാലിന്യം(കൈകാര്യം ചെയ്യൽ ചട്ടങ്ങൾ)-1989
5. പട്ടികജാതി-പട്ടികവർഗം(അതിക്രമം തടയൽ)ആക്ട്-1989
6. ഇന്ത്യൻ പീനൽ കോഡ്
7. ഭൂജലവിനിയോഗ ഉത്തരവ്-1967
8. കേരള ഭൂജല(നിയന്ത്രണവും ക്രമീകരണവും)ആക്ട്-2002
9. ഇന്ത്യൻ ഈസ്മെന്റ് ആക്ട്-1982

ഇത്രയും നിയമങ്ങളുടെ നഗ്നമായ ലംഘനങ്ങൾ കോളക്കമ്പനി നടത്തിയതായി അഡീഷണൽ ചീഫ് സെക്രട്ടറി കെ. ജയകുമാർ ചെയർമാനായ സമിതി വ്യക്തമാക്കുന്നു. എന്നിട്ടും കൊക്കകോളയെ ഒന്നും ചെയ്യാനാവുന്നില്ല എന്നത് നമ്മുടെ നിയമ സംവിധാനത്തിന്റെ പോരായ്മയും ഉദ്യോഗസ്ഥ-അധികാരി വർഗത്തിന്റെ നിസ്സംഗതയുമാണ് കാണിക്കുന്നത്. പ്ലാച്ചിമടയിലെ കൊക്കകോള കമ്പനി പരിസ്ഥിതിക്കും ജനങ്ങൾക്കും അവരുടെ ആരോഗ്യത്തിനും ജീവനോപാധികൾക്കും അത്യധികമായ നഷ്ടങ്ങൾ ഉണ്ടാക്കിയിട്ടും പ്രശ്നങ്ങളുടെ യാഥാർത്ഥ്യങ്ങൾ മനസ്സിലാക്കാൻ കമ്പനി തയ്യാറായില്ല.

ട്രിബ്യൂണലും നഷ്ടപരിഹാരവും

1. പ്ലാച്ചിമട ഉന്നതാധികാര സമിതിയുടെ ശുപാർശകൾ ഇവയായിരുന്നു. ജല-വായു മലിനീകരണം, കാർഷിക വിളനഷ്ടം, മൃഗസമ്പത്തിന്റെ നഷ്ടം, ജലശോഷണം, ജലമലിനീകരണം കൊണ്ട് പരിസരവാസികൾക്കുണ്ടായ രോഗാതുരത എന്നിവ മൂലമുള്ള യാതനകളുടെ നഷ്ടപരിഹാരത്തെ സംബന്ധിച്ച തർക്കങ്ങൾ തീർപ്പാക്കാൻ നിയമനിർമ്മാണത്തിലൂടെ സർക്കാരിന് ഒരു ട്രിബ്യൂണൽ രൂപവത്കരിക്കാം. മറ്റൊരു സാധ്യത 1986-ലെ പരിസ്ഥിതി സംരക്ഷണ നിയമത്തിന്റെ സെക്ഷൻ 3(3) പ്രകാരം അതോറിറ്റി രൂപവത്കരിക്കാൻ കേന്ദ്രത്തിനെ സമീപിക്കുക. മലിനീകരണ സാധ്യതയുള്ള തോൽഫാക്ടറികൾ, മറ്റു വ്യവസാങ്ങൾ എന്നിവയുടെ പ്രശ്നങ്ങൾ കൈകാര്യം ചെയ്യുന്നതിന് തമിഴ്നാട്ടിൽ ഏർപ്പെടുത്തിയിരിക്കുന്നതുപോലെ പ്ലാച്ചിമട പ്രശ്നത്തിൽ എല്ലാ അധികാരങ്ങളും അതോറിറ്റിക്ക് നൽകണം.

2. പ്ലാച്ചിമടയിലുണ്ടായ നാശനഷ്ടങ്ങൾക്ക് കൊക്കകോള ഉത്തരവാദിയാണ്. പ്രശ്നബാധിതരായ ആളുകളുടെ കാർഷിക നഷ്ടങ്ങൾക്കും ആരോഗ്യ പ്രശ്നങ്ങൾ, വേതന നഷ്ടം, വിദ്യാഭ്യാസ അവസര നഷ്ടം, ജലവിഭവ മലിനീകരണം എന്നിവക്കും നഷ്ടപരിഹാരം നൽകാൻ കമ്പനി ബാധ്യസ്ഥരുമാണ്. ഊറ്റിയെടുക്കപ്പെടുകയും ശോഷണം ചെയ്യപ്പെടുകയും ചെയ്ത വെള്ളത്തിന്റെ മൂല്യം നഷ്ടപരിഹാരമായി നൽകപ്പെടേണ്ടതാണെങ്കിലും സമിതി അത് കൃത്യമായി കണക്കാക്കിയിട്ടില്ല. എങ്കിലും ലഭ്യമായ വിവരങ്ങൾ അനുസരിച്ചുണ്ടായ നഷ്ടപരിഹാരം ഇപ്രകാരമാണ്.

കാർഷിക നഷ്ടം-84. 16 കോടി രൂപ

ആരോഗ്യ നഷ്ടം-30 കോടി

കുടിവെള്ളം ലഭ്യമാക്കുന്നതിന് -20 കോടി

വേതന നഷ്ടങ്ങളും അവസര നഷ്ടങ്ങളും-20 കോടി

ജലവിഭവ മലിനീകരണത്തിന്റെ വില-62. 10 കോടി

ആകെ-216. 26. കോടി രൂപ

ട്രിബ്യൂണൽ ബിൽ; സത്യാവസ്ഥകൾ

പ്രകൃതിവിഭവങ്ങൾ വിഷമയമാക്കിയ കൊക്കകോള കമ്പനിയെ നിയമ വിചാരണ ചെയ്ത് നഷ്ടപരിഹാരം ഈടാക്കാനുള്ള പ്ലാച്ചിമട നഷ്ട പരിഹാര ട്രിബ്യൂണൽ ബിൽ ലോകത്തിന് തന്നെ മാതൃകയായിരുന്നു. ജനങ്ങൾക്കുണ്ടായ നഷ്ടപരിഹാരം ഈടാക്കാൻ നിയമനിർമ്മാണത്തി ലൂടെ ട്രിബ്യൂണൽ സ്ഥാപിക്കുക, അല്ലെങ്കിൽ 1986-ലെ പരിസ്ഥിതി സംര ക്ഷണ നിയമത്തിലെ സെക്ഷൻ 3(3)പ്രകാരം ഒരു അതോറിറ്റി രൂപ വത്കരിക്കാൻ കേന്ദ്രത്തെ സമീപിക്കുക എന്നിവയായിരുന്നു പ്ലാച്ചിമട ഉന്നതാധികാരസമിതിയുടെ ശുപാർശകൾ. ഇതിൽ ട്രിബ്യൂണൽ സ്ഥാപി ക്കാനാണ് സർക്കാർ തീരുമാനിച്ചത്.

സംസ്ഥാന നിയമസഭ ഒറ്റക്കെട്ടായി പാസ്സാക്കിയ ഒരു ബില്ല് അഞ്ചു വർഷം പിടിച്ചുവെക്കുക. ഇതിനിടയിൽ ഒരു തവണ ബിൽ തിരിച്ചയ ച്ചിരുന്നു. ഒടുവിൽ അഞ്ചാം വർഷം നിർദയം തള്ളിക്കളയുക. പ്ലാച്ചിമട ട്രിബ്യൂണൽ ബിൽ അകാല ചരമമടഞ്ഞത് ഇങ്ങനെയായിരുന്നു. 2011 ഫിബ്രവരി 24-ന് വി. എസ്. അച്യുതാനന്ദൻ സർക്കാരിന്റെ അവസാന ഭരണനിമിഷത്തിലാണ് പ്ലാച്ചിമട നഷ്ടപരിഹാര ട്രിബ്യൂണൽ രൂപവത്ക രണ ബിൽ കേരള നിയമസഭ പാസ്സാക്കിയത്. ഭരണപക്ഷവും പ്രതിപ ക്ഷവും ഇക്കാര്യത്തിൽ കൂട്ടായ തീരുമാനമെടുക്കുകയായിരുന്നു. തുടർന്ന് ബിൽ ഗവർണർക്ക് അയച്ചു. ബിൽ ഗവർണർക്ക് അയക്കേണ്ടതില്ലെന്ന വാദം അന്നുതന്നെ ഒരുവിഭാഗം ഉയർത്തിയിരുന്നു. ബിൽ അയച്ചതിന് പിന്നിൽ ഗൂഢാലോചനയുണ്ടെന്ന ആരോപണവും ഉയർന്നു. പാരി സ്ഥിതിക വിഷയമായതിനാൽ ബില്ലിന് രാഷ്ട്രപതിയുടെ അംഗീകാരം വേണമെന്ന് ഗവർണർ നിർദേശിച്ചു. മാർച്ച് 29-ന് സംസ്ഥാന ഗവർണർ ബിൽ രാഷ്ട്രപതിയുടെ പരിഗണനയ്ക്ക് വിട്ടു. സംസ്ഥാനങ്ങൾ അയ യ്ക്കുന്ന ബിൽ കേന്ദ്ര ആഭ്യന്തര മന്ത്രാലയം വഴിയാണ് രാഷ്ട്രപതിക്ക് നൽകുന്നത്. വിവിധ വിഷയവുമായി ബന്ധമുള്ളതിനാൽ ആഭ്യന്തര മന്ത്രാലയം ബിൽ പരിസ്ഥിതി, ഗ്രാമമന്ത്രാലയം, ഭക്ഷ്യസംസ്കരണം, നിയമവകുപ്പ്, ജലവിഭവം എന്നിവയുടെ അഭിപ്രായത്തിന് വിട്ടു. ഇതിൽ

STATE LEGISLATION

No. 17/12/2011-Jud. & PP
Government of India/ Bharat Sarkar
Ministry of Home Affairs/ Grih Mantralaya
Judicial & PP Section

NDCC-II Building, 4th Floor,
Jai Singh Road, New Delhi-1,
Dated the 21 November, 2015.

To

The Secretary to the Governor,
Raj Bhavan, Kerala,
THIRUVANANTHAPURAM.

Subject: - The Plachimada Coca-Cola Victims Compensation Claims Special Tribunal Bill, 2011.

Sir,

I am directed to refer to the Governor Secretariat's letter No. GS5-736/2011 dated 29.03.2011 on the subject mentioned above and to state that in pursuance of the proviso to Article 201 read with Article 200 of the Constitution of India, the President has been pleased to withhold his assent from "The Plachimada Coca-Cola Victims Compensation Claims Special Tribunal Bill, 2011" on 20.11.2015.

2. Two authentic copies of the Bill are returned herewith.

3. Receipt of this letter and two authentic copies of the Bill may please be acknowledged.

Encl.: As above

(Laltlana Chhangte)
Under Secretary to the Government of India
Tel. No. 23438095

Copy for information to:

The Resident Commissioner, Government of Kerala, Travancore House, Copernicus Marg, New Delhi.

പ്ലാച്ചിമട നഷ്ടപരിഹാര ട്രിബ്യൂണൽ ബിൽ തള്ളിക്കൊണ്ട്
രാഷ്ട്രപതി ഭവൻ ഇറക്കിയ വിജ്ഞാപനം

ആറാഴ്ചയ്ക്കകം തീരുമാനം അറിയിക്കണമെന്ന് കർശനമായി നിർദേശിച്ചെങ്കിലും പരിസ്ഥിതി, നിയമ നിർമ്മാണ വകുപ്പുകൾ മറുപടി നൽകിയില്ല. ഇക്കാര്യം വ്യക്തമാക്കി ആഭ്യന്തരവകുപ്പ് അണ്ടർ സെക്രട്ടറി 2011 ജൂലായ് എട്ടിന് ബന്ധപ്പെട്ട വകുപ്പുകൾക്ക് വീണ്ടും കത്തയച്ചിരുന്നു. അവസാനം പരിസ്ഥിതി മന്ത്രാലയം ഉൾപ്പെടെ എല്ലാ വകുപ്പുകളും ബില്ലിന് അനുകൂലമായി മറുപടി നൽകി. ദേശീയ ഹരിത ട്രിബ്യൂണൽ നിലവിലുള്ളപ്പോൾ സംസ്ഥാനങ്ങൾ സ്വന്തമായി ട്രിബ്യൂണൽ ഉണ്ടാക്കുന്നത് ശരിയല്ലെന്ന് പരിസ്ഥിതി മന്ത്രാലയം ഒരു നിർദേശം മുന്നോട്ടു വയ്ക്കുകയും ചെയ്തിരുന്നു. നിയമവശം നോക്കാതെയായിരുന്നു ഇത്. വീണ്ടും വർഷങ്ങൾ കഴിഞ്ഞു. മൂന്നു വർഷം കഴിഞ്ഞ് കൊക്കകോള നൽകിയ വിശദീകരണ കത്തിന്റെ അടിസ്ഥാനത്തിൽ ബില്ലിലെ പോരായ്മകൾ ചൂണ്ടിക്കാട്ടി കേന്ദ്രം അത് തിരിച്ചയച്ചു. ഇതിന് സംസ്ഥാനം വിശദമായ മറുപടി നൽകി വീണ്ടും സമർപ്പിച്ചു. ബില്ലിന് രാഷ്ട്രപതി പ്രണബ് മുഖർജിയുടെ അനുമതി ലഭിക്കുന്നതും കാത്തിരുന്ന കേരളത്തെ നിരാശപ്പെടുത്തി, 2015 നവംബർ 20-ന് ബിൽ തള്ളിയതായി ആഭ്യന്തര മന്ത്രാലയം അറിയിച്ചു. സംസ്ഥാനങ്ങൾ അയക്കുന്ന ബിൽ രാഷ്ട്രപതിക്ക് മൂന്നു രീതിയിൽ പരിഗണിക്കാം. അനുമതി നൽകൽ, കൂട്ടിച്ചേർക്കൽ ആവശ്യപ്പെട്ട് തിരിച്ചയയ്ക്കൽ, അനുമതി നൽകാതെ തിരിച്ചയയ്ക്കൽ എന്നിങ്ങനെയാണ് രാഷ്ട്രപതി ചെയ്യുന്നത്. ഇതിൽ പ്ലാച്ചിമട ബില്ലിന്റെ കാര്യത്തിൽ അനുമതി നൽകാതെ മടക്കുകയായിരുന്നു. അതായത് ബില്ലിന്റെ എല്ലാ സാധ്യതകളും അവസാനിച്ചുവെന്ന് സാരം. ബിൽ പരിഗണിച്ച കേന്ദ്രത്തിലെ മറ്റു വകുപ്പുകളെല്ലാം ബില്ലിന് അനുകൂലമായി നിലപാടെടുത്തപ്പോൾ ആഭ്യന്തരമന്ത്രാലയം മാത്രമായിരുന്നു എതിർപ്പുമായി രംഗത്തുവന്നത് എന്നതും ഓർക്കേണ്ടതുണ്ട്.

ഹരിത ട്രിബ്യൂണൽ വാദം അപ്രസക്തം

പ്ലാച്ചിമട ട്രിബ്യൂണൽ ബിൽ പരിഗണനയ്ക്ക് വന്ന ഘട്ടത്തിൽ അനാവശ്യ നിയമപ്രശ്നങ്ങളും സാങ്കേതികത്വവും ചൂണ്ടിക്കാട്ടി രണ്ടുതവണ ബിൽ കേന്ദ്ര സർക്കാർ മടക്കി അയച്ചിരുന്നു. കൊക്കകോളയുടെ സമ്മർദ ഫലമായിരുന്നു ഇത്. യു. പി. എ കാലത്തായിരുന്നു ആദ്യം തിരിച്ചയച്ചത്. അന്ന് കൊക്കകോളയുടെ അഭിഭാഷകൻ ചോദിച്ച വിശദീകരണങ്ങൾ അതേപടി കേന്ദ്രം കേരളത്തോട് ആവർത്തിച്ചത് വിവാദം സൃഷ്ടിച്ചിരുന്നു. ആരോഗ്യം, കൃഷി, തൊഴിൽ നഷ്ടം, മൃഗപരിപാലനം, ഭൂഗർഭജലം തുടങ്ങിയ മേഖലകളിലെ നാശനഷ്ടങ്ങൾ വിലയിരുത്താനുള്ള നിയമഭേദഗതി നടത്താൻ സംസ്ഥാന നിയമസഭയ്ക്ക് അധിരകാരമില്ലെന്ന കൊക്കകോള കമ്പനിയുടെ അതേ വാദമാണ് ആദ്യം ബിൽ തിരിച്ചയച്ച യു.പി.എ സർക്കാർ കേരളത്തോട് ഉന്നയിച്ചത്. ഒപ്പം ഹരിതട്രിബ്യൂണലിനെ സമീപിക്കുകയാണ് വേണ്ടതെന്നും ഉപദേശിച്ചു. 2015-ൽ എൻ.ഡി.എ. സർക്കാർ ഭരിക്കുമ്പോഴും ഇത്തരം നിമയം പാസ്സാക്കാൻ സംസ്ഥാനത്തിന് അധികാരമില്ലെന്ന് പറഞ്ഞ് ബിൽ മടക്കി അയച്ചിരുന്നു. ഈ രണ്ടു ഘട്ടങ്ങളിലും കേന്ദ്രം ഉന്നയിച്ച പ്രധാന ചോദ്യം, പരിസ്ഥിതി പ്രശ്നങ്ങൾ കൈകാര്യം ചെയ്യാൻ ദേശീയ ഹരിത ട്രിബ്യൂണൽ ഉണ്ടായിരിക്കെ എന്തുകൊണ്ടാണ് സംസ്ഥാനം സ്വന്തംനിലയ്ക്ക് മറ്റൊരു നിയമം കൊണ്ടുവരുന്നത് എന്നായിരുന്നു കേന്ദ്രസർക്കാരിന്റെ വാദം.

പ്ലാച്ചിമടയിൽ കൊക്കകോള കമ്പനി വരുത്തിയ പരിസ്ഥിതി മലിനീകരണത്തിനുള്ള നഷ്ടപരിഹാരത്തിന് ഹരിത ട്രിബ്യൂണലിനെയാണ് സമീപിക്കേണ്ടതെന്ന വാദം നേരത്തെയുണ്ട്. ഈ വാദം പൂർണമായും തെറ്റാണ്. 2010 ജൂണിലാണ് പരിസ്ഥിതി പ്രശ്നങ്ങൾ കൈകാര്യം ചെയ്യുന്നതിന് ദേശീയ ഹരിത ട്രിബ്യൂണൽ നിലവിൽ വരുന്നത്. പരിസ്ഥിതി നാശം വരുത്തിയ സംഭവത്തിൽ സഹായം, നഷ്ടപരിഹാരം, പൂർവസ്ഥിതിയിലാക്കൽ എന്നീ ആവശ്യങ്ങളിലുള്ള പരാതികൾ സംഭവം നടന്ന് അഞ്ച് വർഷത്തിനകം ട്രിബ്യൂണലിൽ നൽകണമെന്നാണ് ഹരിത ട്രിബ്യൂണൽ നിയമത്തിൽ പറയുന്നത്. തക്കതായ കാരണമുണ്ടെങ്കിൽ

ട്രിബ്യൂണലിന് ഈ കാലയളവ് 60 ദിവസം കൂടി നീട്ടി നൽകാം എന്നും വ്യക്തമാക്കിയിട്ടുണ്ട്. അതിനപ്പുറമുള്ള കേസുകളൊന്നും ഇതുവരെ ഹരിതട്രിബ്യൂണൽ പരിഗണിച്ചിട്ടില്ല. 2000-ൽ പ്രവർത്തനം തുടങ്ങി 2004 മുതൽ അടഞ്ഞുകിടക്കുന്ന കൊക്കകോള ഫാക്ടറിയുടെ കാര്യത്തിൽ ഈ കാലയളവ് ആറര വർഷം കഴിഞ്ഞിരിക്കുന്നു. അതുകൊണ്ട് ഹരിത ട്രിബ്യൂണലിനെ സമീപിക്കാൻ നിയമപരമായി കഴിയില്ല. കേന്ദ്രം ബിൽ തിരിച്ചയച്ച വേളകളിൽ വ്യക്തമായ മറുപടി നൽകുന്നതിൽ സംസ്ഥാന സർക്കാർ കാലതാമസം വരുത്തിയതും വിവാദമായിരുന്നു. പ്ലാച്ചിമട ഐക്യദാർഢ്യസമിതിയുടെയും ഉന്നതാധികാര സമിതി അംഗം എസ്. ഫൈസിയുടെയും കൃത്യമായ ഇടപെടലുകൾ ഉണ്ടായപ്പോഴാണ് സംസ്ഥാനം മറുപടി അയയ്ക്കാൻ തയ്യാറായത്. തുടർന്ന് നിയമപരമായ മുഴുവൻ രേഖകളും ഉൾക്കൊള്ളിച്ച് കേന്ദ്രത്തിന് മറുപടി നൽകുകയും ചെയ്തു. പ്ലാച്ചിമട നഷ്ടപരിഹാര ട്രിബ്യൂണൽ ബിൽ പാസ്സാക്കുന്ന വേളയിൽ സംസ്ഥാന സർക്കാർ ഹരിതട്രിബ്യൂണൽ വിഷയം പലതവണ ചർച്ച ചെയ്തിരുന്നു. കേന്ദ്ര സർക്കാരിനും ഇക്കാര്യം വ്യക്തമായി അറിയാം. എന്നിട്ടും കേരളത്തോട് ഹരിത ട്രിബ്യൂണലിനെ സമീപിക്കാൻ പറഞ്ഞത് എന്തിനെന്നതാണ് സംശയം. കേരളത്തിന്റെ പ്ലാച്ചിമട ബിൽ ഹരിത ട്രിബ്യൂണലിന് എതിരോ, പകരമുള്ളതോ അല്ലെന്ന് കേരളം പലതവണ വ്യക്തമാക്കിയിരുന്നെന്ന് ഉന്നതാധികാരസമിതി അംഗമായ പരിസ്ഥിതി വിജ്ഞാന വിദഗ്ധൻ എസ്. ഫൈസി പറയുന്നു. ഹരിത ട്രിബ്യൂണൽ നിയമത്തിലെ പോരായ്മകൾ പരിഹരിക്കുകയാണ് യഥാർത്ഥത്തിൽ പ്ലാച്ചിമട ബിൽ കൊണ്ട് ഉദ്ദേശിച്ചിരുന്നത്. കേന്ദ്രാധികാരത്തിൻ മേലുള്ള കടന്നുകയറ്റവുമല്ല. ഇന്ത്യൻ ഭരണഘടനയിലെ ആർട്ടിക്കിൾ 246, 253 എന്നിവയിൽ പറയുന്ന കേന്ദ്ര അധികാരങ്ങളെ ഒരുതരത്തിലും ഈ ബിൽ ഖണ്ഡിക്കുന്നില്ല. യാതൊരുവിധത്തിലുള്ള അന്താരാഷ്ട്ര പ്രഖ്യാപനങ്ങളെയും ചോദ്യം ചെയ്യുന്നുമില്ല. എന്നിട്ടും ബിൽ മടക്കിയതിന് പിന്നിൽ രഹസ്യ അജണ്ടകളുണ്ട്. ഇവിടെ കൊക്കകോളക്കുവേണ്ടി മാത്രമായിരുന്നു കേന്ദ്രം നിലകൊണ്ടത്. സംസ്ഥാന സർക്കാരുകളുടെ ഭരണഘടനാപരമായ അവകാശങ്ങളെ പോലും കോളയ്ക്കുവേണ്ടി നിരാകരിക്കുകയായിരുന്നു.

കോർപ്പറേറ്റ് തന്ത്രം

പ്ലാച്ചിമട നഷ്ടപരിഹാര ട്രിബ്യൂണലിനുള്ള ബിൽ രാജ്യ ചരിത്രത്തിലും നിയമചരിത്രത്തിലും ആദ്യസംഭവമായിരുന്നു. ബില്ലിന് നിയമപ്രാബല്യം ലഭിച്ചിരുന്നുവെങ്കിൽ പ്രകൃതിവിഭവങ്ങൾ കൊള്ളയടിക്കുന്നവർക്ക് അതൊരു മുന്നറിയിപ്പാവുമായിരുന്നു. പക്ഷേ, ബിൽ പാസ്സാക്കിയ കേരള സംസ്ഥാനത്തിന്റെ നടപടി ഫെഡറൽ സംവിധാനത്തിന് തന്നെ വിരുദ്ധമാണെന്നും അതിന് അധികാരമില്ലെന്നും പറഞ്ഞ് 2015 നവംബർ 20-ന് ബില്ലിന് അനുമതി നിഷേധിച്ചതോടെ കേന്ദ്ര സർക്കാർ അവരുടെ നയം വ്യക്തമാക്കുകയായിരുന്നു. പ്ലാച്ചിമടയിലെ ഭൂജലചൂഷണത്തിനും പരിസ്ഥിതി മലിനീകരണത്തിനും കാരണക്കാരായ കൊക്കകോള കമ്പനിയെ നിയമ വിചാരണ ചെയ്യാനുള്ള കേരളത്തിന്റെ ഉദ്യമത്തെ മുളയിലെ ഇല്ലാതാക്കി. ഭരണഘടനാ ബാധ്യത നിറവേറ്റാനുള്ള സംസ്ഥാനത്തിന്റെ സവിശേഷാധികാരത്തിൻമേലുള്ള കടന്നുകയറ്റം. ജനങ്ങളുടെ ജീവിക്കാനുള്ള അവകാശത്തേക്കാൾ കേന്ദ്ര സർക്കാർ പരിഗണിച്ചത് കോർപറേറ്റ് താത്പര്യമായിരുന്നു.

രണ്ടാം യു.പി.എ സർക്കാരിന്റെ കാലത്ത് പ്ലാച്ചിമട ട്രിബ്യൂണൽ ബിൽ രാഷ്ട്രപതിക്ക് അയച്ചുകൊടുക്കാതെ പിടിച്ചുവെച്ചാണ് അന്നത്തെ ആഭ്യന്തരവകുപ്പ് കൊക്കകോളയോട് കൂറ് പുലർത്തിയത്. പി. ചിദംബരമായിരുന്നു ആഭ്യന്തരമന്ത്രി. പ്രതിഭാ പാട്ടീൽ രാഷ്ട്രപതിയും. ആഭ്യന്തരവകുപ്പിന്റെ നടപടിയിൽ പ്രതിഷേധിച്ച് നാഷണൽ അലയൻസ് ഫോർ പീപ്പിൾസ് മൂവ്മെന്റ് നേതൃത്വത്തിൽ പ്ലാച്ചിമട സമരസമിതി പ്രവർത്തകർ ആഭ്യന്തര മന്ത്രിയായിരുന്ന പി.ചിദംബരത്തിന്റെ വീട്ടിലേക്ക് മാർച്ച് നടത്തുക വരെ ചെയ്തു. മേധാപട്കറെ പങ്കെടുപ്പിച്ച് പാർലമെന്റ് മാർച്ച് നടത്തി. കമ്പനി പിടിച്ചെടുക്കൽ സമരം ഉൾപ്പെടെ കേരളത്തിലും ഡൽഹിയിലും നിരവധി പ്രക്ഷോഭങ്ങളും സംഘടിപ്പിച്ചു. എ.കെ.ആന്റണി ഉൾപ്പെടെയുള്ള കേരളത്തിൽ നിന്നുള്ള കേന്ദ്രമന്ത്രിമാർക്ക് നിവേദനം നൽകി. മുല്ലപ്പള്ളി രാമചന്ദ്രനായിരുന്നു ആഭ്യന്തര സഹമന്ത്രി. എന്നിട്ടും ബിൽ രാഷ്ട്രപതിയുടെ അരികിലെത്തിയില്ല. എന്നാൽ കൊക്കകോള കമ്പനി ഉന്നയിച്ച സംശയങ്ങൾക്ക് മറുപടി തേടി സംസ്ഥാനത്തോട് വിശദീകരണം ചോദിക്കുന്ന കാര്യത്തിൽ അവർ ഒരലംഭാവവും കാണിച്ചില്ല.

യു.പി.എ മാറി നരേന്ദ്രമോഡിയുടെ നേതൃത്വത്തിലുള്ള എൻ.ഡി.എ സഖ്യം അധികാരത്തിലെത്തിയപ്പോൾ ബില്ലിന്റെ കാര്യത്തിൽ പ്ലാച്ചിമട ക്കാർക്ക് ചെറിയൊരു പ്രതീക്ഷയുണ്ടായിരുന്നു. ബി. ജെ. പി അധികാര ത്തിൽ വന്നാൽ ബിൽ കാലതാമസം കൂടാതെ അംഗീകരിക്കുമെന്ന് പ്ലാച്ചി മടയിലെത്തിയ സംസ്ഥാന ബി.ജെ.പി നേതാക്കൾ പലതവണ ഉറപ്പ് നൽകിയിരുന്നതാണ്. പക്ഷേ, ഒന്നുമുണ്ടായില്ല. ബിൽ പിടിച്ചുവെച്ചുള്ള ഒളിച്ചുകളിക്ക് അവസാനമുണ്ടായെന്ന് മാത്രം. വിയോജനക്കുറിപ്പോടെ ബിൽ രാഷ്ട്രപതിക്ക് അയച്ചുകൊടുത്ത് എത്രയും പെട്ടെന്ന് ബിൽ തള്ളി ക്കളഞ്ഞ് നടപടിക്രമങ്ങൾ അവസാനിപ്പിക്കാൻ ആഭ്യന്തര മന്ത്രാലയം ഉത്സാഹിച്ചു. പ്ലാച്ചിമട സമരസമിതി ഭാരവാഹികൾ കഴിഞ്ഞ വർഷം കേന്ദ്ര നിയമമന്ത്രിയെ കണ്ട് ബില്ലിന്റെ കാര്യം ചർച്ച ചെയ്തിരുന്നു. നിക്ഷേപ സൗഹൃദാന്തരീക്ഷമുയർത്തി രാജ്യത്തെ വികസനത്തിലേക്ക് ഉയർത്താനുള്ള യജ്ഞത്തിലായതിനാൽ കോർപ്പറേറ്റുകളെ പിണക്കാ നാവില്ലെന്ന മറുപടിയാണ് നിയമമന്ത്രി പ്ലാച്ചിമട സമരനേതാക്കൾക്ക് നൽ കിയതത്രെ. രാജ്യം ഭരിക്കുന്നവർ പോലും എതിര് നിൽക്കുമ്പോൾ ഇനി പ്ലാച്ചിമടയിലെ ആദിവാസികൾ എന്തുചെയ്യും.

ഹിന്ദുസ്ഥാൻ കൊക്കകോള കമ്പനിയെ കുറ്റവിചാരണ ചെയ്യാനുള്ള ബിൽ പാസ്സാക്കിയത് കേരളത്തിലാണെങ്കിലും അതിന്റെ അലയൊലി കൾ ലോകം മുഴുവൻ പടർന്നിരുന്നു. ലോകമാധ്യമങ്ങളിൽ വാർത്തയായി. കമ്പനിക്കെതിരെ എന്തെങ്കിലും നിയമനടപടികളുണ്ടാവുന്നത് ഇന്ത്യയും അമേരിക്കയും തമ്മിലുള്ള ബന്ധത്തെ പ്രതികൂലമായി ബാധിക്കുമെന്ന് അമേരിക്കൻ ഭരണാധികാരികൾ അറിയിച്ചിരുന്നു. ഈ ഘട്ടത്തിൽ അ മേരിക്കൻ എംബസിയിൽ നിന്നുള്ള ഇടപെടലുകളുണ്ടായതായി വാർത്ത കളും വന്നിരുന്നു. 1973-ൽ ഇന്ദിരാഗാന്ധിയുടെ കാലത്തുണ്ടായ അതേ പ്രതിസന്ധി ആവർത്തിച്ചു എന്നത് വിധിവൈപരീത്യമെന്നേ പറയാൻ കഴിയൂ. അന്ന് കൊക്കകോളയെ നാടുകടത്താൻ ഇന്ദിരാഗാന്ധി ഫെറ നിയമം കൊണ്ടുവന്നപ്പോൾ ഇന്ന് അതേപാർട്ടിയുടെ നേതൃത്വത്തിലുള്ള മൻമോഹൻസിങ് സർക്കാർ കോളക്കെതിരായ നിയമനടപടികൾ ഒഴി വാക്കാൻ കേരളം പാസ്സാക്കിയ ബിൽ മരവിപ്പിക്കാനാണ് ഉത്സാഹിച്ചത്. ബില്ലിന്റെ കാര്യത്തിൽ യു.പി.എയും എൻ.ഡി.എയും എടുത്ത നിലപാട് കൊക്കകോളയ്ക്ക് അനുകൂലമായിരുന്നു എന്നതിന് എത്രയോ തെളി വുകളുണ്ട്. യു.പി.എ ഭരണത്തിലെ പ്രബലനായിരുന്ന പി. ചിദംബരവും ഇപ്പോഴത്തെ എൻ.ഡി.എ ഭരണത്തിലെ ധനമന്ത്രിയും പ്രമുഖ അഭിഭാ ഷകനുമായ അരുൺ ജയ്റ്റ്ലിയും കൊക്കകോളയുടെയും പെപ്സി യുടെയും അഭിഭാഷകരായിരുന്നു എന്നതാണ് യാഥാർത്ഥ്യം. ഇന്ത്യയി ലേക്കുള്ള രണ്ടാംവരവിന്റെ തുടക്കത്തിൽ ഇരു കമ്പനികളും തമ്മിലു ണ്ടായിരുന്ന വാണിജ്യതർക്കത്തിൽ പി.ചിദംബരം പെപ്സിക്കുവേണ്ടി ഹാജരായിരുന്നുവെന്ന് അമേരിക്കൻ പ്രസിദ്ധീകരണമായ വാൾ സ്ട്രീറ്റ് ജേർണൽ റിപ്പോർട്ട് ചെയ്തിട്ടുണ്ട്. കൊക്കകോളയ്ക്കുവേണ്ടിയും

ചിദംബരം ഹാജരായിട്ടുണ്ട്. 2002-ൽ ഹിമാചൽപ്രദേശിലെ കുളുവിലും മണാലിയിലും റോത്തക് മലമ്പാതയിലുമുള്ള കൂറ്റൻ പാറകളിലും മരങ്ങളിലും വനസംരക്ഷണ നിയമങ്ങൾ ലംഘിച്ച് പരസ്യം പതിച്ചതിന് പെപ്സി, കൊക്കകോള ഉൾപ്പെടെയുള്ള കമ്പനികൾക്ക് സുപ്രീംകോടതി ഒരു കോടി രൂപ പിഴ വിധിച്ചിരുന്നു. ഈ കേസിൽ പെപ്സിക്കുവേണ്ടി ഹാജരായത് അരുൺ ജയ്റ്റ്ലിയായിരുന്നു. ശീതളപാനീയങ്ങൾ ഉത്പാദിപ്പിക്കുന്ന കൊക്കകോളയും പെപ്സിയും അടക്കമുള്ള എല്ലാ ഉത്പാദകരും അവരുടെ ഉത്പന്നങ്ങളിലടങ്ങിയിരിക്കുന്ന മിശ്രിതങ്ങളും ഘടകങ്ങളും കീടനാശിനികളുടെയും രാസവസ്തുക്കളുടെയും സാന്നിധ്യവും കുപ്പി, പാക്കറ്റ്, പെട്ടി എന്നിവയുടെ പുറത്ത് രേഖപ്പെടുത്തണമെന്ന് 2004-ൽ രാജസ്ഥാൻ ഹൈക്കോടതി ഉത്തരവിട്ടിരുന്നു. ഇതിനെതിരെ കോളാക്കമ്പനികൾ സുപ്രീംകോടതിയിൽ അപ്പീൽ നൽകിയെങ്കിലും കോടതി തള്ളുകയായിരുന്നു. ഈ കേസിൽ കൊക്കകോളയ്ക്ക് വേണ്ടി ഹാജരായത് അരുൺ ജയ്റ്റിലിയായിരുന്നു. വാൾ സ്ട്രീറ്റ് ജേർണലെന്ന അമേരിക്കൻ പത്രം 2014 മെയ് 27-ന്, ജെയ്റ്റ്ലി കേന്ദ്രമന്ത്രിയാവുന്ന ഘട്ടത്തിൽ പ്രസിദ്ധീകരിച്ച വാർത്തയിൽ ഈ രണ്ടുകേസുകളെക്കുറിച്ചും വിശദീകരിക്കുന്നുണ്ട്.

പാറക്കെട്ടിലും മരങ്ങളിലും പരസ്യം പതിച്ച കേസിൽ കോളാക്കമ്പനികൾക്കെതിരെ 2002 സെപ്തംബർ 26-ന് സുപ്രംകോടതി ചീഫ് ജസ്റ്റിസ് ബി.എൻ.കൃപാലിന്റെ നേതൃത്വത്തിലുള്ള ബെഞ്ചാണ് പിഴശിക്ഷ വിധിച്ചത്. 1980-ലെ കേന്ദ്ര വനം സംരക്ഷണ നിയമപ്രകാരമായിരുന്നു നടപടി. കൊക്കകോളക്കെതിരെ ശിക്ഷ വിധിച്ച കൃപാൽ പിന്നീട് കൊക്കകോളയുടെ അഡ്വൈസറി കൗൺസിൽ ഓഫ് എൻവയോൺമെന്റ് ആന്റ് സസ്റ്റെയിനബിലിറ്റിയുടെ കീഴിലുള്ള പരിസ്ഥിതി കൗൺസിൽ ചെയർമാനായി എന്നതും പ്ലാച്ചിമട സമരകാലത്ത് പ്ലാച്ചിമടയിലെത്തി, പ്രദേശത്തെ വരൾച്ചക്ക് കാരണം കർഷകരാണെന്ന് പറഞ്ഞതും വിരോധാഭാസമായി കാണാനാവില്ല. അതാണ് കോർപ്പറേറ്റുകളുടെ ശക്തി. ജുഡീഷ്യറിയിലെയും ഭരണകൂടത്തിലെയും ഏറ്റവും ഉന്നതരായ ആളുകളിൽ പലരും കൊക്കകോളയുടെയും പെപ്സിയുടെയും ഉപദേശകസമിതി അംഗങ്ങളായിരുന്നു. മുൻ കരസേനാ മേധാവിയും ദേശീയ ഉപദേശക സമിതി അംഗവുമായ വി.പി.മാലിക് ആണ് ഇപ്പോൾ കൊക്കകോളയുടെ ഉപദേശകസമിതി ചെയർമാൻ. നിയമവും ഭരണകൂടത്തിന്റെ ഇടപെടലുകളും തങ്ങൾക്കനുകൂലമാക്കി മാറ്റാൻ കൊക്കകോളയ്ക്കും പെപ്സിക്കും എളുപ്പത്തിൽ കഴിയുന്നത് ഇങ്ങനെയാണ്. കൊക്കകോളയുടെയും അമേരിക്കയുടെയും താത്പര്യങ്ങൾക്ക് വഴങ്ങി പ്ലാച്ചിമട ട്രിബ്യൂണൽ ബിൽ കേന്ദ്ര സർക്കാർ തള്ളിയതിന് പിന്നിലും ഈ വിധേയത്വങ്ങളെല്ലാം കാരണമാവുന്നുണ്ട്. അനിയന്ത്രിതമായ ജലചൂഷണത്തിനെതിരെ പ്ലാച്ചിമടയിൽ നിന്നും ആദിവാസികൾ ഉയർത്തിവിട്ട പ്രതിഷേധ കൊടുങ്കാറ്റിൽ 11 വർഷം മുമ്പ് അവർക്ക് പ്ലാന്റ് അടച്ചുപൂട്ടേണ്ടി

വന്നെങ്കിലും നഷ്ടപരിഹാരം നൽകുകയെന്ന സാമാന്യ നിയമവ്യവസ്ഥ യിൽ നിന്നും അവർ തന്ത്രപൂർവം രക്ഷപ്പെട്ടിരിക്കുന്നു. അവർ രക്ഷ പ്പെട്ടതല്ല, കോർപ്പറേറ്റ് പ്രീണനത്തിന്റെ ഭാഗമായി രാജ്യം ഭരിക്കുന്നവർ തന്നെ അവരെ രക്ഷപ്പെടുത്തിയെന്ന് പറയുന്നതാണ് ശരി. കേരളത്തിന്റെ നിയമനിർമ്മാണ സഭ ഇവിടെ നോക്കുകുത്തിയായപ്പോൾ കൊക്കകോള യുടെ കോർപ്പറേറ്റ് തന്ത്രമാണ് വിജയിച്ചത്. രാജ്യത്തെ നിയമസംവിധാന ങ്ങൾക്കെല്ലാം ഒരു പടി മുകളിലാണ് തങ്ങളുടെ സ്ഥാനമെന്ന് അവർ നമ്മെ വീണ്ടും വീണ്ടും ഓർമിപ്പിച്ചുകൊണ്ടേയിരിക്കുന്നു. കോർപ്പറേറ്റു കളുടെ ശക്തി നാം ആദ്യം മനസ്സിലാക്കിയത് ഭോപ്പാൽ വാതകദുരന്ത മുണ്ടായപ്പോഴാണ്. ദുരന്തത്തിന് കാരണക്കാരായ യൂണിയൻ കാർ ബൈഡ് കമ്പനിയുടെ സി.ഇ.ഒ വാറൻ ആൻഡേഴ്സണെ നിയമനടപടി കളിൽ നിന്നും രക്ഷിക്കാൻ അമേരിക്കയിലേക്ക് കടക്കാനുള്ള സൗകര്യ ങ്ങളെല്ലാം ചെയ്തത് അന്നത്തെ ഭരണകൂടം തന്നെയായിരുന്നു. പിന്നീട് നിയമനടപടികളുമായി സഹകരിക്കണമെന്ന് പറഞ്ഞ് ആൻഡേഴ്സണെ വിട്ടുകിട്ടാൻ ശ്രമിച്ചെങ്കിലും നടന്നില്ല. അപ്പോഴേക്കും എല്ലാം വൈകിയി രുന്നു. ദുരന്തത്തിനിരയായവർക്ക് മതിയായ നഷ്ടപരിഹാരവും കിട്ടിയില്ല. യൂണിയൻ കാർബൈഡ് കോർപ്പറേഷന്റെ സബ്സിഡറി കമ്പനിയായ യൂണിയൻ കാർബൈഡ് ഇന്ത്യ ലിമിറ്റഡ് കമ്പനിയിലാണ് ദുരന്തമുണ്ടാ യത്. അപ്പോൾ നേരിട്ടുള്ള ഉത്തരവാദിത്വത്തിൽ നിന്നും അമേരിക്കൻ കമ്പനിയും അവരുടെ സി.ഇ.ഒയും രക്ഷപ്പെട്ടു. ഇന്ത്യക്കാരായ കമ്പനി മേധാവികൾ ശിക്ഷിക്കപ്പെടുകയും ചെയ്തു.

കോളയ്ക്കൊപ്പം നിയമസഭയും

പ്ലാച്ചിമട ട്രിബ്യൂണൽ ബിൽ സംസ്ഥാന നിയമസഭ പാസ്സാക്കിയിട്ട് 2017 ഫിബ്രവരി 24-ന് ആറു വർഷം തികഞ്ഞു. അന്ന് വി.എസ്. അച്യുതാനന്ദൻ സർക്കാരിന്റെ അവസാന കാലത്ത് ഫിബ്രവരി 24-നാണ് ബിൽ പാസ്സാക്കിയത്. ബിൽ രാഷ്ട്രപതിക്കയച്ച് അഞ്ചു വർഷം തികയാൻ മൂന്നു മാസം ശേഷിക്കെയാണ് കേന്ദ്ര സർക്കാർ ബില്ലിനുള്ള അനുമതി തള്ളിയതെങ്കിലും ഇക്കാര്യത്തിൽ ഒരുവിധ പ്രതിഷേധവും ഉയർന്നിട്ടില്ല എന്നത് ആശ്ചര്യകരമാണ്. സംസ്ഥാനത്തിന്റെ അധികാര പരിധിയിൽ വരുന്ന നിയമനിർമ്മാണമായിട്ടും അതിനെ എതിർത്തതിനെതിരെ ഒറ്റക്കെട്ടായ ഒരു പ്രതിഷേധം പോലും നിയമസഭയിൽനിന്നും ഉയർന്നില്ല. ഒറ്റപ്പാലം എം.എൽ.എ ആയിരുന്ന എം.ഹംസയുടെ ഒരു ചോദ്യം മാത്രമുണ്ടായി. അതിന് എങ്ങും തൊടാതെ നിയമവശം പരിശോധിക്കുന്നുവെന്ന മുഖ്യമന്ത്രിയായിരുന്ന ഉമ്മൻചാണ്ടിയുടെ മറുപടിയും മാത്രം. സരിതയ്ക്കും ബാറിനും വേണ്ടി ദിവസവും തമ്മിലടിയും മുദ്രാവാക്യം വിളിയും ഇറങ്ങിപ്പോക്കും നടന്നിരുന്ന നിയമസഭയിൽ പ്ലാച്ചിമട ബില്ലിനുവേണ്ടി പ്രതിപക്ഷമോ ഭരണപക്ഷമോ ഒരു പ്രമേയം പോലും അവതരിപ്പിച്ചില്ല എന്നത് ഖേദകരമാണ്. സംസ്ഥാനസർക്കാരിന്റെ അധികാരത്തിൽ കൈകടത്തിയ നടപടിയായിട്ടും ഒരു പ്രതിഷേധം പോലും ഉയരാത്തത് എന്തുകൊണ്ടായിരുന്നു. 2010 മാർച്ചിലാണ് ബില്ലിനുള്ള ശുപാർശ പ്ലാച്ചിമട ഉന്നതാധികാര സമിതി വി.എസ്.സർക്കാരിന് സമർപ്പിച്ചത്. അത് സഭയിൽ കൊണ്ടുവരാൻ 2011 ഫിബ്രവരി 24 വരെ വൈകിപ്പിച്ചതിന് ഒരു നീതീകരണവുമില്ല. പ്ലാച്ചിമടക്കാരുടെ കൂടി പിന്തുണയോടെ അധികാരത്തിൽവന്ന സർക്കാരായിട്ടും ഒരു വർഷം ബിൽ പിടിച്ചുവെച്ചത് പരോക്ഷമായെങ്കിലും കൊക്കകോളയെ സഹായിക്കുന്നതായിരുന്നു. ബില്ലിനെതിരെ സർക്കാരിൽ നിന്നും ഉയർന്ന എതിർപ്പുകളായിരുന്നു ഈ വൈകിപ്പിക്കലിന് കാരണമെന്ന് പിന്നീട് തെളിഞ്ഞു. വ്യവസായ വകുപ്പിന് കടുത്ത എതിർപ്പുണ്ടായിരുന്നു. വകുപ്പിലെ ചില ഉന്നത ഉദ്യോഗസ്ഥരുടെ ഇടപെടലാണ് ബിൽ വൈകിപ്പിച്ചത്. ബിൽ പാസ്സാക്കിയാൽ കേരളത്തിന്റെ വ്യാവസായികാന്തരീക്ഷത്തിന് തിരിച്ചടിയുണ്ടാവുമെന്ന് ചിലർ പ്രചരിപ്പിച്ചു. ഇതറിഞ്ഞ പ്ലാച്ചിമട സമരസമിതിയും

ഐക്യദാർഢ്യസമിതിയും വീണ്ടും ഇടപെട്ടതോടെയാണ് ബിൽ നിയമ സഭയിൽ വെച്ചത്. അപ്പോഴേക്കും സർക്കാരിന്റെ കാലാവധി തീരാറായി രുന്നു. പിന്നീട് വന്ന ഉമ്മൻചാണ്ടി സർക്കാരിന് വേണമെങ്കിൽ കേന്ദ്ര ത്തിൽ സമ്മർദ്ദം ചെലുത്തി നിഷ്പ്രയാസം ബില്ലിന് അനുമതി വാങ്ങി യെടുക്കാൻ കഴിയുമായിരുന്നു. കേന്ദ്രം ഭരിക്കുന്നത് യു.പി.എ സർക്കാർ. സർക്കാരിൽ നിർണായക സ്വാധീനമുണ്ടായിരുന്ന എ.കെ.ആന്റണിയും വയലാർ രവിയും ഉൾപ്പെടെ ഏഴ് കേന്ദ്ര മന്ത്രിമാരും കേരളത്തിൽ നിന്ന്. എന്നിട്ടും ബില്ലിന് ഒരനക്കവും ഉണ്ടായില്ല എന്നതിൽ നിന്നും അവരുടെ ആത്മാർത്ഥതയുടെ ആഴം അളക്കാൻ കഴിയും.

പ്ലാച്ചിമട സമരഘട്ടത്തിൽ സജീവമായിരുന്ന മാധ്യമങ്ങളും ഇവിടെ മൗനം പാലിച്ചു എന്നതാണ് മറ്റൊരു പ്രശ്നം. പ്ലാച്ചിമട ഐക്യദാർഢ്യ സമിതി ഒഴികെയുള്ള പരിസ്ഥിതി-മനുഷ്യാവകാശ സംഘടനകളും കാര്യമായ പ്രതിഷേധങ്ങൾ ഉയർത്തിയില്ല. കേന്ദ്രത്തിന്റെ കോർപ്പറേറ്റ് ബാന്ധവം തുറന്നുകാട്ടാൻ ആരുമില്ലാത്ത സാഹചര്യം വന്നതോടെ കൊക്കകോളയ്ക്ക് കാര്യങ്ങൾ കൂടുതൽ എളുപ്പമാവുകയായിരുന്നു.

നഷ്ടപരിഹാരമില്ല; കോളയ്ക്ക് കോടികളുടെ നികുതിയിളവ്

പ്രകൃതിവിഭവങ്ങൾ ചൂഷണം ചെയ്തതിന്റെ പേരിൽ നിയമപരമായി പ്രോസിക്യൂട്ട് ചെയ്യുന്നതിന് ശുപാർശ ചെയ്ത കമ്പനിക്ക് കോടികളുടെ നികുതിയിളവ് നൽകാനുള്ള സർക്കാർ തീരുമാനം ഞെട്ടലോടെയാണ് പ്ലാച്ചിമടക്കാർ അറിഞ്ഞത്. ഒന്നും രണ്ടും രൂപയല്ല–5.26 കോടി. പ്ലാച്ചിമടക്കാരുടെ മണ്ണും വെള്ളവും പരിസ്ഥിതിയും മലിനപ്പെടുത്തിയ കൊക്കകോള കമ്പനിക്കാണ് നികുതിയിളവ് നൽകിയത്. കൊക്കകോളയെ വിചാരണ ചെയ്യാനുള്ള പ്ലാച്ചിമട നഷ്ടപരിഹാര ട്രിബ്യൂണൽ ബിൽ കേന്ദ്ര സർക്കാർ പൂഴ്ത്തിവെച്ച ഘട്ടത്തിലായിരുന്നു ഈ സംഭവവും പുറത്തു വന്നത്.

ഗ്രീൻചാനൽ സംവിധാനം വഴി കേരളത്തിൽ സംരംഭം തുടങ്ങുന്നവർക്ക് 2000–ലാണ് നികുതി ആനുകൂല്യങ്ങൾ അനുവദിച്ചത്. വ്യവസായം പ്രോത്സാഹിപ്പിക്കുക എന്ന ലക്ഷ്യം മുൻനിർത്തിയാണ് നികുതിയിളവ് പ്രഖ്യാപിച്ചത്. ഭൂമി, കെട്ടിടം, യന്ത്രസാമഗ്രികൾ എന്നിവയ്ക്ക് മുടക്കുന്ന തുകയ്ക്ക് ആനുപാതികമായ സംഖ്യ ഉത്പാദനം തുടങ്ങി ആദ്യ അഞ്ചു വർഷത്തിനകം വില്പന നികുതിയിൽ ഇളവായി നൽകുന്നതിനാണ് സർക്കാർ തീരുമാനിച്ചത്. ഇതുപ്രകാരം 44 കോടിയുടെ ഇളവിന് 2001–ൽ തന്നെ കൊക്കകോള കമ്പനി വ്യവസായ വകുപ്പിന് അപേക്ഷ നൽകിയിരുന്നു. സാങ്കേതിക കാരണങ്ങളാൽ ഈ അപേക്ഷ സർക്കാർ തള്ളിയെങ്കിലും കമ്പനി ഹൈക്കോടതിയെ സമീപിച്ചു. 2011 ഡിസംബർ 15–ന് കൊക്കകോളയ്ക്ക് അനുകൂലമായ കോടതിവിധി വന്നെങ്കിലും അപ്പീൽ നൽകാനോ മേൽക്കോടതിയെ സമീപിക്കാനോ സർക്കാർ തയ്യാറായില്ല. പകരം നികുതിയിളവ് കൊടുക്കുന്നതിനെക്കുറിച്ച് പരിശോധിക്കാൻ വ്യവസായ വകുപ്പ് പാലക്കാട് ജില്ലാ വ്യവസായ കേന്ദ്രത്തോട് ആവശ്യപ്പെടുകയായിരുന്നു. ജില്ലാ വ്യവസായ കേന്ദ്രം നടത്തിയ പരിശോധനയിൽ 5.26 കോടിയുടെ നികുതിയിളവിന് കമ്പനിക്ക് അർഹതയുണ്ടെന്ന ശുപാർശയാണ് നൽകിയത്. പ്ലാന്റ് ഉൾപ്പെടെയുള്ള യന്ത്രസാമഗ്രികൾക്ക് 1.24 കോടി രൂപ, ഭൂമി വിലയിനത്തിൽ 56,200 രൂപ, ഭൂമി ഒരുക്കിയതിന്

38.5 ലക്ഷം, കെട്ടിടങ്ങൾക്ക് 3.6 കോടി എന്നിങ്ങനെ കണക്കാക്കിയാണ് 5.26 കോടിയുടെ നികുതിയിളവിന് ശുപാർശ ചെയ്തത്. കമ്പനി സമർപ്പിച്ച അപേക്ഷയിൽ 44 കോടിയുടെ നികുതിയിളവാണ് ആവശ്യപ്പെട്ടതെങ്കിലും ഹാജരാക്കിയ ബില്ലുകളിലെ അപാകത മൂലമാണ് തുക കുറച്ചതെന്നും വ്യവസായ കേന്ദ്രം നൽകിയ റിപ്പോർട്ടിലുണ്ട്. കോടതി വിധിയുടെ അടിസ്ഥാനത്തിൽ കൊക്കകോള കമ്പനിക്ക് നികുതിയിളവ് നൽകാനൊരുങ്ങുമ്പോൾ തന്നെയാണ് പ്ലാച്ചിമടക്കാർക്ക് 216 കോടിയുടെ നഷ്ടപരിഹാരത്തിനുള്ള ബിൽ സംസ്ഥാന നിയമസഭ ഒറ്റക്കെട്ടായി പാസ്സാക്കുന്നത്. പക്ഷേ, ബിൽ നിയമമാക്കാതെ പിടിച്ചുവെച്ച്, കൊക്കകോളയുടെ കോർപ്പറേറ്റ് താത്പര്യം സംരക്ഷിക്കാൻ കേന്ദ്ര സർക്കാർ വ്യഗ്രത കാട്ടിയപ്പോൾ ഇവിടെ കോളയ്ക്ക് നികുതിയിളവ് നൽകാനാണ് സംസ്ഥാന സർക്കാർ താത്പര്യപ്പെട്ടത്.

പ്രകൃതിവിഭവങ്ങൾ കൊള്ളയടിച്ചതിന് പ്രവർത്തനാനുമതി റദ്ദാക്കിയതിനെ തുടർന്ന് പ്ലാച്ചിമടയിൽ നിന്നും ഓടിപ്പോയ കമ്പനിക്ക് കോടികളുടെ നികുതിയിളവ് നൽകുന്നതിനെ ഒരു രാഷ്ട്രീയ പാർട്ടികളും അന്ന് എതിർത്തിരുന്നില്ല എന്നതാണ് സത്യം. കോളയ്ക്കെതിരെ നിയമസഭയിൽ ഒറ്റക്കെട്ടായി ബിൽ പാസ്സാക്കിയവർ തന്നെ കമ്പനിക്ക് നികുതിയിളവ് നൽകാനും ആ ഐക്യം പ്രകടിപ്പിച്ചു. പ്ലാച്ചിമടയിലെ പാവപ്പെട്ട ആദിവാസികളെക്കാൾ ലോകത്തെ ഏറ്റവും വലിയ ശീതളപാനീയ കമ്പനിയോടായിരുന്നു അവർക്ക് കൂടുതൽ പഥ്യം. വിപണിയും നികുതി വ്യവസ്ഥകളും സുതാര്യമാക്കി വ്യവസായം പ്രോത്സാഹിപ്പിക്കുകയെന്ന ഉദാരവത്കരണ നയമാണ് ഇത്രയും വലിയ നികുതിയിളവ് ലഭ്യമാക്കാൻ കൊക്കകോളയെ സഹായിച്ചത്. നിക്ഷേപത്തിന് വരുന്ന കമ്പനിയെക്കുറിച്ച് സൂക്ഷ്മതലത്തിലുള്ള പരിശോധനയോ, ഏതുതരം വ്യവസായമാണ് അവർ നടത്തുന്നതെന്ന വസ്തുതാപരിശോധനയോ ഇല്ലാതെയാണ് അന്ന് കമ്പനികളെ കേരളത്തിലേക്ക് ക്ഷണിച്ചത്. നിക്ഷേപകർ നാടിന്റെ വികസനത്തിന് എന്തു സംഭാവന ചെയ്യുമെന്ന് ആരും അന്ന് പരിശോധിച്ചില്ല. നിക്ഷേപ സൗഹൃദത്തിന് എല്ലാവരും മത്സരിച്ച് നിയമങ്ങൾ ഉദാരമാക്കിയപ്പോൾ കൊക്കകോളയെ പോലുള്ള ബഹുരാഷ്ട്ര കുത്തകകൾക്ക് അത് അനുഗ്രഹമാവുകയായിരുന്നു. അവർക്ക് ഭൂമിയും വെള്ളം ഉൾപ്പെടെയുള്ള പ്രകൃതിവിഭവങ്ങളും ചുളുവിലയ്ക്ക് കിട്ടുകയും ചെയ്തു. ഉദാരവത്കരണ വ്യവസായനയം നടപ്പാക്കുന്നതിൽ ഇടതു-വലത് കക്ഷികൾക്ക് ഒരു വ്യത്യാസവും ഉണ്ടായിരുന്നില്ല. ജനങ്ങളുടെ കുടിവെള്ളവും ആരോഗ്യവും നശിപ്പിച്ചാലും കുഴപ്പമില്ല, കൊക്കകോളയെ പോലുള്ള കമ്പനികൾ കൂടുതൽ തൊഴിൽ നൽകുമെന്ന വാദഗതിയാണ് രാഷ്ട്രീയപാർട്ടികളും സർക്കാരും ഈ ഘട്ടത്തിൽ ഉയർത്തിയത്. ജനകീയ സമരത്തിന് മുന്നിൽ കോള മുട്ടുകുത്തിയപ്പോൾ പിന്തുണയും ഐക്യദാർഢ്യവും അറിയിച്ച് എത്തിയ രാഷ്ട്രീയപാർട്ടികൾ തന്നെ കൊക്കകോളയ്ക്ക് നികുതിയിളവ് നൽകാനും രംഗത്തുവന്നത് വിരോധാഭാസമായി തോന്നാം.

എസ്.സി/എസ്.ടി.
അതിക്രമ നിരോധന നിയമം

പ്ലാച്ചിമട നഷ്ടപരിഹാര ട്രിബ്യൂണൽ ബിൽ കേന്ദ്രം തള്ളിയ സാഹചര്യത്തിൽ കൊക്കകോളയെ നിയമപരമായി കുടുക്കാൻ പറ്റിയ ഒന്നായിരുന്നു പട്ടികജാതി-വർഗ (അതിക്രമനിരോധന) നിയമപ്രകാരം കമ്പനിക്കെതിരെ എടുത്ത കേസ്. കുടിവെള്ള സ്രോതസ്സ് മലിനപ്പെടുത്തിയതിന് പ്ലാച്ചിമടയിലെ ആദിവാസികൾ നൽകിയ പരാതിയിൽ 2016-ൽ മീനാക്ഷിപുരം പൊലീസ് കേസെടുത്ത് പ്രഥമവിവര റിപ്പോർട്ട് രജിസ്റ്റർ ചെയ്തെങ്കിലും തുടരന്വേഷണം ഉണ്ടായില്ല. അവിടെയും കൊക്കകോളയുടെ കോർപ്പറേറ്റ് താൽപ്പര്യമാണ് വിജയിച്ചത്. കേസിൽ ഇടപെടാനും പ്രതിപ്പട്ടികയിലുള്ളവരെ ചോദ്യംചെയ്യാനും സർക്കാരും താത്പര്യമെടുത്തില്ല. ഇതോടെ അന്വേഷണം എഫ്. ഐ. ആറിൽ ഒതുങ്ങിയെന്ന് പറയാം. കൊക്കകോള കമ്പനിക്ക് സമീപമുള്ള പ്ലാച്ചിമട, വിജയനഗർ കോളനികളിലെ 40-ഓളം പേർ 2015 ഏപ്രിലിൽ നൽകിയ പരാതിയിൽ കേസെടുത്തത് തന്നെ വലിയൊരു സംഭവമായിരുന്നു. നിയമം കൺമുന്നിലുണ്ടായിട്ടും കേസെടുക്കാതെ കൊക്കകോളയെ സഹായിച്ച പൊലീസ് വകുപ്പിനെതിരെ സമരസമിതിയുടെ നേതൃത്വത്തിൽ മാർച്ചും ധർണയും മറ്റു പ്രക്ഷോഭങ്ങളും നടത്തിയിട്ടും സർക്കാർ തിരിഞ്ഞുനോക്കിയില്ല. ഒടുവിൽ സംസ്ഥാന-ദേശീയ പട്ടികജാതി വർഗ കമ്മീഷനുകൾക്ക് പരാതി നൽകേണ്ട സ്ഥിതി വന്നു. പരാതിയിൽ ദേശീയ പട്ടികവർഗ കമ്മീഷൻ ശക്തമായി ഇടപെട്ടതോടെയാണ് സംസ്ഥാന പൊലീസ് കൊക്കകോളക്കെതിരെ ക്രിമിനൽ കേസ് രജിസ്റ്റർ ചെയ്യാൻ തീരുമാനിച്ചത്. 14 വർഷത്തെ സമരചരിത്രത്തിൽ കൊക്കകോളക്കെതിരായ ആദ്യ പൊലീസ് കേസായിരുന്നു ഇത്.

കുടിവെള്ളസ്രോതസ്സ് മലിനപ്പെടുത്തിയെന്ന പരാതിയിലാണ് പട്ടികജാതി-വർഗ(അതിക്രമ നിരോധന)നിയമം 1989 അനുസരിച്ച് കമ്പനിക്കെതിരെ പൊലീസ് കേസെടുത്തത്. പട്ടികജാതി-വർഗ വിഭാഗക്കാർ ഉപയോഗിക്കുന്ന ജലസ്രോതസ്സ് മലിനമാക്കി ഉപയോഗശൂന്യമാക്കുന്നത് തടയുന്ന വകുപ്പാണ് കേസിൽ കമ്പനിക്കെതിരെ ചുമത്തിയത്. 2000 മുതൽ 2004 വരെ പ്ലാച്ചിമടയിൽ പ്രവർത്തിച്ചിരുന്ന കൊക്കകോള കമ്പനി

കാരണം തങ്ങളുടെ കുടിവെള്ളസ്രോതസ്സുകൾ മലിനമാവുകയും ഉപയോഗിക്കാൻ പറ്റാതാവുകയും ചെയ്തതായി ഇവർ പരാതിയിൽ ചൂണ്ടിക്കാട്ടി. ഇതിന്റെ അടിസ്ഥാനത്തിൽ പ്ലാച്ചിമട പ്ലാന്റ് തലവൻ, കേരള റീജ്യണൽ മേധാവി, ഡൽഹി നോയ്ഡ ആസ്ഥാനമാക്കിയുള്ള അഖിലേന്ത്യാ മേധാവി എന്നിവർക്കെതിരെ ക്രിമിനൽ നടപടി സ്വീകരിക്കണമെന്നാണ് പരാതിയിൽ ആവശ്യപ്പെട്ടിരുന്നത്. പട്ടികജാതി-വർഗ വിഭാഗക്കാർക്കെതിരായ അതിക്രമങ്ങൾ തടയാനും അതിക്രമങ്ങൾക്കിരയായവർക്ക് പരിഹാരവും നീതിയും എളുപ്പം ലഭ്യമാക്കാനും 1989-ലെ എസ്.സി-എസ്. ടി ആക്ട് 2015-ൽ ഭേദഗതി വരുത്തിയിരുന്നു. ഭേദഗതി പ്രകാരം കേസ് രജിസ്റ്റർ ചെയ്താൽ ആറുമാസത്തിനകം അന്വേഷണം പൂർത്തിയാക്കി കുറ്റപത്രം സമർപ്പിക്കണം. ഡി.വൈ.എസ്.പി റാങ്കിൽ കുറയാത്ത ഓഫീസറായിരിക്കണം കേസ് അന്വേഷിക്കേണ്ടത്. കുറ്റം തെളിയിക്കപ്പെട്ടാൽ പ്രതിപ്പട്ടികയിലുള്ളവർക്ക് ആറുമാസം മുതൽ അഞ്ചു വർഷം വരെ തടവുശിക്ഷയും പിഴയും ചുമത്താൻ വ്യവസ്ഥ ചെയ്യുന്നുണ്ട്. പ ക്ഷേ, മീനാക്ഷിപുരം പൊലീസ് സ്റ്റേഷനിൽ രജിസ്റ്റർ ചെയ്ത കേസിൽ ഇതൊന്നുമുണ്ടായില്ല.

പ്ലാച്ചിമട നഷ്ടപരിഹാര ട്രിബ്യൂണൽ ബിൽ രാഷ്ട്രപതി തള്ളിയ സാഹചര്യത്തിലാണ് എസ്. സി-എസ് ടി നിയമപ്രകാരം കൊക്കകോളക്കെതിരെ കേസ് കൊടുക്കാൻ സമരസമതി തീരുമാനിച്ചത്. ബില്ലിന് ശുപാർശ ചെയ്ത പ്ലാച്ചിമട ഉന്നതാധികാരസമിതി റിപ്പോർട്ടിൽ എസ്.സി-എസ്.ടി നിയമത്തിന്റെ ലംഘനത്തിനെതിരെ നിയമപരമായി പോരാടുന്നതിന്റെ സാധ്യതകൾ വിശദീകരിച്ചിട്ടുണ്ട്. പക്ഷേ, തുടക്കത്തിൽ ബില്ലിന് അനുമതി കിട്ടുമെന്നുള്ള വിശ്വാസത്തിലാണ് സമരസമിതി കേസ് നൽകാതിരുന്നത്. ബിൽ തള്ളിയതോടെ പരാതി നൽകാൻ പ്ലാച്ചിമടക്കാർ തയ്യാറായെങ്കിലും കേസെടുക്കാൻ പൊലീസ് താത്പര്യമെടുത്തില്ല. കുടിവെള്ളം മലിനപ്പെടുത്തിയ കൊക്കകോള കമ്പനിയുടെ നടപടി മനപ്പൂർവമായിരുന്നില്ലെന്ന നിലപാടാണ് ആദ്യം പൊലീസ് സ്വീകരിച്ചത്. എന്നാൽ പ്ലാച്ചിമട ഉന്നതാധികാരസമിതി റിപ്പോർട്ട്, സുപ്രീം കോടതി മോണിറ്ററിങ് കമ്മിറ്റിയുടെ നിർദ്ദേശങ്ങൾ, ഭൂഗർഭജലവകുപ്പിന്റെയും മലിനീകരണ നിയന്ത്രണ ബോർഡിന്റെയും ശുപാർശകൾ, ഹൈക്കോടതി വിധി, പെരുമാട്ടി പഞ്ചായത്തിന്റെ നിയമയുദ്ധം, നിയമസഭാസമിതിയുടെ പഠനറിപ്പോർട്ട് തുടങ്ങിയവയുടെ രേഖകൾ എന്നിവ പരാതിക്കൊപ്പം നൽകിയിരുന്നു. ഇവ പരിശോധിക്കുകയും കൊക്കകോള കമ്പനി അടച്ചുപൂട്ടാനുണ്ടായ സാഹചര്യം പരിഗണിക്കുകയും മാത്രം ചെയ്തിരുന്നെങ്കിൽ എസ്. സി-എസ്. ടി നിയമപ്രകാരം നിഷ്പ്രയാസം കേസെടുക്കാമായിരുന്നു. പക്ഷെ സർക്കാർ തലത്തിൽ ഇവിടെയും മൗനം പാലിച്ചതിനാൽ പൊലീസും അനങ്ങിയില്ല. പരാതിക്കാരെ പരിഗണിക്കില്ലെന്ന് ഉറപ്പായതോടെ 2015 ആഗസ്തിൽ സമരസമിതി പാലക്കാട് എസ്.പി ഓഫീസിലേക്ക് പ്രതിഷേധ മാർച്ച് നടത്തി. എന്നിട്ടും നടപടിയില്ലാതായതോടെയാണ് സംസ്ഥാന-ദേശീയ പട്ടികവർഗ കമ്മീഷനുകൾക്ക്

പ്ലാച്ചിമട സമരസമിതിയുടെ നേതൃത്വത്തിൽ
പാലക്കാട് എസ്. പി. ഓഫീസിലേക്ക് നടത്തിയ മാർച്ച്

പരാതികൾ നൽകിയത്. ഒടുവിൽ ദേശീയ പട്ടികവർഗ കമ്മീഷൻ ഇടപെട്ട തോടെ മീനാക്ഷിപുരം പോലീസ് കേസ് രജിസ്റ്റർ ചെയ്യാൻ തയ്യാറായി.

വിശദമായ അന്വേഷണത്തിനും രേഖകളുടെ പരിശോധനയ്ക്കും ശേഷം ആവശ്യമെങ്കിൽ കമ്പനി ഉദ്യോഗസ്ഥരെ വിളിച്ചുവരുത്തി ചോദ്യം ചെയ്യുമെന്ന് അന്വേഷണ ഉദ്യോഗസ്ഥൻ അറിയിച്ചിട്ട് ഒരുവർഷമാവാറായി. ഇപ്പോൾ കമ്പനി പ്രവർത്തിക്കുന്നില്ലെന്ന മുടന്തൻ ന്യായമാണ് പോലീസ് ഉന്നയിക്കുന്നത്. പക്ഷേ, പ്ലാന്റ് പ്ലാച്ചിമടയിൽ തന്നെയുണ്ട്. ലൈസൻസ് റദ്ദാക്കിയതിനെതിരെ കൊക്കകോള നൽകിയ കേസ് സുപ്രീം കോടതിയുടെ പരിഗണനയിലുമുണ്ട്. കൊക്കകോളയുടെ ഭൂജലമൂറ്റൽ മൂലം കഷ്ടത അനുഭവിക്കുന്ന ആദിവാസി വിഭാഗങ്ങളും പ്ലാച്ചിമടയിൽ തന്നെയുണ്ട്. കേസിൽ മുന്നോട്ട് പോവാൻ ഇതെല്ലാം ധാരാളം മതിയെന്നിരിക്കെ സംസ്ഥാന സർക്കാരും ആഭ്യന്തരവകുപ്പും തുടരുന്ന മൗനം ദുരൂഹമാണ്. സംസ്ഥാന നിയമവകുപ്പ് കയ്യാളുന്ന മന്ത്രി പാലക്കാട് ജില്ലയുടെ പ്രതിനിധിയാണ്. എന്നിട്ടും പ്ലാച്ചിമടക്കാരുടെ ദുരിതം സർക്കാർ കാണുന്നില്ലെങ്കിൽ അതിനെ അവഗണനയെന്ന് മാത്രം പറഞ്ഞാൽ മതിയോ. ചുരുക്കത്തിൽ, ഇടതുപക്ഷ സർക്കാർ അധികാരത്തിൽ വന്നിട്ടും പ്ലാച്ചിമടക്കാർക്ക് നിരാശയാണ് ഫലം. ഭരണകൂടവും കൊക്കകോളയും രാഷ്ട്രീയപാർട്ടികളും ചേർന്ന് പ്ലാച്ചിമട നഷ്ടപരിഹാര ട്രിബ്യൂണൽ ബില്ലിനെ തട്ടിക്കളിച്ചപോലെ പട്ടികജാതി-വർഗ(അതിക്രമ നിരോധന)നിയമത്തെ സംസ്ഥാന സർക്കാരും കുഴിച്ചുമൂടിയിരിക്കുന്നു. പിന്നെങ്ങനെ പ്ലാച്ചിമടക്കാർക്ക് നീതി ലഭിക്കും.

പ്ലാച്ചിമടയിൽനിന്നും കാലെധാരയിലേക്ക്

ജനങ്ങളുടെ അണയാത്ത രോഷത്തിന് മുന്നിൽ കോളക്കമ്പനികൾക്ക് ഒരിക്കലും പിടിച്ചുനിൽക്കാനാവില്ലെന്നതിന്റെ തെളിവാണ് പ്ലാച്ചിമട. ഈ മണ്ണിൽ നിന്നുയർന്ന സമരകാഹളം അതിർത്തിയും കടന്ന് ശിവഗംഗയിലും മെഹ്ദിഗഞ്ചിലും കാലെധാരെയിലും എത്തിയപ്പോൾ പ്രകൃതിവിഭവങ്ങൾ സംരക്ഷിക്കേണ്ടതിന്റെ ബാധ്യത ജനങ്ങൾ ഏറ്റെടുക്കുകയായിരുന്നു. അവർ കോളകളെ നിരന്തരം എതിർത്തു. കുടിവെള്ളം വറ്റിച്ച് കൃഷി നശിപ്പിക്കുന്ന വെള്ളക്കമ്പനി വേണ്ടെന്ന നിലപാടിൽ ഉറച്ചുനിന്നപ്പോൾ കൊക്കകോളയ്ക്ക് പലയിടത്തും കാലിടറി. ജനകീയ പ്രതിഷേധം നേരിടേണ്ടിവന്നത് പ്ലാച്ചിമടയിൽ മാത്രമായിരുന്നില്ല. തമിഴ്നാട്ടിലെ ശിവഗംഗയിലും ഈറോഡിലും രാജസ്ഥാനിൽ ജയ്പൂരിനടുത്ത് കാലെധാരെയിലും മഹാരാഷ്ട്രയിലെ പൂണെയിലും ഉത്തർപ്രദേശിലെ വാരണാസിക്കടുത്ത് മെഹ്ദിഗഞ്ചിലും തദ്ദേശീയർ ഉയർത്തിയ പ്രതിഷേധം വർഷങ്ങളോളം നീണ്ടു. ആദ്യ വിജയം പ്ലാച്ചിമടയിലായിരുന്നു. പിന്നെ ശിവഗംഗയിലും പ്ലാന്റ് പൂട്ടേണ്ടിവന്നു. ഈറോഡിൽ പുതിയ പ്ലാന്റിനെതിരെയുള്ള സമരം ശക്തമായപ്പോൾ സർക്കാർ തന്നെ ഇടപെട്ട് കമ്പനിക്ക് നൽകിയ 71.34 ഏക്കർ ഭൂമി തിരിച്ചുപിടിച്ചു. 2016 ഫിബ്രവരിയിൽ വിശാഖപട്ടണത്തെയും മേഘാലയയിലെയും കാലെധാരെയിലെയും പ്ലാന്റുകളിൽ ഉത്പാദനം താത്കാലികമായി നിർത്തിയെന്ന് കൊക്കകോള തന്നെയാണ് ഔദ്യോഗികമായി അറിയിച്ചത്. ശീതളപാനീയങ്ങളുടെ ആവശ്യകത കുറഞ്ഞതും സാമ്പത്തികനഷ്ടവും മൂലമാണ് മൂന്ന് പ്ലാന്റുകളിൽ ഉത്പാദനം നിർത്തിയതെന്ന് കമ്പനി പറയുന്നുണ്ടെങ്കിലും ഇവിടെയും ജനരോഷം തന്നെയാണ് പ്രധാന കാരണം. കാലെധാരെയിൽ കൊക്കകോളക്കെതിരായ സമരം തുടങ്ങിയിട്ട് വർഷങ്ങളായി. സ്വാതന്ത്ര്യസമരസേനാനിയായിരുന്ന സിദ്ധരാജ് ദദ്ധയുടെ സമരഭൂമിയായിരുന്നു ഇവിടം. ഇതുവരെ അഞ്ച് പ്ലാന്റുകളിലാണ് ഉത്പാദനം നിർത്തിയിട്ടുള്ളതെന്നും മറ്റുള്ള പ്രചാരണങ്ങൾ ശരിയല്ലെന്നും അടുത്തിടെ പുറത്തിറക്കിയ പത്രക്കുറിപ്പിൽ കൊക്കകോള വ്യക്തമാക്കിയിരുന്നു.

ലോക ശീതളപാനീയ വിപണിയിലെ മുടിചൂടാമന്നൻമാരാണെങ്കിലും പ്ലാച്ചിമട സമരം കത്തിനിന്ന സമയത്ത് കൊക്കകോളയ്ക്കും പെപ്സിക്കും ഇന്ത്യയിൽ ശനിദശയായിരുന്നു. കേരളത്തിൽ യുവജന സംഘടനകളും പിന്നീട് സർക്കാരും കൊണ്ടുവന്ന ബഹിഷ്കരണാഹ്വാനം ജനങ്ങൾ ഏറ്റെടുക്കുകയും ഒരർത്ഥത്തിൽ വിജയിക്കുകയും ചെയ്തു. മെഹ്ദിഗഞ്ചിലും വാരാണസിയിലും കാലെധാരെയിലും ശിവഗംഗയിലും അവസാനം പ്ലാച്ചിമടയിലും ഉയർന്നുവന്ന ജനരോഷം കോള പാനീയങ്ങൾ കുടിക്കാൻ യോഗ്യമല്ലെന്ന പൊതുധാരണ സൃഷ്ടിച്ചു. കോള പാനീയങ്ങളിൽ കീടനാശിനികളുടെ സാന്നിധ്യം കണ്ടെത്തിയ ഡൽഹിയിലെ സെന്റർ ഫോർ സയൻസ് ആന്റ് എൻവയൺമെന്റ് എന്ന സംഘടനയുടെ റിപ്പോർട്ടും പുറത്തുവന്നു. ഈ നിർണായക ഘട്ടത്തിൽ കേന്ദ്ര സർക്കാർ ശരിയുടെ പക്ഷത്ത് നിന്നിരുന്നുവെങ്കിൽ ഒരുപക്ഷേ, കോളകൾ രണ്ടാമതും രാജ്യത്തുനിന്നും നാടുകടത്തപ്പെടുമായിരുന്നു. പക്ഷേ, സംഭവിച്ചത് മറ്റൊന്നായിരുന്നു. അമേരിക്കയോടുള്ള വിധേയത്വവും കോർപ്പറേറ്റ് പ്രീണനവും മൂലം സ്വന്തം ജനങ്ങളെ കയ്യൊഴിഞ്ഞ് കൊക്കകോളയെയും പെപ്സിയെയും രക്ഷിക്കാനാണ് കേന്ദ്ര സർക്കാർ ശ്രമിച്ചത്. മറ്റൊരു തരത്തിൽ രാജ്യത്തെ നിയമസംവിധാനങ്ങളും അവർക്ക് തുണയായി. കൊക്കകോള വിഷക്കോളയാണെന്ന് തുറന്നുപറഞ്ഞത് മറ്റാരുമായിരുന്നില്ല, അവരുടെ ഇന്ത്യൻ കമ്പനിയുടെ പബ്ലിക് റിലേഷൻസ് ഡയറക്ടറായിരുന്ന നന്ദു ബാനർജിയായിരുന്നു. വർഷങ്ങൾ നീണ്ട കൊക്കകോളയിലെ ജോലി രാജിവെച്ച് കോളയുടെ അന്തർരഹസ്യങ്ങൾ തേടിയിറങ്ങിയ ബാനർജിയുടെ പുസ്തകത്തിൽ ഇത് വിശദമായി പ്രതിപാദിച്ചിട്ടുണ്ട്.

കോളകളുടെ വിശ്വാസ്യത നഷ്ടമായത് പ്ലാച്ചിമട സമരത്തോടെയാണ്. കേരളത്തിലെ പരിസ്ഥിതി-മനുഷ്യാവകാശ സംഘടനകൾ സമരം ഏറ്റെടുത്തതോടെ കോള ബഹിഷ്കരണം എന്ന സമരരീതിയും നിലവിൽ വന്നു. ഇത് പലയിടത്തും ജനകീയ പ്രതിഷേധമായി മാറി. പ്ലാച്ചിമടയിൽ അനിശ്ചിതകാല സമരം തുടങ്ങി ഏഴാംമാസത്തിൽ കോഴിക്കോട്ടാണ് ആദ്യ കോള ബഹിഷ്കരണസമരം ഉയർന്നുവന്നത്. ബഹുരാഷ്ട്ര കുത്തകകൾക്കെതിരായ പ്രക്ഷോഭത്തിന്റെ ഭാഗമായി യുവജനവേദി പ്രവർത്തകർ കോഴിക്കോട് ബീച്ച് റോഡിലുള്ള കൊക്കകോള ഡിപ്പോ കയ്യേറി കുപ്പികൾ നശിപ്പിച്ചു. ബഹുരാഷ്ട്ര കമ്പനികളുടെ കുപ്പിവെള്ളം ബഹിഷ്കരിക്കണമെന്നും യുവജനവേദി ആവശ്യപ്പെട്ടു. ഇതൊരു തുടക്കമായിരുന്നു. 2003 ഏപ്രിൽ 13-ലെ ജാലിയൻവാലാബാഗ് ദിനം മുതൽ കേരളത്തെ കോള വിമുക്തമാക്കുമെന്ന് ഇടതുപക്ഷ യുവജന സംഘടനകൾ പ്രഖ്യാപിച്ചതോടെ സംസ്ഥാനത്തെ വിവിധയിടങ്ങളിൽ കോളകളുടെ വിതരണം ജനങ്ങൾ തടഞ്ഞു. അമേരിക്കൻ ഉത്പന്നങ്ങൾ അറബിക്കടലിൽ എന്ന മുദ്രാവാക്യവുമായി കോഴിക്കോട്ടെ കൊക്കകോള വിതരണ കേന്ദ്രത്തിൽ ഇരച്ചുകയറിയ റെഡ് ഫ്ളാഗ് പ്രവർത്തകർ കോള

ഉത്പന്നങ്ങൾ പിടിച്ചെടുത്ത് കടലിലെറിഞ്ഞു. പാലക്കാട്ട് കൊഴിഞ്ഞാമ്പാറയിൽ പെപ്സിയുടെയും കൊക്കകോളയുടെയും സംഭരണകേന്ദ്രവും വാഹനവും തടഞ്ഞ് ഡി.വൈ.എഫ്.ഐ പ്രവർത്തകർ 4000-ൽ ഏറെ കുപ്പികൾ നശിപ്പിച്ചു. പാലക്കാട്ട് കുഴൽമന്ദത്തും സമാന സംഭവമുണ്ടായി. ഇറാഖ് യുദ്ധത്തിന്റെ പശ്ചാത്തലത്തിൽ അമേരിക്കൻ ഉത്പന്നങ്ങൾ ബഹിഷ്കരിക്കാൻ മുസ്ലിംലീഗും ഇതരസംഘടനകളും കൂടി തീരുമാനിച്ചതോടെ കേരളത്തിൽ കോള പാനീയ വില്പന കുത്തനെ ഇടിഞ്ഞു. കടകളിൽപോലും ഉത്പന്നങ്ങൾ വാങ്ങാതായി. വിദ്യാർത്ഥികളും യുവജനങ്ങളും കോളകളെ പൂർണമായും ബഹിഷ്കരിച്ചു. കാമ്പസുകളിൽ വ്യാപക പ്രചാരണങ്ങളും നടത്തി.

ഇതിനിടയിലാണ് ഡൽഹിയിൽ സുനിത നരെയ്നിന്റെ സി.എസ്.ഇ കൊക്കകോളയിലും പെപ്സിയിലും അപകടകരമായ തോതിൽ കീടനാശിനി അംശമുണ്ടെന്ന് തെളിവുസഹിതം വെളിപ്പെടുത്തിയത്. തുടർന്ന് പാർലമെന്റ് കാന്റീനിൽ ഈ പാനീയങ്ങൾ നിരോധിച്ചു. കേന്ദ്ര സർക്കാർ സംയുക്ത പാർലമെന്ററി സമിതി രൂപവത്കരിച്ച് അന്വേഷണവും പ്രഖ്യാപിച്ചു. ഭക്ഷ്യവസ്തുക്കളിലെ മായം ചേർക്കൽ തടയുന്ന നിയമത്തിലെ ഏഴാം വകുപ്പു പ്രകാരം കൊക്കകോളയുടെയും പെപ്സിയുടെയും ഉത്പാദനവും വിതരണവും നിരോധിക്കാൻ വി.എസ്.അച്യുതാനന്ദന്റെ നേതൃത്വത്തിലുള്ള എൽ.ഡി.എഫ് സർക്കാർ 2006-ൽ തീരുമാനിച്ചു. ആദ്യദിവസം മുതൽ നിരോധനം പ്രാബല്യത്തിൽ വരികയും കോളകൾ കേരള വിപണിയിൽ നിന്നും അപ്രത്യക്ഷമാവുകയും ചെയ്തു. ഇതിനെതിരെ കമ്പനികൾ കോടതിയെ സമീപിച്ചതോടെ സർക്കാർ നിരോധനം ഹൈക്കോടതി റദ്ദാക്കി. മായം ചേർക്കൽ തടയുന്ന നിയമപ്രകാരം കേന്ദ്രസർക്കാരിനാണ് നടപടിയെടുക്കാൻ അവകാശമുള്ളതെന്നും കോടതി വ്യക്തമാക്കി. കോടതിവിധിക്കെതിരെ സംസ്ഥാന സർക്കാർ സുപ്രീംകോടതിയെ സമീപിച്ചെങ്കിലും പിന്നീടൊന്നും ഉണ്ടായിട്ടില്ല.

ആരോഗ്യത്തിന് ഹാനികരമായ കോള പാനീയങ്ങൾ ഒരു തടസ്സവുമില്ലാതെ ഇന്ത്യയിൽ വില്പന തുടരുന്നുണ്ട്. ശക്തമായൊരു ഭഷ്യസുരക്ഷാനിയമം ഇല്ലാത്തതിനാൽ കോളകളെ നിയന്ത്രിക്കാനുമാവുന്നില്ല. അടുത്തിടെ മാഗി നൂഡിൽസിൽ ആരോഗ്യത്തിന് ഹാനികരമായ വസ്തുക്കൾ കലർന്നിട്ടുണ്ടെന്ന റിപ്പോർട്ട് പുറത്തുവന്നപ്പോൾ കേന്ദ്രസർക്കാർ ശക്തമായ നടപടിയെടുത്തിരുന്നു. അപ്പോഴും കോളകളുടെ കാര്യം സർക്കാരുൾപ്പെടെ എല്ലാവരും സൗകര്യപൂർവം മറന്നു. 'മേക്കിങ് ഇന്ത്യ' യിലും സ്വദേശീയതയിലും ഊറ്റംകൊള്ളുന്ന കേന്ദ്രസർക്കാർ കോളകൾക്ക് മാത്രം ബദൽ വേണമെന്ന് പറയാത്തതിൽ ദുരൂഹതയുണ്ടെന്ന് തന്നെ പറയേണ്ടിവരും.

ബഹിഷ്കരണത്തിന്റെ തമിഴ്-കേരള മുഖങ്ങൾ

തമിഴ്നാട്ടിൽ അടുത്തിടെ ബഹുരാഷ്ട്ര കുത്തകകളുടെ ശീതളപാനീയങ്ങൾ വിൽക്കില്ലെന്ന് വ്യാപാരി സമൂഹം പ്രഖ്യാപിച്ചത് വലിയ പ്രതീക്ഷ പകരുന്നതാണ്. തമിഴ്നാട് വണികർ കൂട്ടമൈപ്പു പേരവെ, തമിഴ്നാട് ട്രേഡേഴ്സ് ഫെഡറേഷൻ എന്നീ സംഘടനകളാണ് 2017 മാർച്ച് ഒന്നു മുതൽ കൊക്കകോള, പെപ്സി ഉത്പന്നങ്ങൾ വിൽക്കില്ലെന്ന് പരസ്യമായി പ്രഖ്യാപിച്ചത്. മലയാളികളുടെ നേതൃത്വത്തിലുള്ള ചെന്നൈ ചായക്കട ഉടമസ്ഥ സംഘവും ഇതിന് പിന്തുണ നൽകിയിട്ടുണ്ട്. അമേരിക്ക കേന്ദ്രമായി പ്രവർത്തിക്കുന്ന സന്നദ്ധ സംഘടന പെറ്റയുടെ ഹർജിയെ തുടർന്ന് സുപ്രീംകോടതി ജെല്ലിക്കെട്ട് നിരോധിച്ചത് ചൂണ്ടിക്കാട്ടിയാണ് കൊക്കകോളയുടെയും പെപ്സിയുടെയും ഉത്പന്നങ്ങൾ ബഹിഷ്കരിക്കാനുള്ള ആഹ്വാനം വരുന്നത്. ചെന്നൈയിൽ നടന്ന സമരത്തിനിടെ യുവാക്കൾ ഉയർത്തിയ ആവശ്യം തമിഴ്നാട്ടിലെ വ്യാപാരി സമൂഹം ഏറ്റെടുക്കുകയായിരുന്നു. തമിഴ്സംസ്കാരത്തിന് നേരെയുള്ള നടപടിക്ക് ബദൽ എന്ന രീതിയിലാണ് ബഹിഷ്കരണം വന്നതെങ്കിലും രൂക്ഷമായ വരൾച്ചയും കുടിവെള്ളക്ഷാമവുമെല്ലാം അതിന്റെ പിന്നിലുള്ള വസ്തുതകളാണെന്നതിൽ സംശയമില്ല. കേന്ദ്ര ജലകമ്മീഷന്റെ റിപ്പോർട്ടുപ്രകാരം രാജ്യത്ത് ഏറ്റവും കൂടുതൽ ഭൂജലചൂഷണവും വരൾച്ചയും അനുഭവപ്പെടുന്നത് തമിഴ്നാട്ടിലാണ്. വ്യാപാരി സംഘടനകളിൽ 15 ലക്ഷം വ്യാപാരികൾ അംഗങ്ങളാണ്. സംഘടനയിൽ അംഗങ്ങളായ വ്യാപാരികളോട് പെപ്സി, കൊക്കകോള ഉത്പന്നങ്ങൾ മാർച്ച് ഒന്നുമുതൽ വിൽക്കരുതെന്ന് ഒരുമാസം മുമ്പ് തന്നെ അറിയിച്ചിരുന്നു. കടുത്ത വരൾച്ച മൂലം കർഷകർ ദുരിതത്തിൽ കഴിയുമ്പോൾ ജലം ഊറ്റിയെടുത്ത് ശീതളപാനീയങ്ങൾ ഉത്പാദിപ്പിച്ച് ചൂഷണം നടത്തുന്നത് തടയുകയെന്ന ലക്ഷ്യം കൂടി ഇതിനു പിന്നിലുണ്ടെന്ന് വ്യാപാരി നേതാക്കൾ പറയുന്നു. ഉത്പന്നങ്ങളിൽ വിഷാംശമുണ്ടെന്ന് പരിശോധനകളിൽ വ്യക്തമായ സ്ഥിതിക്ക് കോളപാനീയങ്ങൾ വിൽക്കുന്നത് കുറ്റകരമാണെന്നാണ് സംഘടനകളുടെ നിലപാട്. തങ്ങളുടെ അറിയിപ്പ് ലംഘിച്ച് പെപ്സി,

കോള ഉത്പന്നങ്ങൾ വിൽക്കുന്നത് കണ്ടെത്തിയാൽ കടയുടമകൾക്കെതിരെ നടപടി സ്വീകരിക്കുമെന്ന് വ്യാപാരി സംഘടനകൾ മുന്നറിയിപ്പ് നൽകിയിരുന്നു.

കോളകളുടെ ബഹിഷ്കരണം ആദ്യഘട്ടത്തിൽ 50 ശതമാനം നടപ്പിലായിരുന്നു. ചെന്നൈ ഉൾപ്പെടെ നഗരങ്ങളിൽപോലും കോളപാനീയങ്ങൾ വിൽക്കുന്നതിന് വ്യാപാരികൾ തയ്യാറാവുന്നില്ല. വൻകിട മാളുകളിലും സൂപ്പർ മാർക്കറ്റുകളിലും ഇവ വിൽക്കുന്നുണ്ട് എന്നത് നേരാണ്. ഗ്രാമീണമേഖലകളിൽ നിരോധനം പൂർണമായിരുന്നു. ചില്ലറ വ്യാപാരികളുടെ ബഹിഷ്കരണം തുടർന്നാൽ പ്രതിവർഷം കോളക്കമ്പനികൾക്ക് 1400 കോടിയുടെ നഷ്ടമുണ്ടാകുമെന്നാണ് കണക്കുകൂട്ടുന്നത്. സംസ്ഥാനത്ത് പെപ്സിക്ക് മൂന്നും കൊക്കകോളയ്ക്ക് രണ്ടും പ്ലാന്റുകളുണ്ട്. മാർച്ച് ഒന്നിന് ആരംഭിച്ച ബഹിഷ്കരണം പൂർണമായും നടപ്പായിട്ടില്ലെങ്കിലും ഭൂരിപക്ഷം വ്യാപാരികളും ആഹ്വാനം ഏറ്റെടുത്തുവെന്നാണ് സംഘടനാ നേതാക്കളുടെ അവകാശവാദം. ആകെയുള്ള 20 ലക്ഷം ചില്ലറ വ്യാപാരികളിൽ 15 ലക്ഷവും ബഹിഷ്കരണത്തെ അനുകൂലിക്കുന്നുണ്ടെന്നാണ് പറയുന്നത്.

കോളകൾ ബഹിഷ്കരിക്കാനുള്ള തമിഴ്നാട്ടിലെ വ്യാപാരികളുടെ ആഹ്വാനം പാലക്കാടൻ ചുരം കടന്ന് കേരളത്തിലുമെത്തിയിരിക്കുന്നു. മാർച്ച് എട്ടിന് കേരള വ്യാപാരി വ്യവസായി ഏകോപന സമിതി ഭാരവാഹികൾ നടത്തിയ വാർത്താസമ്മേളനത്തിൽ തങ്ങളും കൊക്കകോള, പെപ്സി ഉത്പന്നങ്ങളുടെ വില്പന നിർത്തുകയാണെന്ന് അറിയിച്ചു. ശീതളപാനീയ കമ്പനികളുടെ ജലചൂഷണത്തിൽ പ്രതിഷേധിച്ചാണ് ഉത്പന്നങ്ങൾ വിൽക്കേണ്ടെന്ന് തീരുമാനിച്ചതെന്ന് സംഘടനയുടെ സംസ്ഥാന അധ്യക്ഷൻ ടി. നസിറുദ്ദീൻ വ്യക്തമാക്കി. തമിഴ്നാട്ടിലെ വ്യാപാരികൾ ഈയാവശ്യം ഉന്നയിച്ച് വ്യാപാരി വ്യാവസായി ഏകോപന സമിതിയെ സമീപിച്ചിരുന്നു. കേരളത്തിൽ ഏഴുലക്ഷം വ്യാപാരികളാണ് വില്പന നിർത്തുമെന്ന് അറിയിച്ചതെങ്കിലും പിന്നീട് ഈ സംഘടന ബഹിഷ്കരണ ആഹ്വാനത്തിൽനിന്നും പിൻവലിഞ്ഞു. ഇതിനു പിന്നിലും കൊക്കക്കോളയുടെ സമ്മർദ്ദമുണ്ടായിരുന്നു. ബഹിഷ്കരണം വജ്രമുന പോലെ കരുത്താർന്ന സമരായുധമാണ്. സ്വാതന്ത്ര്യസമരചരിത്രത്തിൽ അതിന്റെ തീവ്രത ഈസ്റ്റ് ഇന്ത്യ കമ്പനി നേരിട്ടനുഭവിച്ചിരുന്നു. വിദേശവസ്ത്ര ബഹിഷ്കരണത്തിലൂടെ ഗാന്ധിജി ഉയർത്തിവിട്ട വിപ്ലവം രാജ്യമൊട്ടുക്കും പടരുകയും ജനങ്ങൾ അതൊരു ശീലമാക്കുകയും ചെയ്തു. വൈദേശിക ഭരണകൂടം രാജ്യം വിട്ടുപോവണമെന്ന ഒരു സന്ദേശവും ഈ സമരത്തിലടങ്ങിയിരുന്നു. കോളബഹിഷ്കരണം യാഥാർത്ഥ്യമായാൽ കൊക്കകോളയ്ക്കും പെപ്സിക്കും അതൊരു തിരിച്ചടിയാവുമെന്നതിൽ സംശയമില്ല. ചുരുങ്ങിയപക്ഷം കേരളത്തിലും തമിഴ്നാട്ടിലും മാത്രം നടപ്പായാൽ തന്നെ കമ്പനികൾക്ക് നൂറുകണക്കിന് കോടി രൂപയുടെ നഷ്ടം സംഭവിക്കും. സമരം ഭാവിയിൽ മറ്റിടങ്ങളിലേക്കും

വ്യാപിക്കുന്നതോടെ കോളക്കമ്പനികളുടെ നിലനില്പ് അപകടത്തിലാവുകയും ചെയ്യും. ആളുകൾ വില്ക്കാനും കുടിയ്ക്കാനും മനസ്സുവയ്ക്കുന്നില്ലെങ്കിൽ വിഷക്കോളകൾക്ക് നാടുവിടുകയല്ലാതെ മറ്റെന്ത് മാർഗം.

വില്പന നിരോധനം എത്ര കാലത്തേക്ക് എന്ന് പ്രവചിക്കാനാവില്ല. കോളക്കമ്പനികളുടെ നിലനില്പിന്റെ പ്രശ്നമാകയാൽ അവർ എന്തു വില കൊടുത്തും നിരോധനം ഒഴിവാക്കാൻ ശ്രമിക്കും. അതിന് ഭരണകൂടത്തെ വരെ കൂട്ടുപിടിക്കുകയും ചെയ്യും. എങ്കിലും തമിഴ്നാട്ടിലെയും കേരളത്തിലെയും വ്യാപാരികളുടെ നടപടി മാതൃകാപരമാണെന്നതിൽ സംശയമില്ല. പ്ലാച്ചിമട സമരം ഉയർത്തിവിട്ട ജലസംരക്ഷണ സന്ദേശം വൈകിയാണെങ്കിലും സമൂഹം ഏറ്റെടുത്തതിൽ പ്ലാച്ചിമടക്കാർക്ക് അഭിമാനിക്കാം.

ആയിരത്തിലേറെ ദിനങ്ങളുടെ സമരചരിത്രം

ജനകീയാവശ്യങ്ങൾ ഉയർത്തുന്ന സമരങ്ങൾക്ക് നല്ല സ്വീകാര്യത ലഭിക്കുമെങ്കിലും അവ ചരിത്രത്തിന്റെ ഭാഗമാവുന്നത് അപൂർവമാണ്. പ്ലാച്ചിമട സമരം ആ അർത്ഥത്തിൽ ചരിത്രം സൃഷ്ടിച്ച ഒന്നായിരുന്നു. കാലത്തിനും ദേശങ്ങൾക്കുമപ്പുറം ഖ്യാതി നേടിയ, കേരളം നെഞ്ചിലേറ്റിയ സമരം. ഒരു പക്ഷേ സൈലന്റ് വാലി പ്രക്ഷോഭത്തിനുശേഷം ഇത്രയധികം ജനപിന്തുണ ലഭിച്ച മറ്റൊരു സമരമുണ്ടായിട്ടില്ല. പരിസ്ഥിതി പ്രവർത്തകരും മനുഷ്യാവകാശ സംഘടനകളും യുവജനപ്രസ്ഥാനങ്ങളും വിദ്യാർത്ഥികളും രാഷ്ട്രീയപാർട്ടികളും ഒരു കുടക്കീഴിൽ അണിനിരന്നിട്ടും പ്ലാച്ചിമടയിൽ നിന്നും കൊക്കകോളയെ കെട്ടുകെട്ടിച്ചിട്ടും അന്തിമവിജയം നേടാനാവാതെ പോവുന്നു എന്നത് പ്ലാച്ചിമടയുടെ പോരായ്മയാണ്.

2000 ഏപ്രിൽ 22-ലെ ഭൗമദിനത്തിൽ കൊക്കകോള കമ്പനി അടച്ചുപൂട്ടുക, മലിനീകരണത്തിന് നഷ്ടപരിഹാരം നൽകുക എന്നീ ആവശ്യങ്ങൾ ഉന്നയിച്ച് തുടങ്ങിയ അനിശ്ചിതകാല സമരത്തിന് 2016 ഏപ്രിൽ 22-ന് 17 വയസ്സ് തികഞ്ഞു. ആദിവാസി സംരക്ഷണ സംഘം, ഹരിത ഡവലപ്പ്മെന്റ് അസോസിയേഷൻ, പി. യു. സി. എൽ എന്നീ സംഘടനകളുടെ പിന്തുണയോടെ തദ്ദേശീയരായ ആദിവാസികൾ തുടങ്ങിവെച്ച കൊക്കകോളാവിരുദ്ധ സമരം ഇത്രയും വലിയൊരു ചരിത്രം സൃഷ്ടിക്കുമെന്ന് പ്ലാച്ചിമടക്കാർ പോലും കരുതിയിട്ടുണ്ടാവില്ല. സമരം തുടങ്ങി നാലാംദിവസം തന്നെ കേസുകളുമുണ്ടായി. ആദിവാസി സംരക്ഷണ സംഘം രക്ഷാധികാരി വിളയോടി വേണുഗോപാൽ, സമരസമിതി കൺവീനർ വേലൂർ സ്വാമിനാഥൻ, സുബ്രഹ്മണ്യൻ, മുരുകേശൻ, മണി, പഴനിസ്വാമി എന്നിവരെ പ്രതിചേർത്ത് ഹിന്ദുസ്ഥാൻ കൊക്കകോള ബിവറേജസിന്റെ ജനറൽ മാനേജർ മോറിസ് വിൽസൺ ഹൈക്കോടതിയിലാണ് ആദ്യ കേസ് ഫയൽ ചെയ്തത്. കേസുകൾ വരുന്നതോടെ സമരങ്ങളുടെ തീവ്രത കുറയാറാണ് പതിവെങ്കിലും പ്ലാച്ചിമടയിൽ നേരെമറിച്ചായിരുന്നു കാര്യങ്ങൾ. സമരം വിപുലമാക്കുന്നതിനും

ശക്തിപ്പെടുത്തുന്നതിനും കൊക്കകോള വിരുദ്ധ സമരസമിതിയുണ്ടാക്കാനാണ് നാട്ടുകാർ തീരുമാനിച്ചത്. സമരത്തിന്റെ 50-ാം ദിവസം ഇതിനു വേണ്ടി സർവകക്ഷിയോഗവും വിളിച്ചുചേർത്തു. തുടർന്ന് സംസ്ഥാന തലത്തിലും ജില്ലാതലത്തിലും സമരസഹായ സമിതികളുമുണ്ടാക്കി. സമരത്തിന്റെ ഒന്നാം വാർഷിക സമ്മേളനം പ്ലാച്ചിമടയിൽ ഡോ. വന്ദന ശിവയാണ് ഉദ്ഘാടനം ചെയ്തത്. അപ്പോഴേക്കും കൊക്കകോള കമ്പനിയുടെ ലൈസൻസ് പുതുക്കേണ്ടതില്ലെന്ന് പെരുമാട്ടി പഞ്ചായത്ത് തീരുമാനമെടുത്തിരുന്നു. ഒപ്പം കോളബഹിഷ്കരണവും സംസ്ഥാനത്ത് സജീവമായി. രണ്ടാംവർഷം ആഘോഷിക്കുമ്പോഴേക്കും കമ്പനിയുടെ ലൈസൻസ് തന്നെ റദ്ദാക്കിയിരുന്നു ഉത്പാദനവും നിർത്തിവെപ്പിച്ചു. എന്നിട്ടും സമരത്തിന്റെ ശക്തിക്കും ജനകീയ പിന്തുണയ്ക്കും ഒരു കുറവുമുണ്ടായിരുന്നില്ല. കൊക്കകോള വിരുദ്ധ സമരത്തിന്റെ ആയിരാംനാളിൽ നൂറുകണക്കിന് ആളുകൾ പങ്കെടുത്ത ഉപരോധ സമരം മേധാ പട്കറാണ് ഉദ്ഘാടനം ചെയ്തത്. ഡോ. വന്ദനശിവയും ടോണി ക്ലാർക്കും ആഗ്നസ ബർട്രാന്റും അഫ്ളാത്തൂണും ഉൾപ്പെടെയുള്ള നേതാക്കൾ അണികളെ സമരാവേശത്തിലെത്തിക്കാൻ അന്ന് പ്ലാച്ചിമടയിലുണ്ടായിരുന്നു. കമ്പനിയുടെ പ്രവർത്തനം നിലച്ചതോടെ സമരം അവസാനിപ്പിക്കാൻ പലവിധ സമ്മർദങ്ങളുണ്ടായി. എന്നാൽ പ്ലാന്റ് അടച്ചു

പ്ലാച്ചിമട സമരത്തിന്റെ ഏഴാം വാർഷിക ചടങ്ങിൽ
എഴുത്തുകാരി സാറാ ജോസഫ് സംസാരിക്കുന്നു

പൂട്ടിയാൽ മാത്രം പോര, നഷ്ടപരിഹാരവും നൽകണമെന്ന് സമരസമിതി ആവശ്യപ്പെട്ടതോടെ കോളവിരുദ്ധ സമരം നാലാം വർഷത്തിലേക്ക് കടന്നു.

അഞ്ചാം വാർഷിക സമ്മേളനം പ്രൊഫ. എം. എൻ. വിജയനാണ് ഉദ്ഘാടനം ചെയ്തത്. ഇതിനിടയിൽ പ്ലാച്ചിമട സമരസമിതിയുടെയും ഐക്യദാർഢ്യസമിതിയുടെയും നേതൃത്വത്തിൽ ജനകീയ ജലാധികാര യാത്ര കാസർകോഡ് നിന്നും ആരംഭിച്ചു. മാർച്ച് 10 മുതൽ ഏപ്രിൽ നാലുവരെ നീണ്ട ജാഥയുടെ സമാപനത്തിൽ മുഖ്യമന്ത്രി വി. എസ്. അച്യുതാനന്ദന് നിവേദനവും നൽകി. സമരത്തിന്റെ ആറാംവർഷത്തിലാണ് പ്ലാച്ചിമടക്കാർക്ക് യു.ഡി.എഫിന്റെ പൂർണ പിന്തുണ ലഭിക്കുന്നത്. സമരസമിതി പ്ലാച്ചിമടയിൽ ആരംഭിച്ച 100 ദിവസത്തെ റിലേ നിരാഹാര സമരത്തിനിടക്ക് 2007 ജൂലൈ 29-ന് പ്രതിപക്ഷനേതാവ് ഉമ്മൻചാണ്ടി സമരപ്പന്തലിലെത്തി. വിദേശ മുതൽമുടക്കിന് എതിരല്ലെന്നും എന്നാൽ അത് പരിസ്ഥിതിയെയും പരിസരവാസികളെയും നശിപ്പിക്കുന്നത് അംഗീകരിക്കാനാവില്ലെന്നും പറഞ്ഞ് അദ്ദേഹം സമരത്തിന് എല്ലാ പിന്തുണയും വാഗ്ദാനം ചെയ്തു. പ്ലാച്ചിമട സമരത്തിന്റെ 2000-ാം നാളിൽ പ്ലാച്ചിമടയിൽ ശില്പി വി. മോഹനന്റെ ശിലാശില്പം സ്ഥാപിക്കുന്നു. സമരത്തിന്റെ ഏഴാംവാർഷികത്തിലാണ് പ്ലാച്ചിമട പ്രശ്നങ്ങൾ പഠിക്കാൻ ഉന്നതാധികാര സമിതിയെ നിയോഗിക്കുന്നതിന് കേരള ഭൂജല അതോറിറ്റി ശുപാർശ ചെയ്യുന്നത്. സമരത്തിന്റെ 2500-ാം ദിവസം സമരസമിതിയും ഐക്യദാർഢ്യസമിതിയും മുഖ്യമന്ത്രിയുടെ വസതിയിലേക്ക് മാർച്ച് നടത്തിയതോടെ ഉന്നതാധികാര സമിതിക്ക് രൂപം നൽകാൻ സർക്കാർ തീരുമാനിച്ചു. എട്ടാംവർഷത്തിൽ ലോക ജലദിനത്തിൽ ഉന്നതാധികാര സമിതി സർക്കാരിന് റിപ്പോർട്ട് സമർപ്പിച്ചു.

ഉന്നതാധികാരസമിതി റിപ്പോർട്ടിന്റെ അടിസ്ഥാനത്തിൽ സംസ്ഥാന സർക്കാർ പ്ലാച്ചിമട നഷ്ടപരിഹാര ട്രിബ്യൂണൽ ബിൽ പാസ്സാക്കിയതോടെ 2016 വരെ സമരസമിതി അതിന്റെ പിറകെയായിരുന്നു. പക്ഷേ, ബിൽ രാഷ്ട്രപതി തള്ളിയതോടെ പ്ലാച്ചിമട സമരക്കാർക്ക് മുന്നിൽ വലിയൊരു പ്രതിസന്ധി ഉടലെടുത്തു. ഇനി ഏതുരീതിയിൽ സമരം തുടരണമെന്നതിന് സമരസമിതിയും ഐക്യദാർഢ്യസമിതിയും തീരുമാനമെടുത്തിട്ടില്ല. അതിനിടയ്ക്കാണ് കേരളത്തിൽ കോളഉത്പന്നങ്ങൾ ബഹിഷ്കരിക്കാനുള്ള വ്യാപാരികളുടെ ആഹ്വാനം വന്നത്. നഷ്ടപരിഹാരത്തിന്റെ കാര്യത്തിലും പട്ടികജാതി-വർഗ അതിക്രമം തടയൽ നിയമപ്രകാരമുള്ള കേസിൽ നടപടിയെടുക്കേണ്ടതും സംസ്ഥാന-കേന്ദ്ര സർക്കാരുകളായതിനാൽ, അതിനവരെ നിർബന്ധിപ്പിക്കുകയും സമ്മർദത്തിലാക്കുകയും മാത്രമാണ് പോംവഴി.

രാഷ്ട്രീയപാർട്ടികളുടെ കപടമുഖം

പ്ലാച്ചിമട സമരത്തിലെ രാഷ്ട്രീയപാർട്ടികളുടെ നിലപാട് പരിശോധിക്കുന്നത് രസാവഹമായിരിക്കും. ഇടതുപക്ഷമായാലും വലതുപക്ഷമായാലും ബി. ജെ. പി ആയാലും രാഷ്ട്രീയ മുതലെടുപ്പിന് അവർ എന്നും മുന്നിലുണ്ടായിരുന്നു. വിജയിക്കുന്ന സമരത്തിന്റെ പിതൃത്വം പേറാൻ എവിടെയും ആളുണ്ടാവുമെന്നതുപോലെ പ്ലാച്ചിമടയിലും അവർ മത്സരിച്ചു. കൊക്കകോള കമ്പനിയെ കൊണ്ടുവന്നത് എൽ.ഡി.എഫാണെങ്കിൽ അവർക്ക് എല്ലാവിധ ഒത്താശയും ചെയ്തുകൊടുത്ത് സംരക്ഷിച്ചത് യു.ഡി.എഫ് ആയിരുന്നു. സ്വദേശിവത്ക്കരണത്തിൽ ഊറ്റംകൊള്ളുന്ന പാർട്ടിയായിട്ടും പ്ലാച്ചിമട നഷ്ടപരിഹാര ട്രിബ്യൂണൽ ബിൽ തള്ളിക്കളഞ്ഞ് തങ്ങളുടെ കോർപ്പറേറ്റ് താത്പര്യം സംരക്ഷിക്കുന്നതിനാണ് ബി.ജെ.പി നേതൃത്വത്തിലുള്ള എൻ.ഡി.എ സർക്കാർ മുൻഗണന നൽകിയത്. എന്നിട്ടും അവരെല്ലാം പ്ലാച്ചിമടക്കാർക്കുവേണ്ടി ഇപ്പോഴും മുതലക്കണ്ണീർ ഒഴുക്കുന്നുവെന്നതാണ് തമാശ.

ഇ.കെ. നായനാർ മുഖ്യമന്ത്രിയായിരുന്ന 2000-ലാണ് കൊക്കകോളയും പെപ്സിയും പാലക്കാട് ജില്ലയിലെത്തുന്നത്. വ്യവസായങ്ങൾ പ്രോത്സാഹിപ്പിക്കുന്നതിന് നടപ്പാക്കിയ ഏകജാലക സംവിധാനം വഴി ഒരു തടസ്സവുമില്ലാതെ രണ്ടു കമ്പനികൾക്കും കേരളത്തിൽ പ്രവർത്തനം തുടങ്ങാനായി. എൽ.ഡി.എഫ് സർക്കാരിന്റെ അപേക്ഷ പ്രകാരമാണ് തങ്ങൾ വന്നതെന്നും വെള്ളവും വൈദ്യുതിയും ഉൾപ്പെടെയുള്ള അടിസ്ഥാന സൗകര്യങ്ങൾ സർക്കാർ വാഗ്ദാനം ചെയ്തിരുന്നുവെന്നും ഹിന്ദുസ്ഥാൻ കൊക്കകോള കമ്പനി സംയുക്ത പാർലമെന്ററി സമിതിക്ക് നൽകിയ റിപ്പോർട്ടിൽ സമ്മതിക്കുന്നു. കമ്പനി വന്ന് അധികം വൈകാതെ സംസ്ഥാന ഭരണം യു.ഡി.എഫിന് ലഭിച്ചു. പ്ലാച്ചിമടയിൽ 2002 തുടക്കത്തിൽ കുടിവെള്ളക്ഷാമം രൂക്ഷമായപ്പോഴാണ് പ്രദേശവാസികളായ ആദിവാസികൾ കൊക്കകോളക്കെതിരെ തിരിഞ്ഞത്. പോരാട്ടം, ആദിവാസി സംരക്ഷണ സംഘം തുടങ്ങിയ സംഘടനകളാണ് ആദ്യം ആദിവാസികളെ സഹായിക്കാനെത്തിയത്. പിന്നെ കുറച്ച് പരിസ്ഥിതിസംഘടനകളും. ഏപ്രിൽ 22-ലെ ഭൗമദിനത്തിൽ പ്ലാച്ചിമട കൊക്കകോള വിരുദ്ധ

സമരസമിതിയുടെ നേതൃത്വത്തിൽ കമ്പനിക്കെതിരെ അനിശ്ചിതകാല സമരം തുടങ്ങിയപ്പോഴും മുഖ്യധാര രാഷ്ട്രീയപാർട്ടികൾ സമരം അവഗണിച്ചു. സി.പി.ഐ മാത്രമാണ് ഈ ഘട്ടത്തിൽ സമരത്തിന് പരസ്യമായി പിന്തുണ അറിയിച്ചത്. സംസ്ഥാനത്തെ മുഖ്യ പ്രതിപക്ഷകക്ഷിയായിട്ടും സി. പി. എം സമരത്തിന് പിന്തുണ നൽകിയില്ല. പഞ്ചായത്ത് ഭരിക്കുന്ന ജനതാദളും വിട്ടുനിന്നു. കമ്പനിയിൽ ജോലി ചെയ്യുന്ന തങ്ങളുടെ പ്രവർത്തകരുടെ പണി പോവുമെന്ന ആശങ്കയാണ് ഇരു പാർട്ടികളെയും സമരത്തിൽ നിന്നകറ്റിയത്. പക്ഷേ, സമരം ശക്തമായതോടെ ജനതാദൾ കമ്പനിക്കെതിരെ നിലകൊണ്ടു. സി.പി.എമ്മും പതുക്കെ പിന്തുണയുമായെത്തി. പ്ലാച്ചിമടയിൽ നിന്നും അയോധ്യയിലേക്ക് മേധാ പട്കർ നയിച്ച ജാഥയുടെ ഉദ്ഘാടനചടങ്ങിൽ സി.പി.എം നേതാക്കൾ പങ്കെടുക്കുകയും ചെയ്തു. പിന്നീടങ്ങോട്ട് പ്ലാച്ചിമടയിൽ നടന്ന എല്ലാ സമരങ്ങളിലും സി.പി.എം സജീവമായി പങ്കെടുത്തു. സംസ്ഥാനം ഭരിക്കുന്ന യു.ഡി.എഫിനെതിരായ സമരമായി അവർ പ്ലാച്ചിമട സമരത്തെ മാറ്റി. ഡി.വൈ.എഫ്.ഐ ഉൾപ്പെടെ യുവജനസംഘടനകളും പ്ലാച്ചിമടയിൽ സജീവമായി. സർക്കാരിന്റെ ഭാഗമായതിനാൽ ഈ ഘട്ടത്തിൽ യു.ഡി.എഫ് സംഘടനകളെല്ലാം സമരത്തിനെതിരായിരുന്നു. ബി.ജെ.പി നേരിട്ട് സമരത്തെ പിന്തുണച്ചില്ല. പകരം പരിവാർ സംഘടനയായ സ്വദേശി ജാഗരൺ മഞ്ച് സമരത്തിന് പിന്തുണയുമായെത്തി.

ലോകജലസമ്മേളനത്തോടെ പെരുമാട്ടി പഞ്ചായത്ത് ഭരിക്കുന്ന ജനതാദൾ പാർട്ടി കൊക്കകോളക്കെതിരെ ശക്തമായി രംഗത്തുവരികയും കമ്പനിയുടെ ലൈസൻസ് റദ്ദാക്കുകയും ചെയ്തു. ഇതോടെയാണ് ഇടതു കക്ഷികൾ സമരത്തിൽ കൂടുതൽ സജീവമാവുന്നത്. അന്ന് ഇടതുപക്ഷത്തെ പ്രമുഖ രാഷ്ട്രീയ നേതാക്കളെല്ലാം പ്ലാച്ചിമടയിൽ നിത്യസന്ദർശകരായിരുന്നു. യു.ഡി.എഫ് സർക്കാരിന്റെ കാലത്ത് തന്നെ കൊക്കകോളയുടെ ലൈസൻസ് റദ്ദാക്കുകയും കമ്പനിയുടെ പ്രവർത്തനം അവസാനിപ്പിക്കുകയും ചെയ്തത് സി.പി.എം രാഷ്ട്രീയവിജയമായാണ് എടുത്തത്. അടുത്ത തെരഞ്ഞടുപ്പിൽ പ്ലാച്ചിമട വലിയൊരു തെരഞ്ഞെടുപ്പ് വിഷയമാവുകയും ചെയ്തു. തെരഞ്ഞെടുപ്പിൽ യു.ഡി.എഫ് അമ്പെ പരാജയപ്പെട്ടു. വി.എസ്. അച്യുതാനന്ദന്റെ നേതൃത്വത്തിൽ എൽ.ഡി.എഫ് അധികാരത്തിൽ എത്തി. ഇതോടെ ഉമ്മൻചാണ്ടി ഉൾപ്പെടെയുള്ള യു.ഡി.എഫ് നേതാക്കളും പതുക്കെ പ്ലാച്ചിമടയിൽ എത്തിത്തുടങ്ങി. പ്ലാച്ചിമടക്കാർക്ക് നഷ്ടപരിഹാരം നൽകുന്നത് ലക്ഷ്യംവെച്ച് രൂപം നൽകിയ പ്ലാച്ചിമട ഉന്നതാധികാരസമിതിയെ എല്ലാ രാഷ്ട്രീയപാർട്ടികളും പൂർണമായി പിന്തുണച്ചു. ഒരു വർഷത്തെ പഠനത്തിനൊടുവിൽ 2010-ൽ തന്നെ സമിതി റിപ്പോർട്ട് നൽകിയെങ്കിലും വി. എസ്. സർക്കാർ ബിൽ ഉടൻ പാസ്സാക്കിയില്ല. വ്യവസായ വകുപ്പിന്റെ എതിർപ്പുമൂലമാണ് ബിൽ ഒരു വർഷത്തോളം പിടിച്ചുവെച്ചത്. പാർട്ടിയിലെ വിഭാഗീയതയും

സ്ഥാപിതതാത്പര്യവും മൂലം ഭരണകാലാവധി തീരുന്നതിന് ഒരു മാസം മുമ്പാണ് ബിൽ നിയമസഭയിൽ അവതരിപ്പിച്ചത്. ബിൽ, നിയമസഭ ഒറ്റക്കെട്ടായി പാസ്സാക്കിയെങ്കിലും രാഷ്ട്രപതിയുടെ അംഗീകാരത്തിന് അയച്ചതോടെയാണ് രാഷ്ട്രീയപാർട്ടികളുടെ തനിനിറം പുറത്തുവരുന്നത്. അപ്പോഴേക്കും സംസ്ഥാനത്ത് യു.ഡി.എഫ് സർക്കാർ അധികാരത്തിലെത്തി. കേന്ദ്രത്തിലാവട്ടെ കോൺഗ്രസ് നേതൃത്വത്തിലുള്ള യു.പി.എ സർക്കാരും. എ.കെ.ആന്റണിയും കെ.വി.തോമസും വയലാർ രവിയും ഉൾപ്പെടെ കേരളത്തിൽ നിന്നും ആറ് മന്ത്രിമാരും കേന്ദ്രസർക്കാരിൽ ഇടംപിടിച്ചു. ഈ ഘട്ടത്തിലാണ് പ്ലാച്ചിമട ബിൽ രാഷ്ട്രപതിയുടെ പരിഗണനയ്ക്ക് വരുന്നത്.

പ്ലാച്ചിമട സമരത്തെ പിന്തുണച്ചത് ആത്മാർത്ഥതയോടെ ആയിരുന്നെങ്കിൽ കേരളത്തിലെ കോൺഗ്രസ് സർക്കാരിന് നിഷ്പ്രയാസം ബില്ലിൽ കേന്ദ്രാനുമതി വാങ്ങിക്കാമായിരുന്നു. പക്ഷേ, പി.ചിദംബരം ഉൾപ്പെടെയുള്ള കേന്ദ്രമന്ത്രിമാർ കൊക്കകോളയെ സഹായിക്കുന്ന നിലപാട് സ്വീകരിച്ചതോടെ പ്ലാച്ചിമട ബിൽ രാഷ്ട്രപതിക്ക് അയയ്ക്കാതെ കേന്ദ്ര ആഭ്യന്തരമന്ത്രാലയം തന്നെ പിടിച്ചുവെച്ചു. ഇതിനിടയിൽ കേരള സർക്കാരിന്റെ ബില്ലിനെതിരെ വിശദമായ പരാതി കൊക്കകോള കമ്പനി കേന്ദ്ര സർക്കാരിന് നൽകി. ബിൽ പാസ്സാക്കാൻ കേരളത്തിന് അധികാരമില്ലെന്നും തെറ്റായ ആരോപണങ്ങളാണ് ഉന്നയിക്കുന്നതെന്നും സുപ്രീം കോടതിയിലെ പ്രമുഖ അഭിഭാഷകൻ വഴിയാണ് കേന്ദ്രത്തെ അറിയിച്ചത്. കൊക്കകോള ഉന്നയിച്ച ആരോപണങ്ങളുടെ നിജസ്ഥിതി പോലും പരിശോധിക്കാതെ, അവർ ആവശ്യപ്പെട്ടപ്രകാരം ബിൽ കേരളത്തിലേക്ക് മടക്കി അയക്കുകയാണ് അന്നത്തെ യു.പി.എ സർക്കാർ ചെയ്തത്. യു.പി.എ സർക്കാരിന്റെ കൊക്കകോളയെ സഹായിക്കുന്ന നിലപാടിനെതിരെ കേരളത്തിലെയും കേന്ദ്രത്തിലെയും ബി. ജെ. പി നേതാക്കൾ അന്ന് ശക്തമായി രംഗത്തുവന്നിരുന്നു. പല സമരങ്ങളിലും അവർ പങ്കെടുത്തു. ഇതിനിടെ കേന്ദ്രത്തിൽ ഭരണം മാറി. നരേന്ദ്രമോഡിയുടെ നേതൃത്വത്തിൽ ബി.ജെ.പി സർക്കാർ കേന്ദ്രത്തിൽ അധികാരത്തിലെത്തി. ഇതോടെ പ്ലാച്ചിമട ബില്ലിന് കേന്ദ്രാനുമതി കിട്ടുമെന്ന പ്രചാരണവും ഉണ്ടായി. സമരസമിതി നേതാക്കൾ നിരവധി തവണ ബി.ജെ.പി നേതാക്കളെ കാണുകയും പ്ലാച്ചിമട ബില്ലിന്റെ കാര്യം ഓർമ്മിപ്പിക്കുകയും ചെയ്തു. പ്ലാച്ചിമടക്കാർക്ക് പ്രതീക്ഷ നൽകുന്ന മറുപടിയായിരുന്നു ബി.ജെ.പിയുടെ കേന്ദ്ര-സംസ്ഥാന നേതാക്കൾ നൽകിയത്. എന്നാൽ എല്ലാവരെയും ഞെട്ടിച്ചുകൊണ്ട് 2015 നവംബറിൽ ബിൽ തള്ളിക്കൊണ്ടുള്ള രാഷ്ട്രപതിയുടെ വിജ്ഞാപനം ഇറങ്ങിയപ്പോഴാണ് ബി.ജെ.പിയുടെ കള്ളക്കളി പുറത്തറിയുന്നത്. കൊക്കകോളക്കെതിരെ എന്തെങ്കിലും നടപടിക്ക് തുനിയുന്നത് ഇന്ത്യയും അമേരിക്കയും തമ്മിലുള്ള വ്യാപാര ബന്ധത്തെ ബാധിക്കുമെന്ന ആശങ്കയാണ് ബിൽ

തള്ളിക്കളയാൻ പ്രേരിപ്പിച്ചതെന്ന് ഒരു കേന്ദ്രനേതാവ് സമരസമിതി ഭാരവാഹികളോട് തുറന്നുപറയുകയും ചെയ്തു. കേരളത്തിൽ അടുത്ത തെരഞ്ഞെടുപ്പ് വന്നു. പതിവുപോലെ പ്ലാച്ചിമട പ്രചാരണവിഷയമാവുകയും ചെയ്തു. എൽ. ഡി. എഫിന്റെ പ്രകടനപത്രികയിൽ പ്ലാച്ചിമട ബില്ലിനെക്കുറിച്ചും പ്ലാച്ചിമടക്കാർക്ക് നഷ്ടപരിഹാരം നൽകുന്നതിനെക്കുറിച്ചും പറയുന്നുണ്ട്. കേരളത്തിൽ പിണറായി വിജയന്റെ നേതൃത്വത്തിൽ എൽ.ഡി.എഫ് അധികാരത്തിൽ വന്നു. പുതിയ സർക്കാർ വന്ന് ഒരു വർഷം ആവാറായെങ്കിലും പ്ലാച്ചിമട നഷ്ടപരിഹാര ബില്ലിന്റെ കാര്യത്തിൽ എന്തു ചെയ്യണമെന്ന് ഇതുവരെ തീരുമാനിച്ചിട്ടില്ല. സമരത്തെ ഏറ്റവുമധികം പിന്തുണച്ച പാർട്ടിയെന്ന നിലയിൽ പ്ലാച്ചിമടക്കാർക്ക് നഷ്ടപരിഹാരം വാങ്ങിച്ചുകൊടുക്കാൻ സി.പി.എമ്മിന് ബാധ്യതയുണ്ടെങ്കിലും അവരത് സൗകര്യപൂർവം മറക്കുകയാണ്. ബിൽ ഭേദഗതി ചെയ്ത് വീണ്ടും രാഷ്ട്രപതിക്ക് അയയ്ക്കുന്ന കാര്യത്തിലോ ഹരിത ട്രിബ്യൂണലിനെ സമീപിക്കുന്ന കാര്യത്തിലോ കേന്ദ്ര നടപടിക്കെതിരെ കോടതിയെ സമീപിക്കുന്ന കാര്യത്തിലോ ഈ സർക്കാരിനും നയമില്ലാതായിരിക്കുന്നു. പ്ലാച്ചിമട ബില്ലിന്റെ കാര്യത്തിൽ ഈ സർക്കാരും നിയമവശം പഠിക്കുകയാണെന്നാണ് പറയുന്നത്. പ്ലാച്ചിമടക്കാരെയും കേരളത്തിലെ ജനങ്ങളെയും പറ്റിക്കാനുള്ള പതിവ് മറുപടി.

പെരുമാട്ടിയുടെ നിശ്ചയദാർഢ്യമെങ്കിലും ഉണ്ടായിരുന്നെങ്കിൽ

പെരുമാട്ടി ഗ്രാമപഞ്ചായത്തിന്റെ നിശ്ചയദാർഢ്യം ഒന്നുകൊണ്ട് മാത്രമാണ് പ്ലാച്ചിമടയിലെ കൊക്കകോള കമ്പനി അനിശ്ചിതമായി അടഞ്ഞു കിടക്കുന്നത്. കമ്പനിയുടെ ലൈസൻസ് പുനഃസ്ഥാപിക്കണമെന്ന ഹൈക്കോടതി ഡിവിഷൻ ബെഞ്ചിന്റെ വിധിയോടെ വേണമെങ്കിൽ പഞ്ചായത്തിന് നിയമപ്രശ്നങ്ങൾ അവസാനിപ്പിച്ച് ലൈസൻസ് പുതുക്കാമായിരുന്നു. പക്ഷേ, പഞ്ചായത്തീരാജ് നിയമത്തിന്റെ സാധ്യതകളും ശക്തിയും സ്വരൂപിച്ച് കമ്പനിയെ തടയിടാനാണ് അവർ ശ്രമിച്ചത്. ലൈസൻസ് നൽകുന്നതിന് എതിർപ്പില്ലെന്നും അതിന് തങ്ങൾ മുന്നോട്ടുവയ്ക്കുന്ന 13 വ്യവസ്ഥകൾ പാലിക്കണമെന്നും അവർ ആവശ്യപ്പെടുകയായിരുന്നു. കമ്പനിയുടെ പ്രവർത്തനം അസാധ്യമാക്കുന്ന തരത്തിലായിരുന്നു നിബന്ധനകൾ. ഇത് പാലിക്കാനാവില്ലെന്ന് ബോധ്യമായതോടെയാണ് കമ്പനി എന്നന്നേക്കുമായി പ്രവർത്തനം നിർത്തി സുപ്രീംകോടതിയെ സമീപിക്കുന്നത്. തങ്ങൾക്ക് പറ്റിയ വീഴ്ച തിരുത്താനും സമരം ചെയ്യുന്ന ആദിവാസികൾക്കൊപ്പം നിൽക്കാനും പെരുമാട്ടി ഗ്രാമപഞ്ചായത്ത് കാണിച്ച ധീരമായ നിലപാടിനെ അഭിനന്ദിക്കുമ്പോൾ തന്നെ സംസ്ഥാന സർക്കാരുകളുടെ ആത്മാർത്ഥതയില്ലായ്മയെ ചോദ്യം ചെയ്യുകയും വേണം.

ഉമ്മൻചാണ്ടി സർക്കാരിന്റെ അവസാന കാലത്താണ് പ്ലാച്ചിമട ട്രിബ്യൂണൽ ബില്ലിന് രാഷ്ട്രപതി അനുമതി നിഷേധിച്ചത്. ഇതിനെതിരെ നിയമവശം പഠിച്ച് വേണ്ടത് ചെയ്യുമെന്ന് പറഞ്ഞതല്ലാതെ ആ സർക്കാർ ഒരു നടപടിയും എടുത്തില്ല. നിയമസഭയിൽ പോലും ഒരു ചർച്ചയായി ഉയർത്തിക്കൊണ്ടുവന്നില്ല. ഇപ്പോൾ ഭരണം മാറി. പിണറായി വിജയന്റെ നേതൃത്വത്തിലുള്ള എൽ.ഡി.എഫ് സർക്കാർ വന്നതോടെ പ്ലാച്ചിമടക്കാർ വീണ്ടും പ്രതീക്ഷയിലാണ്. വി.എസ്.അച്യുതാനന്ദൻ മുഖ്യമന്ത്രിയായിരുന്നപ്പോഴാണ് ബിൽ പാസ്സാക്കിയത്. അന്ന് ബില്ലിന് സർവ പിന്തുണയും നൽകിയ എൽ.ഡി.എഫ് വീണ്ടും അധികാരത്തിൽ

വന്നതോടെ ഏതുവിധേനയും കൊക്കകോളയിൽ നിന്നും നഷ്ടപരിഹാരം വാങ്ങിച്ചു നൽകാൻ സർക്കാരിന് കഴിയുമെന്ന പ്രതീക്ഷ പ്ലാച്ചിമടക്കാർക്കുണ്ടായിരുന്നു. ബിൽ പാസ്സാക്കിയ എൽ.ഡി.എഫ് സർക്കാരിന് അത് നിയമമാക്കാനുള്ള ഉത്തരവാദിത്വവുമുണ്ട്. കോളക്കമ്പനിയുടെ പ്രവർത്തനം നിർത്തിവെപ്പിക്കാൻ ഒരു പഞ്ചായത്തിന് കഴിഞ്ഞുവെങ്കിൽ കമ്പനിയിൽ നിന്നും നഷ്ടപരിഹാരം വാങ്ങിപ്പിക്കാൻ സംസ്ഥാന സർക്കാരിന് കഴിയുക തന്നെ വേണം. പക്ഷേ, ഈ സർക്കാരും പ്രതീക്ഷയ്ക്കൊത്ത് ഉയരുന്നില്ല എന്നതാണ് യാഥാർത്ഥ്യം. ഇതുവരെ പ്ലാച്ചിമട ബില്ലിന്റെ കാര്യത്തിൽ വ്യക്തമായ ഒരു തീരുമാനമെടുത്തിട്ടില്ല. ബിൽ തള്ളിയതിനെതിരെ കോടതിയെ സമീപിക്കുന്ന കാര്യത്തിൽ ഒരു തുറന്ന ചർച്ച പോലും നടത്തിയിട്ടില്ല. പ്ലാച്ചിമട സമരത്തിന്റെ വിജയനാളുകളിൽ അതിനെ നെഞ്ചിലേറ്റാൻ ഇടതുപക്ഷമുൾപ്പെടെയുള്ള രാഷ്ട്രീയ പാർട്ടികൾ തമ്മിൽ മത്സരമായിരുന്നു. ഇപ്പോൾ എല്ലാവരും മൗനത്തിലാണ്. എൽ. ഡി. എഫും യു.ഡി.എഫും ബി.ജെ.പിയും പ്ലാച്ചിമട സമരത്തിന് നൽകിവരുന്ന പിന്തുണ ആത്മാർത്ഥമായിരുന്നെങ്കിൽ അവർ ഒന്നിച്ചിരുന്ന് ഒരു വട്ടംകൂടി ചർച്ചയ്ക്ക് തയ്യാറാവണം. പ്ലാച്ചിമടയിലെ ആദിവാസികൾക്ക് അർഹമായ നഷ്ടപരിഹാരം വാങ്ങിച്ചുകൊടുക്കാൻ കേരളത്തിലെ രാഷ്ട്രീയ നേതൃത്വങ്ങൾക്ക് ധാർമ്മികമായ ബാധ്യതയുണ്ട്.

നിയമങ്ങളും പഠനങ്ങളും...

ബഹുരാഷ്ട്ര കുത്തകകൾക്കെതിരായ വിരോധത്തിൽ നിന്നല്ല പ്ലാച്ചിമട യിൽ സമരം പൊട്ടിപ്പുറപ്പെട്ടത്. കുടിവെള്ളം മുട്ടിയപ്പോൾ, ബദൽ സംവി ധാനം ഏർപ്പെടുത്താൻ ആവശ്യപ്പെട്ടിട്ടും അവഗണിച്ച കമ്പനി നിലപാടിൽ പ്രതിഷേധിച്ചായിരുന്നു ആദിവാസികൾ സമരം തുടങ്ങിയത്. അതിനു മുന്നേ പ്ലാച്ചിമടയിലെ പ്രശ്നങ്ങൾ ശാസ്ത്രീയമായി പഠിച്ച് അധികൃ തർക്ക് മുന്നിൽ റിപ്പോർട്ട് ചെയ്തിരുന്നു. ചിട്ടപ്രകാരം ജില്ലാതലം തൊട്ട് സംസ്ഥാന സർക്കാർ വരെയുള്ള ഏജൻസികൾക്ക് മുൻകൂർ നോട്ടീസ് നൽകിയിട്ടും ആരും ഗൗനിക്കാതിരുന്നപ്പോൾ, മറ്റു നിവൃത്തിയില്ലാതെ യാണ് അനിശ്ചിതകാല സമരത്തിലേക്ക് തിരിഞ്ഞത്. പ്ലാച്ചിമടയിലെ പ്രശ്നങ്ങളെക്കുറിച്ച് നടത്തിയ പഠനങ്ങൾക്ക് കണക്കില്ല. ബ്രിട്ടനിലെ എക്സിറ്റർ സർവകലാശാല മുതൽ കേന്ദ്ര ഭൂഗർഭജലവകുപ്പിന്റെയും സുപ്രീംകോടതി മോണിറ്ററിങ് കമ്മിറ്റിയുടെയും വരെ നിരവധി പഠന റിപ്പോർട്ടുകൾ. പ്ലാച്ചിമടയിലെ ജലചൂഷണം, ഭൂഗർഭജലത്തിന്റെ ശോ ഷണം, കമ്പനി നിക്ഷേപിച്ച രാസമാലിന്യങ്ങൾ പരിസ്ഥിതിക്കും ഭൂജല ത്തിനും വരുത്തിയ നാശം, ജനങ്ങൾക്ക് അനുഭവിക്കേണ്ടിവന്ന ദുരിത ങ്ങൾ, ആരോഗ്യ, തൊഴിൽ പ്രശ്നങ്ങൾ, ജീവിതനിലവാരത്തിൽ വന്ന മാറ്റം, കാർഷികമേഖലയിലുണ്ടായ തൊഴിൽനഷ്ടം, ഉത്പാദനക്കുറവ് തുടങ്ങി വിവിധങ്ങളായ മാനദണ്ഡങ്ങളെ അടിസ്ഥാനമാക്കിയായിരുന്നു പഠനങ്ങൾ. നിയമങ്ങളുമുണ്ട് നിരവധി. 1967-ലെ ഭൂജലവിനിയോഗ ഉത്തരവ് മുതൽ ജലനിയമവും പരിസ്ഥിതി സംരക്ഷണ നിയമവും പട്ടിക ജാതി-വർഗ(അതിക്രമം തടയൽ)നിയമവും 2002-ലെ കേരള ഭൂജല നിയ ന്ത്രണവും ക്രമീകരണവും വരെ അസംഖ്യം നിയമങ്ങളുണ്ടായിട്ടും കൊക്കകോളയെയും പെപ്സിയെയും നിയമപ്രകാരം ചോദ്യം ചെയ്യാ നാവുന്നില്ല എന്നത് നമ്മുടെ ഭരണകൂടത്തിന്റെ പരാജയമായാണ് കാ ണേണ്ടത്. വേറൊരു രാജ്യത്തും പുറത്തുനിന്നും വരുന്ന കമ്പനികൾക്ക് ഇത്രയധികം നിയമലംഘനങ്ങൾ നടത്താൻ കഴിയില്ല. അതാതിടത്തെ സർക്കാരുകൾ അതിന് സമ്മതിക്കുകയുമില്ല.

കേരളത്തിലെ അറിയപ്പെടുന്ന വനം-പരിസ്ഥിതി ശാസ്ത്ര ജ്ഞനും ഇന്ത്യൻ നാഷണൽ ട്രസ്റ്റ് ഫോർ ആർട്സ് ആന്റ് കൾച്ചറൽ

ഹെറിറ്റേജിലെ ഡയറക്ടറുമായ ഡോ. സതീഷ്ചന്ദ്രന്റെ നേതൃത്വത്തിലാണ് പ്ലാച്ചിമടയിൽ ആദ്യ ശാസ്ത്രീയപഠനം നടത്തുന്നത്. ഭൂജല ചൂഷണവും ജലമലിനീകരണവുമാണ് പഠനവിഷയമാക്കിയത്. പിന്നെ അമേരിക്ക ആസ്ഥാനമായുള്ള കോർപ്പ് വാച്ചിന്റെ ഇന്ത്യൻ കോ-ഓർഡിനേറ്റർ നിത്യാനന്ദ് ജയരാമനും പി.യു.സി.എൽ നേതാവ് സി.ആർ.ബിജോയിയും നടത്തിയ പഠനം. തൃശ്ശൂർ ജനനീതി, കേരള ശാസ്ത്രസാഹിത്യ പരിഷത്ത് തുടങ്ങിയവരുടെ പഠനങ്ങൾ, റെഡ്ഫ്ളാഗിന് വേണ്ടിയുള്ള എ. അച്യുതൻ കമ്മിറ്റിയുടെ പഠനം, യുവജനവേദി, നരവംശശാസ്ത്രജ്ഞൻ പി.ആർ.ജി. മാത്തൂരിന്റെ പഠനം, നിയമസഭാസമിതിയുടെ അന്വേഷണ റിപ്പോർട്ട്, പ്ലാച്ചിമട കർഷക സംരക്ഷണ സമിതിയുടെ റിപ്പോർട്ട് എന്നിവയാണ് ആദ്യഘട്ടത്തിൽ പുറത്തുവന്നത്. ബി.ബി.സിയുടെ അന്വേഷണാത്മക പത്രപ്രവർത്തകൻ ജോൺ വൈറ്റിന്റെ നേതൃത്വത്തിൽ പ്ലാച്ചിമടയിൽ നിന്നും ശേഖരിച്ച കോളക്കമ്പനിയുടെ ഖരമാലിന്യത്തിൽ മാരകവിഷാംശമായ കാഡ്മിയവും ലെഡും വർധിച്ച അളവിൽ കണ്ടെത്തിയെന്ന ബ്രിട്ടനിലെ എക്സിറ്റർ സർവകലാശാലയുടെ റിപ്പോർട്ട് അന്താരാഷ്ട്ര തലത്തിൽ വരെ ചർച്ചയായി. ഇതിന്റെ ചുവട് പിടിച്ച് ഡൽഹിയിൽ സുനിത നരെയ്ന്റെ നേതൃത്വത്തിലുള്ള സെന്റർ ഫോർ സയൻസ് ആന്റ് എൻവയൺമെന്റ് നടത്തിയ പരിശോധനയിൽ പെപ്സി, കൊക്കകോള പാനീയങ്ങളിൽ അപകടകരമായ തോതിൽ കീടനാശിനികൾ അടങ്ങിയതായി കണ്ടെത്തിയതോടെ ശീതള പാനീയ കുത്തകകളുടെ കാലിടറുക തന്നെ ചെയ്തു. റിപ്പോർട്ട് പുറത്തുവന്നതോടെയാണ് സംയുക്ത പാർലമെന്ററി സമിതി രൂപവത്കരിക്കുന്നത്. രണ്ട് പഠനറിപ്പോർട്ടുകൾ സി. എസ്. ഇ പുറത്തുവിട്ടു. ഈ ഘട്ടം വരെയും സംസ്ഥാന മലിനീകരണ നിയന്ത്രണ ബോർഡും ഭൂജല ബോർഡും കാര്യമായ പഠനങ്ങളും പരിശോധനകളും നടത്താതെ മാറി നിൽക്കുകയായിരുന്നു. ഇവർ പലപ്പോഴും കൊക്കകോളയ്ക്ക് അനുകൂലമായ നിലപാടുകൾ സ്വീകരിക്കുകയും ചെയ്തു. സംസ്ഥാന ആരോഗ്യ വകുപ്പും ഇടപെട്ടില്ല. ഇതിനിടയിലാണ് കേന്ദ്ര മലിനീകരണ നിയന്ത്രണ ബോർഡ് നടത്തിയ പരിശോധനാ റിപ്പോർട്ട് പുറത്തുവരുന്നത്. ഖരമാലിന്യത്തിൽ കാഡ്മിയത്തിന്റെ അളവ് അനുവദനീയമായതിന്റെ അഞ്ചിരട്ടി ഉണ്ടെന്ന് കണ്ടത്തിയത് സംസ്ഥാന മലിനീകരണ ബോർഡിന് തിരിച്ചടിയായി. ഇതോടെ പതുക്കെ അവരും ഇടപെടാൻ തുടങ്ങി. സുപ്രീംകോടതി മോണിറ്ററിങ് സമിതിയുടെ റിപ്പോർട്ട് കൂടി പുറത്തുവന്നതോടെ കമ്പനി അടച്ചുപൂട്ടണമെന്നാവശ്യപ്പെട്ട് നോട്ടീസ് നൽകാൻ സംസ്ഥാന മലിനീകരണ നിയന്ത്രണ ബോർഡ് നിർബന്ധിതമായി. ഇതിനിടയിൽ മുംബൈയിലെ വികാസ് അധ്യായൻ കേന്ദ്രയുടെ നേതൃത്വത്തിൽ ആരോഗ്യ പഠനവും നടന്നു.

ഹൈക്കോടതി നിർദ്ദേശത്തെതുടർന്നാണ് കോഴിക്കോട് സെന്റർ ഫോർ വാട്ടർ റിസോഴ്സ് ഡവലപ്പ്മെന്റ് ആന്റ് മാനേജ്മെന്റ് (CWRDM) പ്ലാച്ചിമടയിലെ ജലപ്രശ്നം പഠിക്കുന്നത്. കൊക്കകോളയുടെ ജലമൂറ്റൽ

തടഞ്ഞ സംസ്ഥാന സർക്കാർ ഉത്തരവിനെ തുടർന്നായിരുന്നു ഇത്. ഡയറക്ടറായിരുന്ന ഇ. ജെ. ജയിംസിന്റെ നേതൃത്വത്തിൽ വിശദമായി പഠിച്ചു കൊടുത്ത റിപ്പോർട്ട് പക്ഷേ, കൊക്കകോളയ്ക്ക് ഗുണകരമായി മാറി എന്നതാണ് വാസ്തവം. ഈ റിപ്പോർട്ടിന്റെ അടിസ്ഥാനത്തിലാണ് ഹൈക്കോടതി ഡിവിഷൻബെഞ്ച് കൊക്കകോളയുടെ ലൈസൻസ് പുനഃസ്ഥാപിച്ച് നൽകാൻ (ഡീംഡ് ലൈസൻസ്) ഉത്തരവിട്ടത്. 2004ൽ ജെ.പി.സി റിപ്പോർട്ട് പുറത്തുവന്നതോടെ കേന്ദ്രതലത്തിൽ നടപടികളുണ്ടാവുമെന്ന് പ്രതീക്ഷിച്ചെങ്കിലും ഒന്നുമുണ്ടായില്ല. കോളയുടെ ഖരമാലിന്യത്തിൽ കാഡ്മിയവും ശീതളപാനീയങ്ങളിൽ കീടനാശിനി സാന്നിധ്യവും അനുവദനീയമായ പരിധിയിലും കൂടുതലുണ്ടെന്ന് ജെ.പി.സിയും കണ്ടെത്തിയിരുന്നു. ജെ.പി.സിയത് ശേഷമാണ് സി.എസ്.ഇ രണ്ടാം റിപ്പോർട്ട് പുറത്തുവിടുന്നത്. ആദ്യ റിപ്പോർട്ട് ശരിവയ്ക്കുന്നതായിരുന്നു രണ്ടാം റിപ്പോർട്ടും. 2006-ലാണ് സംസ്ഥാന ഭൂജല വകുപ്പിന്റെ കൃത്യമായൊരു പഠനറിപ്പോർട്ട് പുറത്തുവന്നത്. കമ്പനി പുറത്തുവിടുന്ന മലിനജലം മൂലം പരിസരത്തെ കിണറുകൾ ഉപയോഗശൂന്യമായെന്നും കമ്പനിയുടെ അമിത ജലോപയോഗം മൂലം ജലനിരപ്പ് താഴുന്നുവെന്നും ഭൂജലവകുപ്പ് റിപ്പോർട്ട് ചെയ്തു. ഇതോടൊപ്പം സംസ്ഥാന സർക്കാരിന്റെ തിരുവനന്തപുരത്തുള്ള അനലിറ്റിക് ലബോറട്ടറിയിൽ നടത്തിയ പരിശോധനയിൽ കൊക്കകോള, പെപ്സി പാനീയങ്ങളിൽ കീടനാശിനി സാന്നിധ്യം അപകടകരമായ തോതിലുണ്ടെന്ന് സ്ഥിരീകരിച്ചു. ഏറ്റവും ഒടുവിലാണ് പ്ലാച്ചിമട ഉന്നതാധികാര സമിതിയുടെ സമഗ്രവും ശാസ്ത്രീയവുമായ പഠനറിപ്പോർട്ട് പുറത്തുവരുന്നത്.

കൊക്കകോള എന്ന ബഹുരാഷ്ട്ര ഭീമൻ നടത്തിയ നിയമലംഘനങ്ങൾ അനവധിയാണ്. 1974-ലെ ജലനിയമം(മലിനീകരണ നിയന്ത്രണവും തടയലും), 1986-ലെ പരിസ്ഥിതി സംരക്ഷണ നിയമം, 1948-ലെ ഫാക്ടറി ആക്ട്, അപകടമാലിന്യം(കൈകാര്യം ചെയ്യൽ ചട്ടങ്ങൾ), 1989-ലെ പട്ടികജാതി-പട്ടികവർഗം(അതിക്രമം തടയൽ) നിയമം, ഇന്ത്യൻ പീനൽ കോഡ്, 1967-ലെ ഭൂജലവിനിയോഗ ഉത്തരവ്, 2002-ലെ കേരള ഭൂജല(നിയന്ത്രണവും ക്രമീകരണവും)ആക്ട് തുടങ്ങിയ നിയമങ്ങളെല്ലാം അവർക്ക് പുല്ലുവിലയായിരുന്നു. സുപ്രീംകോടതി ഉത്തരവിനെ തുടർന്ന് സംസ്ഥാന സർക്കാർ നിർമ്മിച്ച 2002-ലെ കേരള ഭൂജല(നിയന്ത്രണവും ക്രമീകരണവും) നിയമം സുപ്രധാനമായ ഒന്നായിരുന്നുവെങ്കിലും കോടതികളിൽ നിന്ന് വലിയ നിയമപരിരക്ഷ കിട്ടിയില്ല. അമിത ഭൂജലചൂഷണം നടക്കുന്ന സ്ഥലങ്ങളെന്നുകണ്ട് സംസ്ഥാന സർക്കാർ പ്രത്യേക ഉത്തരവിലൂടെ നോട്ടിഫൈ ചെയ്തിടത്ത് മാത്രമെ നിയമം പ്രാബല്യത്തിൽ വരുത്താനാവൂ എന്ന പോരായ്മയുണ്ട്. ഭൂജലമൂറ്റൽ നിരോധിക്കാൻ ഈ നിയമത്തിൽ വകുപ്പില്ല. പകരം പിഴയടച്ച് വീണ്ടും പ്രവർത്തിക്കാം എന്നാണ് നിയമത്തിലുള്ളത്. ഇത് കുപ്പിവെള്ള കമ്പനികൾക്ക് ഏറെ സഹായകരമായിരുന്നു. പെപ്സിയുടെ കേസിൽ സംസ്ഥാന സർക്കാർ കേരള ഭൂജല (നിയന്ത്രണവും ക്രമീകരണവും)നിയമം നടപ്പാക്കാൻ ശ്രമിച്ചെങ്കിലും കോടതിയിൽ നിന്നും വിധി എതിരായി.

പേരിനു മാത്രമായി മലിനീകരണ നിയന്ത്രണ ബോർഡ്

കൊക്കകോള നടത്തിയ വിവിധ നിയമലംഘനങ്ങൾക്കെതിരെ സംസ്ഥാന സർക്കാർ കാര്യമായൊരു നടപടിയും എടുത്തിരുന്നില്ല എന്നത് വിവിധ വകുപ്പുകളുടെ പ്രവർത്തനം പരിശോധിച്ചാൽ മനസ്സിലാവും. അതിൽ ഏറ്റവും കൂടുതൽ അനാസ്ഥ കാണിച്ചത് സംസ്ഥാന മലിനീകരണ നിയന്ത്രണ ബോർഡായിരുന്നു. കമ്പനി നടത്തിയ നിയമലംഘനങ്ങൾ ചൂണ്ടിക്കാട്ടി 2007 സപ്തംബർ 27-ന് മലിനീകരണ നിയന്ത്രണ ബോർഡ് നൽകിയ കാരണം കാണിക്കൽ നോട്ടീസിൽ നിയമലംഘനങ്ങൾ എണ്ണിയെണ്ണി പറയുന്നുണ്ടെങ്കിലും പിന്നീടൊരു നടപടിയും ഉണ്ടായില്ല. കമ്പനിക്ക് ലൈസൻസ് നൽകിയ മുതലുള്ള കാര്യങ്ങൾ ഇതിൽ വിശദമാക്കുന്നുണ്ട്. കമ്പനിക്കകത്തെ ട്രീറ്റ്മെന്റ് പ്ലാന്റിൽ നിന്നെടുത്ത ഖരമാലിന്യത്തിൽ കാഡ്മിയത്തിന്റെ അളവ് ഒരു കിലോഗ്രാമിന് 200 മുതൽ 300 മില്ലിഗ്രാം വരെയാണെന്നും അനുവദനീയ അളവ് 50 മില്ലിഗ്രാമാണെന്നും വ്യക്തമാക്കുന്നു. ഈ വിഷമാലിന്യമാണ് കർഷകർക്ക് വളമെന്ന പേരിൽ നൽകിയത്. ഖരമാലിന്യത്തിലെ കാഡ്മിയം ഇറങ്ങി കിണർവെള്ളം മലിനമായതായും തെളിവുകൾ സഹിതം പറയുന്നുണ്ട്. സുപ്രീംകോടതി മോണിറ്ററിങ് കമ്മിറ്റിയുടെ റിപ്പോർട്ടും കേന്ദ്ര മലിനീകരണ നിയന്ത്രണ ബോർഡിന്റെ കണ്ടെത്തലും നോട്ടീസിൽ വിശദമാക്കിയിട്ടുണ്ട്. കാഡ്മിയം ഉൾപ്പെടെയുള്ള വിഷവസ്തുക്കൾ ഒലിച്ചിറങ്ങി ജനങ്ങളുടെ കുടിവെള്ളസ്രോതസ്സ് മലിനപ്പെടുത്തിയത് 1974-ലെ ജല(മലിനീകരണം തടയലും നിയന്ത്രിക്കലും) നിയമത്തിലെ സെക്ഷൻ 24-ന്റെ ലംഘനമാണെന്നും നിയമത്തിലെ സെക്ഷൻ 43, 47 വകുപ്പുകൾ പ്രകാരം കമ്പനി നടത്തിയത് ശിക്ഷാർഹമായ കുറ്റമാണെന്നും എടുത്തുപറഞ്ഞിട്ടുണ്ട്. നിയമ നടപടികളെടുക്കാതിരിക്കാൻ കാരണമുണ്ടെങ്കിൽ 15 ദിവസത്തിനകം അറിയിക്കണമെന്നാണ് നോട്ടീസിൽ പറഞ്ഞത്. എന്നാൽ വർഷം പത്താവാറായെങ്കിലും ഇതുവരെ നിയമപ്രകാരമുള്ള ഒരു നടപടിയും മലിനീകരണ നിയന്ത്രണബോർഡ് സ്വീകരിച്ചിട്ടില്ല. ജലനിയമത്തിന്റെ പശ്ചാത്തലത്തിൽ

കേസെടുത്തിരുന്നുവെങ്കിൽ കമ്പനി അധികൃതരെ നിയമത്തിന് മുമ്പിൽ കൊണ്ടുവരാമായിരുന്നു. എസ്.സി-എസ്.ടി അട്രോസിറ്റീസ് നിയമപ്രകാരമുള്ള കേസിന് അത് കൂടുതൽ ശക്തിപകരുകയും ചെയ്തേനെ. പ്ലാച്ചിമട സമരത്തിന്റെ തുടക്കത്തിൽ തന്നെ മലിനീകരണ നിയന്ത്രണ ബോർഡ് ആത്മാർത്ഥതയോടെ ഇടപെട്ടിരുന്നെങ്കിൽ കൊക്കകോളയെ നിയന്ത്രിക്കാനും വിഷം കലർന്ന ഖരമാലിന്യം വിതരണം ചെയ്യുന്നത് തടയാനും കഴിയുമായിരുന്നു. എന്നാൽ ആദ്യംമുതൽ വകുപ്പിലെ ചില ഉന്നത ഉദ്യോഗസ്ഥർ കമ്പനിയെ സഹായിക്കാനാണ് ശ്രമിച്ചത്. വിദഗ്ധ സമിതികൾ നടത്തിയ പഠനറിപ്പോർട്ടുകൾ പരിശോധിക്കാൻ പോലും തയ്യാറാവാതെ തെറ്റാണെന്ന് വിലയിരുത്തി. ബി. ബി. സി നടത്തിയ വെളിപ്പെടുത്തൽ പോലും ഗൗനിച്ചില്ല. ഒടുവിൽ കേന്ദ്രമലിനീകരണ നിയന്ത്രണ ബോർഡിന്റെ പഠനറിപ്പോർട്ട് വന്നപ്പോഴാണ് ഇവർ ഇടപെട്ടു തുടങ്ങിയത്.

ഐക്യദാർഢ്യവുമായി പരിസ്ഥിതി-ജനകീയ സംഘടനകൾ

പ്ലാച്ചിമടയെന്ന ഗ്രാമത്തിൽ മാത്രം ഒതുങ്ങുമായിരുന്ന കൊക്കകോള വിരുദ്ധ സമരത്തിന് ആഗോളതലത്തിൽ വരെ പെരുമയുണ്ടാക്കിക്കൊടുത്തതിൽ ഐക്യദാർഢ്യസമിതിയുടെ പങ്ക് വളരെ വലുതാണ്. ജില്ലാതലത്തിലും സംസ്ഥാനതലത്തിലും രൂപംകൊണ്ട ഐക്യദാർഢ്യ സമിതികളുടെ പിന്തുണയില്ലായിരുന്നുവെങ്കിൽ ഒരു പക്ഷേ, ഈ സമരം പാതിയിൽ വീണുപോയേനെ. പരിസ്ഥിതിയെയും മണ്ണിനെയും സ്നേഹിക്കുന്ന, കുത്തകവത്ക്കരണത്തെ എതിർക്കുന്ന നൂറുകണക്കിന് സംഘടനകളും പ്രവർത്തകരുമാണ് പ്ലാച്ചിമടയിൽ അണിനിരന്നത്. ഭാഷയുടെയും ദേശത്തിന്റെയും അതിർവരമ്പുകളില്ലാതെ അവരെല്ലാം പ്ലാച്ചിമടയിലെ ഓലക്കുടിലിൽ ഒത്തുചേർന്നു. ഒന്നും രണ്ടും ദിവസമല്ല. ഒന്നര പതിറ്റാണ്ടായി. സൽസബീൽ സ്കൂളിലെ കൊച്ചു വിദ്യാർത്ഥി മുതൽ മേധാപട്കറും ഇന്ത്യയുടെ വാട്ടർമാൻ രാജേന്ദ്രസിങ്ങും പരിസ്ഥിതി ബോധത്തിന്റെ അടയാളക്കല്ലായ പ്രൊഫ. മാധവ് ഗാഡ്ഗിലും പിന്നെ കടൽ കടന്നെത്തിയ മോഡ് ബാർലോയും ഹോസെ ബുവെയും വരെയുള്ളവർ അക്കൂട്ടത്തിലുണ്ടായിരുന്നു. പ്ലാച്ചിമടയിലെ യഥാർത്ഥ പ്രശ്നം അവർക്ക് തന്നെയും പിന്നീട് ലോകത്തിനും മനസ്സിലാക്കികൊടുത്തത് ഈ കൂട്ടായ്മയായിരുന്നു. സർക്കാരുകളുടെ ബധിരകർണം തുറപ്പിക്കാൻ സമരസന്ദേശം തിരുവനന്തപുരത്തും അങ്ങകലെ ഇന്ദ്രപ്രസ്ഥത്തിലും എത്തിച്ചതും ഇവരായിരുന്നു. ആക്ടിവിസ്റ്റുകൾ, പരിസ്ഥിതി-മനുഷ്യാവകാശ പ്രവർത്തകർ, എഴുത്തുകാർ, കലാകാരൻമാർ, ഗവേഷകർ, നിയമജ്ഞർ, രാഷ്ട്രീയക്കാർ, വിദ്യാർത്ഥികൾ തുടങ്ങി എല്ലാഗണത്തിലുമുള്ളവർ പ്ലാച്ചിമടയുടെ ഭാഗമായിരുന്നു. പ്ലാച്ചിമടയുടെ വിജയം ഇവരുടെ കൂടിയാണ്, തോൽവികൾ ഇവരുടെയും ഗദ്ഗദങ്ങളാണ്.

സമരത്തിന്റെ അമ്പതാംനാളിൽ പാലക്കാട്ട് വിളിച്ചുചേർത്ത സർവകക്ഷിയോഗത്തിൽ നിന്നാണ് ഐക്യദാർഢ്യസമിതിയെന്ന ആശയം വരുന്നത്. എന്നാൽ ഒരു സംഘടനയെന്ന രീതിയിൽ തുടക്കമിടുന്നത് 2002 ജൂൺ 30-ന് തൃശ്ശൂർ പി.ജി. സെന്ററിൽ നടന്ന യോഗത്തിൽ വെച്ചായിരുന്നു. ജില്ലാതലത്തിലും സംസ്ഥാനതലത്തിലും ഐക്യദാർഢ്യ

സമിതി നിലവിൽ വന്നതോടെ സമരത്തിന് ശക്തി കൂടി. പ്ലാച്ചിമട സമരക്കാർക്ക് സാമ്പത്തിക സഹായം ചെയ്യുക എന്നതിനപ്പുറം സമരസന്ദേശം പ്രചരിപ്പിക്കുന്നതിലായിരുന്നു ഐക്യദാർഢ്യസമിതികൾ ഊന്നൽ നൽകിയത്. ഒപ്പം വിദഗ്ധരെ പങ്കെടുപ്പിച്ച് വിവിധ സംഘടനകളുടെ നേതൃത്വത്തിൽ പഠനറിപ്പോർട്ടുകൾ തയ്യാറാക്കി. സർവെകളും നടത്തി. ഈ റിപ്പോർട്ടുകൾ മാധ്യമങ്ങളിലെത്തിക്കാൻ മുന്നിൽ നിന്നതും ഇവർ തന്നെയായിരുന്നു. സമരത്തിന്റെ ആദ്യനാളുകളിൽ നൂറിലേറെ സംഘടനകൾ ഐക്യദാർഢ്യസമിതികളിലുണ്ടായിരുന്നു. ഇതിൽ ആദ്യം ഓർക്കേണ്ട സംഘടന നാഷണൽ അലയൻസ് ഫോർ പീപ്പിൾസ് മൂവ്മെന്റ് (എൻ. എ. പി. എം)ആണ്. സമരം ദേശീയശ്രദ്ധയിലെത്തിച്ചത് എൻ.എ.പി.എം നടത്തിയ പ്ലാച്ചിമട-അയോധ്യാമാർച്ച് ആയിരുന്നു. ആദ്യം സമരത്തെ പിന്തുണയ്ക്കുകയും പിന്നീട് അതിനെ ഏറ്റെടുക്കാനും എൻ.എ.പി.എം തയ്യാറായി. പി.യു.സി.എൽ, ഹരിത ഡവലപ്പ്മെന്റ് അസോസിയേഷൻ, ഭാരതപ്പുഴ സംരക്ഷണ സമിതി, ദേശീയകർഷക സമാജം, മദ്യനിരോധന സമിതി, ലോഹ്യ വിചാരവേദി, സ്വദേശി ജാഗരൺ മഞ്ച്, പട്ടികജാതി-പട്ടികവർഗ മുന്നണി, സ്വതന്ത്ര മൽസ്യത്തൊഴിലാളി ഫെഡറേഷൻ, സി. പി. ഐ(എം. എൽ), പാലക്കാട് മുന്നോട്ട്, യുവജനവേദി, എസ്.യു.സി.ഐ, സി.പി.ഐ, എ.ഐ.വൈ.എഫ്, സോളിഡാരിറ്റി, സമാജ്‌വാദി ജനപരിഷത്ത് സംഘടനകളായിരുന്നു ആദ്യഘട്ടത്തിൽ ഐക്യദാർഢ്യവുമായി എത്തിയിരുന്നത്. ശിവഗംഗയിലും മെഹ്ദിഗഞ്ചിലും കാലെഡാരെയിലും ഉൾപ്പെടെ രാജ്യത്തിന്റെ വിവിധ ഭാഗങ്ങളിൽ ജലചൂഷണത്തിനെതിരെ പ്രവർത്തിക്കുന്ന ജനകീയ സംഘടനകളും കൂട്ടായ്മകളും പ്ലാച്ചിമടക്കാർക്ക് പിന്തുണ പ്രഖ്യാപിച്ചു. പിന്നീട് ജനതാദളും സി.പി.എമ്മും ഉൾപ്പെടെയുള്ള രാഷ്ട്രീയപാർട്ടികളും അതിന്റെ യുവജന സംഘടനകളും പിന്തുണയുമായെത്തിയതോടെ പ്ലാച്ചിമട സമരത്തിന് കൂടുതൽ ശ്രദ്ധ കിട്ടി. തുടർന്ന് ബി. ജെ. പിയും അവസാനം കോൺഗ്രസും പ്ലാച്ചിമട സമരത്തെ അനുകൂലിക്കുന്ന കാഴ്ചയാണുണ്ടായത്.

സംഘടനകളെപോലെ തന്നെ പ്ലാച്ചിമടയിലെ സമരപ്പന്തലിലെത്തി, സമരത്തിന്റെ ഭാഗമായി മാറിയ പരിസ്ഥിതി സ്നേഹികൾ ആയിരക്കണക്കിന് പേരുണ്ട്. അവരിൽ ചിലരെയും ഓർമിക്കേണ്ടിയിരിക്കുന്നു. നമ്മെ വിട്ടുപോയ ഇന്ത്യനൂർ ഗോപിമാസ്റ്ററെയും ഫാ. തോമസ് കോച്ചേരിയെയും ഡോ. പി.എസ്. പണിക്കരെയും ആദ്യം തന്നെ സ്മരിക്കണം. അഡ്വ. പി. എ. പൗരൻ, സി. ആർ. ബിജോയ്, പി. ടി. എം. ഹുസൈൻ, ആർ. അജയൻ, സി. ആർ. നീലകണ്ഠൻ, ഇസാബിൻ അബ്ദുൾകരീം, മുതലാംതോട് മണി, സുരേഷ് ജോർജ്, വിജയരാഘവൻ ചേലിയ, അഡ്വ. കെ.വി. ബിജു(സ്വദേശി ആന്ദോളൻ), എൻ. പി. ജോൺസൺ, ജിയോ ജോസ്, മാരിയപ്പൻ നീളിപ്പാറ, കെ.പി. സുരേഷ് രാജ്, സഹദേവൻ, സി. ഭാനു, ടി. പീറ്റർ, എം. സുബ്രബ്രമണ്യൻ, പ്രൊഫ. കുസുമം ജോസഫ്, എസ്. ഗുരുവായൂരപ്പൻ, യേശുദാസ് വരാപ്പുഴ, എം.എൻ. ഗിരി, രാമദാസ് കതിരൂർ, രമേഷ് മേത്തല, രാജേഷ്, എം.സുലൈമാൻ, ഡോ.എം.എൻ.

അൻവറുദ്ദീൻ, അഡ്വ. മോഹൻദാസ്, വി.ഡി. മജീന്ദ്രൻ, ജോഷി ജേക്കബ്ബ്, സണ്ണി പൈകട, എസ്. രാധാകൃഷ്ണൻ തുടങ്ങി നിരവധി പേരുടെ സാന്നിധ്യവും പിന്തുണയും പ്ലാച്ചിമട സമരത്തിനുണ്ടായിരുന്നു. ഇവരോടൊപ്പം പ്ലാച്ചിമടയിലെയും പാലക്കാട്ടെയും സാധാരണക്കാരും കർഷകരും വിവിധ കോളേജുകളിലെ പരിസ്ഥിതി കൂട്ടായ്മകളും എൻ.എസ്.എസ് യൂണിറ്റുകളും അധ്യാപകരുമെല്ലാം ജലചൂഷകനായ ബഹുരാഷ്ട്ര കുത്തകയെ കെട്ടുകെട്ടിക്കാൻ രണാങ്കണത്തിലിറങ്ങിയിരുന്നു.

ജനകീയ സമരങ്ങൾ ഉയർത്തുന്ന ആരോപണങ്ങൾക്ക് വസ്തുനിഷ്ഠവും ശാസ്ത്രീയവുമായ രേഖകളുടെ പിൻബലമില്ലാത്തത് പലപ്പോഴും ഒറ്റപ്പെട്ട സംഭവമല്ല. മിക്ക സമരങ്ങളിലും അതൊരു യാഥാർത്ഥ്യമാണെന്ന് സമ്മതിക്കേണ്ടിവരും. കൃത്യമായ മുന്നൊരുക്കമില്ലാത്തതാണ് ഇതിന് കാരണം. എന്നാൽ പ്ലാച്ചിമട സമരത്തിന് ഇത്തരം പ്രശ്നങ്ങൾ ഒരിക്കൽപോലും നേരിടേണ്ടിവന്നില്ല. അതിനു പിന്നിൽ പ്രവർത്തിച്ചത് പ്ലാച്ചിമട പഠനസമിതിയായിരുന്നു. തൃശൂർ കേരളീയത്തിലെ റോബിന്റെ നേതൃത്വത്തിൽ ഡോ. ബ്രഹ്മപുത്രനും ശരതും ഉൾപ്പെട്ട സംഘത്തിന്റെ പ്രവർത്തനമികവ് എടുത്തുപറയുക തന്നെ വേണം. കേസുകളുടെ ഭാഗമായി കോടതിയിലും വിവിധ വകുപ്പുകളുടെ ഓഫീസുകളിലും സമർപ്പിക്കാനുള്ള രേഖകൾ ശേഖരിച്ചതും അവ സൂക്ഷിച്ചതും പഠനസമിതിയായിരുന്നു. കാലഗണനയനുസരിച്ച് സമരത്തിന്റെ നാൾവഴികൾ രേഖപ്പെടുത്താനും കൊക്കകോളക്കെതിരായ പുതിയ കണ്ടെത്തലുകൾ ജനമധ്യത്തിലെത്തിക്കാനും ഈ സംഘത്തിന് കഴിഞ്ഞു. സമരത്തിനെതിരെയുള്ള നീക്കങ്ങൾ ഫലപ്രദമായി തടയുന്നതിലും പഠനസമിതിയുടെ പങ്ക് വളരെ വലുതായിരുന്നു. ഡോ. ബ്രഹ്മപുത്രന്റെ പേര് ഇവിടെ എടുത്തുപറയേണ്ടതുണ്ട്. 2002-ൽ സി.ഡി.എസിന്റെ പ്രോജക്ടിന്റെ ഭാഗമായാണ് ബ്രഹ്മപുത്രൻ ആദ്യം പ്ലാച്ചിമടക്ക് സമീപമുള്ള മുതലമടയിലെത്തുന്നത്. കേരള റിസർച്ച് പ്രോഗ്രാം ഇൻ ലോക്കൽ ലെവൽ ഡവലപ്പ്മെന്റ് എന്നതായിരുന്നു വിഷയം. തുടർന്ന് വാട്ടർ ഇൻസെക്യൂരിറ്റീസ് എന്ന വിഷയത്തിൽ മറ്റൊരു പ്രോജക്ടിന്റെ ഭാഗമായി പ്ലാച്ചിമടയിലുമെത്തി. ഒരു വർഷത്തോളം പ്ലാച്ചിമടയിലെ ജലപ്രശ്നം പഠിച്ചു. ഈ ഘട്ടത്തിലാണ് ആദിവാസികളുടെ നേതൃത്വത്തിലുള്ള സമരം ശക്തമാവുന്നത്. അങ്ങനെ ബ്രഹ്മപുത്രനും സമരത്തിന്റെ ഭാഗമായി. നാലു വർഷം പ്ലാച്ചിമടയിൽ ഉണ്ടായിരുന്നു. ഈ ഘട്ടത്തിലാണ് വിവിധ പഠനറിപ്പോർട്ടുകൾ ഉൾപ്പെടെയുള്ള രേഖകൾ ശേഖരിച്ചത്. അതെല്ലാം പഠനസമിതിക്കും സമരത്തിനും വലിയൊരു മുതൽക്കൂട്ടാവുകയും ചെയ്തു. പ്ലാച്ചിമടയെക്കുറിച്ചും അവിടത്തെ പോരാട്ടത്തെക്കുറിച്ചും ബിറ്റർ ഡ്രിങ്ക്, വൺ തൗസന്റ് ഡെയ്സ് ആന്റ് എ ഡ്രീം എന്നീ ഡോക്യുമെന്ററികൾ നിർമ്മിച്ച സംവിധായകൻ ശരത്ചന്ദ്രനെയും ഇവിടെ ഓർക്കേണ്ടതുണ്ട്. സമരത്തിന്റെ 80-ാം ദിവസം മുതൽ പ്ലാച്ചിമടയ്ക്കൊപ്പമുണ്ടായിരുന്ന ശരത് ചന്ദ്രൻ 2010 മാർച്ചിൽ വാഹനാപകടത്തിൽ മരിച്ചിരുന്നു.

സുപ്രീംകോടതിയിൽ കൊക്കകോളയുടെ അടിയറവ്

2017 ജൂലായ് 13, ഹിന്ദുസ്ഥാൻ കൊക്കകോള ബിവറേജസ് പ്രൈവറ്റ് ലിമിറ്റഡ് എന്ന കൊക്കകോളയുടെ ഇന്ത്യൻ കമ്പനി ഈ ദിവസം ഒരിക്കലും മറക്കില്ല. പ്ലാച്ചിമടയിലെ കൊക്കകോള പ്ലാന്റ് തുറക്കുന്നത് സംബന്ധിച്ച് സുപ്രീംകോടതിയിലുള്ള കേസിന്റെ വാദം കേൾക്കൽ അന്നായിരുന്നു. പെരുമാട്ടി ഗ്രാമപഞ്ചായത്തിന്റെയും കേരള സർക്കാരിന്റെയും പ്ലാച്ചിമട സമരസമിതിയുടെയും അഭിഭാഷകർ കേസ് സമഗ്രമായി പഠിച്ച് വാദമുഖങ്ങൾ നിരത്താൻ ഒരുങ്ങവെ പൊടുന്നനെയാണ് കൊക്കകോളയുടെ അഭിഭാഷകൻ കെ.വി.വിശ്വനാഥൻ ആ പ്രഖ്യാപനം നടത്തിയത്. പ്ലാച്ചിമടയിലെ പ്ലാന്റ് തുറക്കാൻ കമ്പനിക്ക് താത്പര്യമില്ലെന്ന് അദ്ദേഹം കോടതിയെ അറിയിച്ചു. കൊക്കകോള കമ്പനിയിൽ നിന്നും ഒരിക്കലും പ്രതീക്ഷിക്കാത്ത വാക്കുകളായിരുന്നു അത്. ഇതോടെ പ്ലാന്റിന് ലൈസൻസ് നൽകണമെന്ന ഹൈക്കോടതി വിധിക്കെതിരെ സംസ്ഥാന സർക്കാരും പെരുമാട്ടി പഞ്ചായത്തും കേരള മലിനീകരണ നിയന്ത്രണ ബോർഡും നൽകിയ ഹർജികൾക്ക് പ്രസ്കതിയില്ലാതായി.ജസ്റ്റിസുമാരായ ആർ.എഫ്. നരിമാൻ, എസ്.കെ. കൗൾ എന്നിവരടങ്ങുന്ന ബെഞ്ച് ഹർജികൾ തീർപ്പാക്കി കേസ് അവസാനിപ്പിച്ചതായി പ്രഖ്യാപിച്ചെങ്കിലും അവയിൽ ഉന്നയിക്കപ്പെട്ട നിയമപരമായ ചോദ്യങ്ങൾ നിലനിൽക്കുമെന്ന് വ്യക്തമാക്കുകയും ചെയ്തു. കൊക്കകോള കമ്പനിക്കെതിരെ പെരുമാട്ടി പഞ്ചായത്തും പ്ലാച്ചിമട സമരസമിതിയും എട്ടുവർഷമായി നടത്തിവന്ന നിയമയുദ്ധത്തിന് അങ്ങനെ അവസാനമായിരിക്കുന്നു.കൊക്കകോളയുടെ ഈ പിൻമാറ്റത്തിന് പിന്നിലുള്ള ചേതോവിഹാരം എന്തായാലും ജയിച്ചത് പ്ലാച്ചിമടയിലെ ആദിവാസികളാണ്. മയിലമ്മയും കന്നിയമ്മയും വേലൂർ സ്വാമിനാഥനും വിളയോടി വേണുഗോപാലും ഉയർത്തിവിട്ട സമരജ്വാലയ്ക്കു മുന്നിൽ പിടിച്ചുനിൽക്കാനാവാതെയാണ് അവർ കേരളത്തിന്റെ മണ്ണിൽ നിന്നും പടിയിറങ്ങിയത്.

ലോകത്തെ മുൻനിര കുപ്പിവെള്ള-ശീതളപാനീയ കമ്പനിയായ കൊക്കകോള, ജനകീയസമരം നേരിടാനാവാതെ ഒരു പ്ലാന്റ് ഉപേക്ഷിക്കുന്നത് ഒരു പക്ഷേ ആദ്യമായിരിക്കാം. കുടിവെള്ള വിതരണം സ്വകാര്യ

വത്കരിച്ചതിനെതിരെ ബൊളീവിയായിലെ കൊച്ചബൊംബയിൽ നടന്ന ജലസമരം നമുക്കെല്ലാം ഓർമയുണ്ട്. അതു പക്ഷേ രക്തരൂക്ഷിതമായിരുന്നു. എന്നാൽ പ്ലാച്ചിമടയിൽ അരുതാത്തതൊന്നും ഇതുവരെ സംഭവിച്ചിട്ടില്ല. ഗാന്ധിജിയുടെ അഹിംസാ സിദ്ധാന്തത്തിലൂന്നി പാവപ്പെട്ട ആദിവാസികൾ നടത്തിവന്ന അനിശ്ചിതകാല സമരം കൊക്കകോളയുടെ പിൻമാറ്റത്തോടെ ലോകശ്രദ്ധ നേടിയിരിക്കുന്നു. ജലസമരങ്ങളുടെ ചരിത്ര പുസ്തകത്തിൽ കൊച്ചബാംബയെക്കാൾ ഇനി അറിയപ്പെടുക പ്ലാച്ചിമടയായിരിക്കും.

വർഷങ്ങളോളം കേസ് നടത്തിയ കൊക്കകോള കമ്പനി ഒരു സുപ്രഭാതത്തിൽ പ്ലാച്ചിമടയിലെ പ്ലാന്റ് ഉപേക്ഷിക്കാൻ തീരുമാനിച്ചതാവാൻ വഴിയില്ല. അതിനു പിന്നൽ പല ലക്ഷ്യങ്ങളുമുണ്ടാവാം. പ്ലാച്ചിമടയിലെ പ്ലാന്റിൽ ഉൽപാദനം നിലച്ചിട്ട് വർഷങ്ങളായി. ഈ പ്ലാന്റ് ഉപേക്ഷിക്കുന്നതുകൊണ്ട് കൂടുതൽ നഷ്ടം വരാനുമില്ല. പക്ഷേ കേസിൽ പരാജയപ്പെട്ടാൽ ആഗോളതലത്തിൽ കമ്പനിക്ക് വലിയ തിരിച്ചടിയായിരിക്കും ലഭിക്കുക. ഈ അപഖ്യാതി ഒഴിവാക്കാനുള്ള തന്ത്രമായിരിക്കാം കേസ് പിൻവലിക്കലിന് പിന്നിലെന്ന് ന്യായമായും സംശയിക്കാം. പ്ലാച്ചിമടക്കാർക്ക് നഷ്ടപരിഹാരം നൽകാനുള്ള ബാധ്യതയിൽ നിന്നും രക്ഷപ്പെടാനുള്ള നീക്കവുമാകാം. എന്തായായലും ഈ നിയമയുദ്ധത്തിന് ഏറെ പ്രസക്തിയുണ്ട്.

കോർപ്പറേറ്റ് ഭീമനായ കൊക്കകോളക്കെതിരെ ഒരു ഗ്രാമപഞ്ചായത്ത് നിയമനടപടിക്ക് ഇറങ്ങുകയെന്നത് തന്നെ അതിസാഹസികതയാണ്. മണിക്കൂറിന് ദശലക്ഷങ്ങൾ വാങ്ങുന്ന രാജ്യത്തെ പ്രമുഖ അഭിഭാഷകരെ കോടതികളിൽ ഇറക്കുന്ന കൊക്കകോളക്കെതിരെ 3000 രൂപയിൽ കൂടുതൽ ചെലവഴിക്കാൻ നിവൃത്തിയില്ലാത്ത ഗ്രാപഞ്ചായത്തുകൾക്ക് എന്തു ചെയ്യാനാവും. ഇവിടെയാണ് പെരുമാട്ടി പഞ്ചായത്ത് മാതൃകയാവുന്നത്. കൊക്കകോള കമ്പനിക്ക് അനുകൂലമായി ഹൈക്കോടതിയിൽ നിന്നും ഓരോ തവണ വിധി വരുമ്പോഴും അതിനെ സാധ്യമായ നിയമവശങ്ങളിലൂടെ പ്രതിരോധിക്കുന്നതിൽ പഞ്ചായത്ത് വിജയിക്കുക തന്നെ ചെയ്തു. ഏറ്റവും ഒടുവിൽ കോടതിവിധികളെ സുപ്രീം കോടതിയിൽ ചോദ്യം ചെയ്യാനും രംഗത്തിറങ്ങി. പെരുമാട്ടി ഗ്രാമ പഞ്ചായത്തും ഹിന്ദുസ്ഥാൻ കൊക്കകോള കമ്പനിയും തമ്മിലുള്ള നിയമയുദ്ധം സുപ്രീംകോടതിയിലെത്തിയിട്ട് ഒരു പതിറ്റാണ്ടായി. സംസ്ഥാന മലിനീകരണ നിയന്ത്രണബോർഡിന്റെയും സുപ്രീംകോടതി മോണിറ്ററിങ് കമ്മിറ്റിയുടെയും നിർദ്ദേശങ്ങൾക്ക് അനുസൃതമായി കമ്പനിയുടെ ലൈസൻസ് റദ്ദാക്കിയ പഞ്ചായത്തിന്റെ നടപടി ഹൈക്കോടതി ചോദ്യം ചെയ്യുകയും തള്ളുകയും ചെയ്തിരുന്നു. ഹൈക്കോടതി ഉത്തരവിനെയാണ് പെരുമാട്ടി പഞ്ചായത്ത് സുപ്രീംകോടതിയിൽ ചോദ്യം

ചെയ്തത്. 2005 ഏപ്രിൽ ഏഴിലെയും നവംബർ 16-ലെയും ഹൈക്കോടതി വിധിക്കെതിരെ പഞ്ചായത്ത് നൽകിയ സ്പെഷൽ ലീവ് പെറ്റീഷനിൽ ആകെ എട്ടു കേസുകളുണ്ട്. ഈ അപ്പീലിൽ പ്ലാച്ചിമട കൊക്കകൊള വിരുദ്ധ സമരസമിതിയും ഐക്യദാർഢ്യസമിതിയും പിന്നീട് കക്ഷി ചേരുകയായിരുന്നു. കോടതിവിധിക്കെതിരെ സംസ്ഥാന സർക്കാരും സുപ്രീംകോടതിയെ സമീപിച്ചു. ഹൈക്കോടതി വിധിച്ചിട്ടും ലൈസൻസ് പുതുക്കി നൽകാത്ത ഗ്രാമപഞ്ചായത്ത് നടപടിക്കെതിരെയാണ് കൊക്കകോള കമ്പനി സുപ്രീംകോടതിയെ സമീപിച്ചത്.

കൊക്കകോള കമ്പനിക്കെതിരായ ആദ്യ കേസ് (സ്പെഷൽ ലീവ് പെറ്റീഷൻ)രജിസ്റ്റർ ചെയ്യുന്നത് 2009-ലാണ് 4034/2009 എന്ന നമ്പറിൽ. പിന്നീട് തുടർച്ചയായി എട്ടു കേസുകൾ ഫയൽ ചെയ്തു. പാലക്കാട് ജില്ലയിലെ വരൾച്ച മുൻനിർത്തി കമ്പനിയുടെ പ്രവർത്തനം താത്കാലികമായി നിർത്തിവെപ്പിച്ച നടപടി റദ്ദാക്കിയ 2005 ഏപ്രിൽ ഏഴിലെ ഹൈക്കോടതി ഉത്തരവിനെതിരെയാണ് സംസ്ഥാന സർക്കാർ സുപ്രീംകോടതിയിൽ പെറ്റീഷൻ ഫയൽ ചെയ്തത്. അധികാരപരിധിയിലുള്ള ജലസ്രോതസ്സുകളുടെ സംരക്ഷണം സംബന്ധിച്ച് പഞ്ചായത്തീരാജ് നിയമവും ഭരണഘടന നൽകുന്ന അവകാശങ്ങളും മുൻനിർത്തിയാണ് പെരുമാട്ടി പഞ്ചായത്തിന്റെ നിയമയുദ്ധം. 2002-ലെ ഭൂജല(നിയന്ത്രണവും ക്രമീകരണവും)നിയമവും 1974-ലെ ജലനിയമം(മലിനീകരണം നിയന്ത്രണവും തടയലും), 1989-ലെ അപകടകരമായ മാലിന്യങ്ങൾ കൈകാര്യം ചെയ്യൽ ചട്ടങ്ങളും അടിസ്ഥാനമാക്കിയുള്ളതാണ് സംസ്ഥാന സർക്കാരിന്റെ ഇടപെടലുകൾ. ജലം ഉൾപ്പെടെയുള്ള പ്രകൃതിവിഭവങ്ങളുടെ അവകാശം ആർക്കെന്നതാണ് ഈ നിയമപോരാട്ടത്തിലുയരുന്ന മുഖ്യമായ ചോദ്യം.

സുപ്രീംകോടതിയിൽ കേസുകൾ രജിസ്റ്റർ ചെയ്തെങ്കിലും അത് വൈകിപ്പിക്കാനാണ് കൊക്കകോള ശ്രമിച്ചിരുന്നത്. രജിസ്റ്റർ ചെയ്ത കേസുകളെല്ലാം ഒന്നിച്ചാക്കി 7-11-2012ന് സുപ്രീംകോടതി പരിഗണിച്ചെങ്കിലും ബന്ധപ്പെട്ട കക്ഷികൾ കൃത്യമായി സ്റ്റേറ്റ്മെന്റുകൾ സമർപ്പിക്കാത്തതിനാൽ തുടർനടപടികളുണ്ടായില്ല. സ്റ്റേറ്റ്മെന്റുകൾ സമർപ്പിക്കാൻ വീഴ്ച വരുത്തിയത് കൊക്കകോളയായിരുന്നു. പെരുമാട്ടി പഞ്ചായത്തിന്റെയും സംസ്ഥാന സർക്കാരിന്റെയും ഭാഗത്തും ഇതിൽ വീഴ്ചകളുണ്ടായി. 15-01-2015-ന് സുപ്രീംകോടതി രജിസ്ട്രാർ ഇറക്കിയ ഉത്തരവിൽ ഈ പ്രശ്നം വീണ്ടും ചൂണ്ടിക്കാട്ടിയിട്ടുണ്ട്.

2009-ൽ നിന്നും വ്യത്യസ്തമായി ഭൂഗർഭജല സംരക്ഷണത്തെക്കുറിച്ച് ഇപ്പോൾ സർക്കാരും ജനങ്ങളും കൂടുതൽ ബോധവാൻമാരാണ്. 2012-ലെ കേന്ദ്രജലനയത്തിൽ കൊണ്ടുവന്ന ശക്തമായ മാർഗ

നിർദേശങ്ങൾ അത് ശരിവയ്ക്കുന്നു. ഭൂജലം സംരക്ഷിക്കാനും അമിതോപയോഗവും മലിനീകരണവും തടയാനും ജലസ്രോതസ്സുകളായ നദീതീരങ്ങൾ സംരക്ഷിക്കാനും പ്രാദേശിക ഭരണകൂടങ്ങളും സംസ്ഥാന സർക്കാരും കേന്ദ്രസർക്കാരും ശക്തമായ നടപടിയെടുക്കണമെന്ന് ജലനയത്തിൽ വ്യക്തമാക്കിയിട്ടുണ്ട്. ഭൂഗർഭജലത്തിന്റെ ലഭ്യത പരിഗണിക്കാതെ, വ്യക്തികളും സ്ഥാപനങ്ങളും അവരുടെ ശേഷിക്കനുസരിച്ച് അമിതമായി ചൂഷണം ചെയ്യുന്ന സ്ഥിതിയാണ് നിലവിലുള്ളത്. ഇതിന് മാറ്റം വരണം. ഭൂജലം എല്ലാവർക്കും തുല്യമായി വീതിച്ചുനൽകാനുള്ള ബാധ്യത സർക്കാരുകൾക്കുണ്ടെന്നും ജലനയത്തിൽ പറയുന്നു. പെരുമാട്ടി പഞ്ചായത്തിന് അനുകൂലമായി ഹൈക്കോടതി സിങ്കിൾ ബെഞ്ച് പുറപ്പെടുവിച്ച സുപ്രധാന വിധിയിൽ പറയുന്ന പൊതു ഉടമസ്ഥതാതത്വം(പബ്ലിക് ട്രസ്റ്റ് ഡോക്ട്രിൻ) ജലനയത്തിലും പറയുന്നുണ്ട്. പൊതു ഉടമസ്ഥതാ തത്വം അനുസരിച്ച് സമൂഹത്തിന്റെ വികസനത്തിനായുള്ള പൊതുവിഭവമെന്ന രീതിയിൽ ജലവിഭവങ്ങളുടെ സൂക്ഷിപ്പുകാരൻ സർക്കാരാണ്. ഭക്ഷ്യസുരക്ഷയ്ക്കും ഉപജീവനാവശ്യങ്ങൾക്കും സുസ്ഥിരവും നീതിപൂർവവുമായ വികസനം എല്ലാവർക്കും ഉറപ്പുവരുത്തുന്നതിനും ജലോപയോഗം നിയന്ത്രിക്കേണ്ടതിന്റെ അധികാരവും സർക്കാരിനാണെന്ന് ദേശീയ ജലനയം അനുശാസിക്കുന്നു. പെരുമാട്ടി പഞ്ചായത്തിന് അനുകൂലമായ വാദഗതിയാണിത്. സുപ്രീംകോടതിയിൽ നടക്കുന്ന കേസുകളിൽ ഇതെല്ലാം പരിഗണനാവിഷയമായാൽ കോടതിവിധി ഒരുപക്ഷേ കൊക്കകോളയ്ക്ക് എതിരാവാം. ഇത് മുന്നിൽ കണ്ടാവാം കൊക്കകോള കമ്പനി സ്വമേധയാ കേസിൽ നിന്ന് പിൻവാങ്ങിയതെന്ന് സംശയിക്കേണ്ടിയിരിക്കുന്നു.

കേസ് നടത്താൻ പണമില്ലാതെ പെരുമാട്ടി

കൊക്കകോള കമ്പനിയെ മുട്ടുകുത്തിച്ച പെരുമയെല്ലാം ഉണ്ടെങ്കിലും കേസ് നടത്താൻ പണമില്ലാത്ത ഗതികേടിലായിരുന്നു പെരുമാട്ടി ഗ്രാമപഞ്ചായത്ത്. കമ്പനിയുടെ ലൈസൻസ് റദ്ദാക്കുന്ന 2004-കാലത്ത് ഹൈക്കോടതിയിലും മറ്റുമുള്ള കേസിന്റെ ആവശ്യത്തിന് ഫണ്ട് വിനിയോഗിക്കാൻ അനുമതി തേടിയപ്പോൾ 3000 രൂപയിൽ കൂടുതൽ ചെലവഴിക്കാൻ പാടില്ലെന്ന കർശന നിർദ്ദേശമാണ് അന്നത്തെ സർക്കാർ നൽകിയത്. സുപ്രീംകോടതിയിൽ നിന്നുള്ള പേരുകേട്ട അഭിഭാഷകർ ഹൈക്കോടതിയിൽ കോളക്കുവേണ്ടി ഹാജരാവുമ്പോൾ, കമ്പനിക്കനുകൂലമായി വിധികൾ വരുമ്പോൾ എല്ലാം കാണാനല്ലാതെ മറ്റൊന്നിനുമുള്ള ശേഷി പഞ്ചായത്തിനില്ലായിരുന്നു. എന്നിട്ടും കൊക്കകോള കമ്പനിക്ക് പ്രവർത്തിക്കാൻ പറ്റാത്ത സാഹചര്യങ്ങൾ ഒരുക്കാൻ പഞ്ചായത്തിന് കഴിഞ്ഞു.

പഞ്ചായത്തീരാജ് നിയമം അനുസരിക്കണമെന്ന് പറഞ്ഞാണ് കോടതിച്ചെലവിന് 3000 രൂപയിൽ കൂടുതൽ ചെലവഴിക്കാൻ പാടില്ലെന്ന് അന്നത്തെ തദ്ദേശ സ്വയംഭരണ വകുപ്പ് നിർദേശിച്ചത്. 2009-ൽ പെരുമാട്ടി പഞ്ചായത്ത് കൊക്കകോളക്കെതിരെ സുപ്രീംകോടതിയിൽ പോയപ്പോൾ സാമ്പത്തിക പ്രശ്നം വീണ്ടും ഉയർന്നുവന്നു. എട്ടു കേസുകളാണ് ഉള്ളത്. വക്കീൽ ഫീസ് പോലും കൊടുക്കാനില്ലാത്ത അവസ്ഥയിലായിരുന്നു പഞ്ചായത്ത്. ഇത് കേസുകളെ ബാധിക്കുകയും ചെയ്തു. ഈ ഘട്ടത്തിലാണ് വക്കീൽ ഫീസിനത്തിൽ രണ്ടു ലക്ഷം രൂപ നൽകുന്നതിന് അനുമതി നൽകണമെന്ന് പെരുമാട്ടി പഞ്ചായത്ത് സംസ്ഥാന പഞ്ചായത്ത് ഡയറക്ടറോട് ആവശ്യപ്പെടുന്നത്. 2014 ഫിബ്രവരി 22-ന് പഞ്ചായത്ത് ഭരണസമിതി ഇതുസംബന്ധിച്ച കത്ത് പാസ്സാക്കുകയും പാലക്കാട് ഡെപ്യൂട്ടി ഡയറക്ടർ മുഖേന ഡയറക്ടർക്ക് അയച്ചുകൊടുക്കുകയും ചെയ്തു. സുപ്രീം കോടതിയിൽ രജിസ്റ്റർ ചെയ്ത എട്ടുകേസുകളിൽ അഭിഭാഷകന് ഫീസിനത്തിൽ ഒന്നിന് 25000 രൂപ പ്രകാരം രണ്ടു ലക്ഷം

നൽകാനുണ്ടെന്നും ഈ തുക പഞ്ചായത്ത് ഫണ്ടിൽ നിന്നും ഉപയോഗിക്കാൻ അനുവദിക്കണമെന്നുമാണ് പഞ്ചായത്ത് ആവശ്യപ്പെട്ടത്. പഞ്ചായത്തും കൊക്കകോളയും തമ്മിലുള്ള കേസ് ലോകശ്രദ്ധ നേടിയതും നിർണായകവുമായതിനാൽ പഞ്ചായത്തീരാജ് നിയമത്തിലെ പരിധി ഒഴിവാക്കി കൂടുതൽ തുക ചെലവഴിക്കാൻ അനുവദിക്കണമെന്നും ആവശ്യപ്പെട്ടിരുന്നു. പഞ്ചായത്തിന്റെ അപേക്ഷ 2016 ജനുവരി 29-ന് സംസ്ഥാന സർക്കാർ അംഗീകരിച്ചു. പഞ്ചായത്ത് ഡയറക്ടറുടെ മുൻകൂർ അനുമതിയുണ്ടെങ്കിൽ ആവശ്യമായ ഫണ്ടനുവദിക്കാമെന്നായിരുന്നു സർക്കാർ നിലപാട്. ഇതിന്റെ അടിസ്ഥാനത്തിൽ 2017 ജനുവരി 19-ന് പഞ്ചായത്ത് ഡയറക്ടർ പി. ബാലകിരൺ പെരുമാട്ടി പഞ്ചായത്തിന്റെ അപേക്ഷ അംഗീകരിച്ചുള്ള ഉത്തരവിറക്കി. വളരെ സുപ്രധാനമായ ഒരു നിർദ്ദേശമായിരുന്നു ഇത്. 2004-ൽ കേസ് നടത്താൻ 3000 രൂപയിൽ കൂടുതൽ പണം അനുവദിക്കാതിരുന്ന തദ്ദേശ സ്വയംഭരണ വകുപ്പ് തന്നെയാണ് ഇപ്പോൾ രണ്ടുലക്ഷം രൂപ വിനിയോഗിക്കുന്നതിന് അനുമതി നൽകിയത്.

ട്രിബ്യൂണൽ ബിൽ നിയമക്കുരുക്കിൽ

പ്ലാച്ചിമട നഷ്ടപരിഹാര ട്രിബ്യൂണൽ ബിൽ രാഷ്ട്രപതി മടക്കിയതോടെ ഇനിയെന്ത് എന്ന ചോദ്യമാണ് ഉയരുന്നത്. ബിൽ അതേപടി വീണ്ടും അയയ്ക്കാൻ നിവൃത്തിയില്ല. ബില്ലിന് അനുമതി നിഷേധിച്ചതിനെ തുടർന്ന് പ്ലാച്ചിമട സമരസമിതി ഭാരവാഹികൾ അന്നത്തെ മുഖ്യമന്ത്രിയെയും പ്രതിപക്ഷനേതാവിനെയും നിയമ സെക്രട്ടറിയെയും കണ്ടിരുന്നു. ബില്ലിലെ പരിസ്ഥിതിയുമായി ബന്ധപ്പെട്ട പരാമർശങ്ങൾ ഒഴിവാക്കി കാർഷിക, ആരോഗ്യ, കുടിവെള്ള, തൊഴിൽ നഷ്ടപരിഹാരത്തിന് എന്ന് ഭേദഗതി വരുത്തി ബിൽ വീണ്ടും സംസ്ഥാന നിയമസഭയിൽ പാസ്സാക്കി രാഷ്ട്രപതിക്ക് അയയ്ക്കണമെന്ന നിലപാടാണ് ഉമ്മൻ ചാണ്ടി സർക്കാരിന് ഉണ്ടായിരുന്നത്. നിയമ സെക്രട്ടറി ഇക്കാര്യം സൂചിപ്പിക്കുകയും ചെയ്തു. പിണറായി വിജയൻ മുഖ്യമന്ത്രിയായശേഷവും സമരസമിതി ഭാരവാഹികൾ ഇതേ ആവശ്യമുന്നയിച്ച് സർക്കാരിന് നിവേദനം നൽകിയിട്ടുണ്ട്. പ്ലാച്ചിമട നഷ്ടപരിഹാര ട്രിബ്യൂണൽ ബില്ലിന് സമാനമായി രാജ്യത്ത് ഒരിടത്തും നിയമം പാസ്സാക്കിയിട്ടില്ലാത്തതിനാൽ ഭേദഗതി ബില്ലിന്റെ നിയമസാധുതയിൽ ആർക്കും ഉറപ്പില്ല. ബിൽ രാഷ്ട്രപതി തള്ളിയ സാഹചര്യത്തിൽ ഇനി കോടതിയെ സമീപിക്കുകയാണ് വേണ്ടതെന്ന അഭിപ്രായമുയർന്നിട്ടുണ്ട്. കേന്ദ്ര സർക്കാരിനെ പ്രതി ചേർത്ത് സംസ്ഥാന സർക്കാരിന് ഹൈക്കോടതിയെ സമീപിക്കാം. കാരണം ബോധിപ്പിക്കാതെയാണ് രാഷ്ട്രപതി ബിൽ തള്ളിയിരിക്കുന്നത്. ഈ വിഷയവും ഹരിത ട്രിബ്യൂണലിനെ സമീപിക്കാൻ നിയമപരമായി കഴിയാത്ത സാഹചര്യവും ബിൽ മറ്റൊന്നിനും ബദലല്ലെന്ന വാദവും കോടതിയിൽ ഉയർത്തണം. അഞ്ചു വർഷത്തിനകം പരാതി നൽകണമെന്ന ഹരിതട്രിബ്യൂണൽ നിയമത്തിലെ വ്യവസ്ഥ കേന്ദ്ര സർക്കാർ ഭേദഗതി ചെയ്യുകയാണെങ്കിൽ പ്ലാച്ചിമട കേസിൽ നഷ്ടപരിഹാരം ഉറപ്പാക്കാനാവുമെന്ന് പരിസ്ഥിതി പ്രവർത്തകരും അഭിഭാഷകരും പറയുന്നു. പരിസ്ഥിതിയുമായി ബന്ധപ്പെട്ട പഴയ കേസുകൾക്ക് ഇത് ഏറെ പ്രയോജനം ചെയ്യും. കേന്ദ്രം തയ്യാറാവുന്നില്ലെങ്കിൽ വിഷയം പൊതു

താത്പര്യഹർജിയായി സുപ്രീംകോടതിയിൽ ഉന്നയിക്കണം. കാലാവധി കഴിഞ്ഞെന്ന വാദത്തിൽ ഇളവു നൽകി പ്ലാച്ചിമട കേസ് പ്രത്യേകമായി ഹരിത ട്രിബ്യൂണൽ തന്നെ ഏറ്റെടുക്കണമെന്ന് സുപ്രീംകോടതി നിർദ്ദേശിച്ചാൽ ഇപ്പോഴത്തെ നിയമപ്രശ്നം മറികടക്കാനാവും. ഭരണഘടനയുടെ ആർട്ടിക്കിൾ 254 ഭാഗം രണ്ട് പ്രകാരം കേന്ദ്ര നിയമം നിലനിൽക്കെ അതേ വിഷയത്തിൽ ഒരു സംസ്ഥാനം നിയമം രൂപവത്കരിക്കുകയും അതിന് രാഷ്ട്രപതി അനുമതി നൽകുകയും ചെയ്താൽ പിന്നീട് ആ നിയമമായിരിക്കും നിലനിൽക്കുകയെന്ന് വ്യക്തമാക്കിയിട്ടുണ്ട്. അതുകൊണ്ട് തന്നെ ബില്ലിന് അനുമതി നൽകുന്നതിന് ഒരു തടസ്സവുമില്ല. നിയമജ്ഞർക്കിടയിൽ ഇക്കാര്യത്തിൽ വ്യത്യസ്ത അഭിപ്രായങ്ങളാണുള്ളത്. കേസിൽ പ്രതിസ്ഥാനത്തുള്ള കൊക്കകോള കമ്പനിയുടെ വാദം കേൾക്കാതെ ട്രിബ്യൂണൽ രൂപവത്കരിക്കാൻ ശുപാർശ നൽകിയത് തന്നെ ശരിയല്ലെന്ന് ചില അഭിഭാഷകർ പറയുന്നു. സംസ്ഥാനത്തിന്റെ അധികാരപരിധിയിൽ വരുന്ന നിയമനിർമ്മാണങ്ങൾക്ക് കേന്ദ്രത്തിന്റെ അനുമതി വേണ്ടതില്ലെന്നും ഇതിനായിരിക്കണം ഊന്നൽ നൽകേണ്ടതെന്നും കൊക്കകോളയ്ക്ക് വേണമെങ്കിൽ എതിർത്ത് കോടതിയെ സമീപിക്കാമെന്നും മറ്റുചിലർ വാദിക്കുന്നു. ഹരിത ട്രിബ്യൂണൽ നിയമത്തിലെ പരാതി നൽകുന്നതിനുള്ള കാലാവധി അഞ്ചുവർഷം എന്നത് ഭേദഗതി വരുത്താൻ കേന്ദ്രത്തിൽ സമ്മർദം ചെലുത്തണമെന്ന അഭിപ്രായവും ഉയരുന്നുണ്ട്. ചുരുക്കത്തിൽ വലിയൊരു നിയമപ്രതിസന്ധിയാണ് മുന്നിലുള്ളത്.

പ്ലാച്ചിമട നഷ്ടപരിഹാര ട്രിബ്യൂണൽ ബിൽ സംസ്ഥാന നിയമസഭയിൽ വീണ്ടും പാസ്സാക്കാനുള്ള ഒരു ശ്രമം നടക്കുന്നുണ്ട്. നിയമസഭാ സ്പീക്കർ പി. ശ്രീരാമകൃഷ്ണൻ ഇതുസംബന്ധിച്ച് സൂചനയും നൽകിയിട്ടുണ്ട്. ഏതുരീതിയിൽ ബിൽ പാസ്സാക്കുമെന്ന് മാത്രം പറഞ്ഞിട്ടില്ല. പ്ലാച്ചിമട ഉന്നതാധികാര സമിതി അംഗമായിരുന്ന ഡോ.എസ്.ഫൈസി ഇതുസംബന്ധിച്ച് സ്പീക്കർക്ക് കത്ത് നൽകിയിരുന്നു. കമ്പനിയുടെ പ്രവർത്തനം മൂലം വിവിധ മേഖലകളിലുണ്ടായ നഷ്ടപരിഹാരം സംബന്ധിച്ചുള്ള ഭാഗത്തുനിന്നും പരിസ്ഥിതി എന്ന വാക്ക് മാറ്റണമെന്നാണ് ഫൈസി പറയുന്നത്. പകരം മറ്റെന്തെങ്കിലും വാക്ക് ഉപയോഗിക്കാം. പരിസ്ഥിതിയുമായി ബന്ധപ്പെട്ട എല്ലാ കാര്യങ്ങളിലും കേന്ദ്രത്തിന്റെ അനുമതി വേണമെന്നുണ്ട്. നഷ്ടപരിഹാരത്തിന് നിർദ്ദേശിച്ച ജലം, കൃഷി, ആരോഗ്യം, മൃഗസംരക്ഷണം തുടങ്ങിയ മേഖലകൾ സംസ്ഥാനങ്ങളുടെ പട്ടികയിൽ ഉൾപ്പെടുന്നതിനാൽ ഇവിടെ സംസ്ഥാനങ്ങൾക്ക് സ്വന്തം നിലയ്ക്ക് തീരുമാനങ്ങളെടുക്കാം. ആർട്ടിക്കിൾ 21 പ്രകാരമുള്ള ജീവിക്കാനുള്ള അവകാശം ലംഘിക്കപ്പെടുന്ന അവസ്ഥയാണ് പ്ലാച്ചിമടയിലുള്ളതെന്നും അതുകൊണ്ടാണ് ബിൽ കൊണ്ടുവരുന്നതെന്നും പറയാം. ദേശീയ ഹരിത ട്രിബ്യൂണലിനെ സമീപിക്കാൻ കഴിയാത്തതിന്റെ കാരണവും വ്യക്തമാക്കാം. ഇതെല്ലാം കൃത്യമായി പാലിച്ച് ബിൽ വീണ്ടും

അവതരിപ്പിക്കുകയാണെങ്കിൽ ബിൽ കേന്ദ്രത്തിന് അയയ്ക്കേണ്ടതില്ലെന്നാണ് പറയുന്നത്. സംസ്ഥാനത്തിന് തന്നെ ഗവർണറുടെ അനുമതിയോടെ നിയമനിർമ്മാണം നടത്താൻ കഴിയും. ഇക്കാര്യത്തിലൊന്നും സർക്കാർ തീരുമാനമെടുത്തിട്ടില്ല. ബിൽ നിയമമാക്കുന്നതിനുള്ള തടസ്സങ്ങൾ നീക്കാൻ സംസ്ഥാന സർക്കാർ തന്നെ രംഗത്തുവരണം. സുപ്രീം കോടതിയിൽ നിന്നുള്ള പ്രഗത്ഭരായ നിയമജ്ഞരിൽ നിന്നും നിയമോപദേശം വാങ്ങാൻ സർക്കാർ തയ്യാറാവണം. അന്തിമതീരുമാനം എടുക്കുന്നതിന് മുമ്പ് അതിന്റെ വിജയസാധ്യത ഉറപ്പുവരുത്തുകയും വേണം. അല്ലെങ്കിൽ അഞ്ചുവർഷം വെറുതെ കളഞ്ഞത് പോലെ ഇനിയും കുറെ വർഷങ്ങൾ കൂടി പാഴാകുമെന്നല്ലാതെ പ്ലാച്ചിമടക്കാർക്ക് ഒരു പ്രയോജനവുമുണ്ടാവില്ല.

15-ാം വാർഷികനാളിൽ സമരകാഹളം

2017 ഏപ്രിൽ 22-ന് പ്ലാച്ചിമട സമരത്തിന്റെ 15-ാം വാർഷികനാളിൽ പാലക്കാട് സിവിൽ സ്റ്റേഷന് മുന്നിൽ വീണ്ടുമൊരു സമരപ്പന്തൽ ഉയർന്നു. പ്ലാച്ചിമട സമരസമിതിയുടെയും ഐക്യദാർഢ്യസമിതിയുടെയും നേതൃത്വത്തിൽ. പ്ലാച്ചിമട നഷ്ടപരിഹാര ട്രിബ്യൂണൽ ബിൽ കേന്ദ്രം തള്ളിയിട്ടും സംസ്ഥാന സർക്കാർ മൗനം പാലിക്കുന്നതിൽ പ്രതിഷേധിച്ചും കൊക്കകോള കമ്പനിക്കെതിരായ ക്രിമിനൽ കേസിൽ നടപടിയെടുക്കണമെന്നും ആവശ്യപ്പെട്ട് അനിശ്ചിതകാല സത്യാഗ്രഹ സമരമാണ് ആരംഭിച്ചത്. ഐക്യദാർഢ്യസമിതിയിൽ അംഗങ്ങളായ വിവിധ പരിസ്ഥിതി-ജനകീയ-കർഷക സംഘടനകൾ അന്ന് പാലക്കാട്ടെത്തി.പ്രമുഖ ജല സംരക്ഷക പ്രവർത്തകനും മഗ്സാസെ അവാർഡ് ജേതാവുമായ ഡോ. രാജേന്ദ്രസിങ് ആണ് ഈ രണ്ടാം സമരം ഉദ്ഘാടനം ചെയ്തത്.

അനിശ്ചിതകാല സമരത്തിൽ ഓരോ ദിവസും ഓരോ സംഘടനകളാണ് സത്യാഗ്രഹം അനുഷ്ഠിച്ചത്. സമരം ദിവസങ്ങളും ആഴ്ചകളും നീണ്ടു.ഇതിനിടക്ക് സർക്കാർ നിർദേശപ്രകാരം ജില്ലാ കളക്ടർ സമരസമിതി നേതാക്കളെ ചർച്ചക്ക് വിളിച്ചെങ്കിലും സമരക്കാരുടെ ആവശ്യങ്ങളിൽ വ്യക്തമായ മറുപടി നൽകാനായില്ല.പിന്നീട് മുഖ്യമന്ത്രി ഇടപെടുകയും സമരസമിതി നേതാക്കളെ തിരുവനന്തപുരത്തേക്ക് ചർച്ചയ്ക്ക് വിളിക്കുകയും ചെയ്തു. സമരസമിതി ഉന്നയിച്ച ആവശ്യങ്ങളിൽ മൂന്ന് മാസത്തിനകം നടപടിയെടുക്കാമെന്ന ഉറപ്പിനെ തുടർന്ന് 2017 ജൂൺ 15-ന് സമരം അവസാനിപ്പിച്ചു. മൂന്നുമാസ കാലാവധി സപ്തംബർ 15-ന് അവസാനിച്ചെങ്കിലും പ്ലാച്ചിമടക്കാരുടെ ആവശ്യങ്ങൾക്ക് ഒരു പരിഹാരവും കിട്ടിയില്ലെന്നതാണ് സത്യം. നഷ്ടപരിഹാര ട്രിബ്യൂണൽ ബിൽ വീണ്ടും പാസ്സാക്കുന്നതിന് സർക്കാർ തലത്തിൽ ചർച്ചകൾ തുടങ്ങിയത് മാത്രമാണ് ആശ്വാസം.നഷ്ടപരിഹാരവും കൊക്കകോളക്കെതിരായ ക്രിമിനൽ കേസും എങ്ങുമെത്താതെ കിടക്കുകയാണ്.

ഭാഗം നാല്

ജലം അമൂല്യമാണ്

ഭൂഗർഭജലത്തിന്റെ അമിതോപയോഗം

ലോകത്ത് കുടിവെള്ളം കിട്ടാക്കനിയായ 100 കോടി ജനങ്ങളുണ്ടെന്ന് ഐക്യരാഷ്ട്രസഭയുടെ കണക്കുകൾ പറയുന്നു. ഓരോ 20 സെക്കൻഡിലും ജലജന്യ രോഗങ്ങൾക്കടിപെട്ട് ഒരു കുട്ടിവീതം മരിക്കുന്നു. മലിന ജലോപയോഗം മൂലം കോളറ ബാധിച്ച് പ്രതിവർഷം മരിക്കുന്നത് 120000 വരെ ജനങ്ങൾ. യുദ്ധം ഉൾപ്പെടെയുള്ള സംഘർഷങ്ങളിൽ മരിക്കുന്നവരെക്കാൾ അധികം ആളുകൾ മലിനജലത്തിന്റെ ഉപയോഗം മൂലം രോഗങ്ങൾ വന്ന് മരിക്കുന്നു. അടുത്ത ലോകയുദ്ധം കുടിവെള്ളത്തിന് വേണ്ടിയായിരിക്കുമെന്ന് വെറുതെ പറഞ്ഞതല്ല. അതാണ് യാഥാർത്ഥ്യം. സാമ്പത്തിക ദാരിദ്ര്യം എന്നതുപോലെ കുടിവെള്ളത്തിന്റെ ദാരിദ്ര്യവും ആഫ്രിക്ക, ഏഷ്യ വൻകരകളിലെ രാജ്യങ്ങളെയാണ് മുഖ്യമായും ബാധിക്കുന്നത്. ആഫ്രിക്കൻ രാജ്യമായ റുവാണ്ടയിൽ പ്രതിദിന ഉപയോഗത്തിന് കിട്ടുന്നത് ആളോഹരി അഞ്ചു ലിറ്റർ വെള്ളമാണ്. അമേരിക്കയിലാവട്ടെ 575 ലിറ്ററും. ഉള്ളവനും ഇല്ലാത്തവനുമെന്ന വ്യത്യാസം സമ്പത്തിൽ മാത്രമല്ല, ദാഹജലത്തിലുമുണ്ടെന്നതിന് ഇതിലും വലിയ തെളിവു വേണോ. 2025-ഓടെ ലോകജനസംഖ്യയിൽ മൂന്നിൽ രണ്ടുപേർക്കും നല്ല കുടിവെള്ളം കിട്ടാത്ത അവസ്ഥയാണ് വരാൻ പോവുന്നതെന്ന് ലോകബാങ്കും മുന്നറിയിപ്പ് നൽകുന്നു.

ലോകജനസംഖ്യയുടെ 18 ശതമാനത്തിൽ അധികമാണ് ഇന്ത്യൻ ജനസംഖ്യയെങ്കിലും പുനരുപയോഗ ജലവിഭവങ്ങളുടെ കാര്യത്തിൽ അത് നാലുശതമാനം മാത്രമാണെന്ന് 2012-ലെ ജലനയത്തിൽ സൂചിപ്പിക്കുന്നു. പരിമിതമായ നമ്മുടെ ജലസ്രോതസ്സുകൾ സംരക്ഷിക്കേണ്ടതിന്റെ ആവശ്യകത ഇവിടെ പ്രസക്തമാവുന്നു. ഭൂഗർഭജലം കിട്ടാക്കനിയാവുന്ന കാലം അധികം വിദൂരമല്ലെന്ന മുന്നറിയിപ്പാണ് കേന്ദ്ര ഭൂജല ബോർഡിന്റെ 2014-ലെ പഠനറിപ്പോർട്ട് പുറത്തുവിടുന്നത്. 29 സംസ്ഥാനങ്ങളിലെയും ആറ് കേന്ദ്രഭരണ പ്രദേശങ്ങളിലെയും ഭൂഗർഭജലത്തിന്റെ നീക്കിയിരിപ്പും ഉപയോഗവും സംബന്ധിച്ചുള്ള ഏറ്റവും പുതിയ സ്ഥിതിവിവരണകണക്കിൽ ആകെ ഭൂഗർഭജലോപയോഗം 62 ശതമാനമായിരിക്കുന്നു. 2009-ൽ പ്രസിദ്ധീകരിച്ച മുൻ റിപ്പോർട്ടിനെക്കാൾ ഒരു ശതമാനം

കൂടുതൽ. സംസ്ഥാന ഭൂഗർഭജല അതോറിറ്റികളുടെ സഹകരണത്തോടെ നടത്തിയ പഠനത്തിൽ പുറത്തുവന്ന കണ്ടെത്തലുകൾ രാജ്യത്തിന് ഒട്ടും ആശാവഹമല്ലാത്തതാണ്. രാജ്യത്തെ 6607ബ്ലോക്കുകളിൽ (ഫർക്കകളും താലൂക്കുകളും മണ്ഡലങ്ങളും എല്ലാം ഈ ഗണത്തിൽ വരും) 1985 എണ്ണത്തിലും ഭൂഗർഭജലത്തിന്റെ അളവ് അപകടകരമായി താഴുകയാണെന്ന് റിപ്പോർട്ടിൽ പറയുന്നു. ഈ ബ്ലോക്കുകൾ അധികവും വരുന്നത് തമിഴ്നാട്, രാജസ്ഥാൻ, പഞ്ചാബ്, ഹരിയാന, ഡൽഹി, ആന്ധ്രാപ്രദേശ്, ഗുജറാത്ത്, ഹിമാചൽപ്രദേശ്, കർണാടക, ഉത്തർപ്രദേശ് സംസ്ഥാനങ്ങളിലും പുതുച്ചേരി, ഡാമൻ ഡിയു എന്നീ കേന്ദ്രഭരണ പ്രദേശങ്ങളിലുമാണ്.

Annexure-III

CATEGORIZATION OF BLOCKS/ MANDALS/ TALUKAS IN INDIA (2010-2011)

Sl. No.	States / Union Territories	Total No. of Assessed Units	Safe		Semi-critical		Critical		Over-exploited		Saline	
			Nos.	%	Nos.	%	Nos.	%	Nos.	%	Nos.	%
	States											
1	Andhra Pradesh	1110	877	79	97	9	15	1	83	7	38	3
2	Arunachal Pradesh	11	11	100	0	0	0	0	0	0	0	0
3	Assam	27	27	100	0	0	0	0	0	0	0	0
4	Bihar	533	522	98	11	2	0	0	0	0	0	0
5	Chattisgarh	146	125	86	18	12	2	1	1	1	0	0
6	Delhi	27	2	7	5	19	2	7	18	67	0	0
7	Goa	20	20	100	0	0	0	0	0	0	0	0
8	Gujarat	223	171	77	13	6	5	2	24	11	10	4
9	Haryana	116	23	20	7	6	15	13	71	61	0	0
10	Himachal Pradesh	8	5	63	0	0	2	25	1	13	0	0
11	Jammu & Kashmir	14	14	100	0	0	0	0	0	0	0	0
12	Jharkhand	210	199	95	5	2	0	0	6	3	0	0
13	Karnataka	270	152	56	34	13	21	8	63	23	0	0
14	Kerala	152	126	83	23	15	2	1	1	1	0	0
15	Madhya Pradesh	313	218	70	67	21	4	1	24	8	0	0
16	Maharashtra	353	325	92	16	5	2	1	10	3	0	0
17	Manipur	8	8	100	0	0	0	0	0	0	0	0
18	Meghalaya	7	7	100	0	0	0	0	0	0	0	0
19	Mizoram	22	22	100	0	0	0	0	0	0	0	0
20	Nagaland	8	8	100	0	0	0	0	0	0	0	0
21	Orissa	314	308	98	0	0	0	0	0	0	6	2
22	Punjab	138	22	16	2	1	4	3	110	80	0	0
23	Rajasthan	243	25	10	20	8	24	10	172	71	2	1
24	Sikkim	4	4	100	0	0	0	0	0	0	0	0
25	Tamil Nadu	1129	437	39	235	21	48	4	374	33	35	3
26	Tripura	39	39	100	0	0	0	0	0	0	0	0
27	Uttar Pradesh	820	559	68	82	10	68	8	111	14	0	0
28	Uttaranchal	18	11	61	5	28	2	11	0	0	0	0
29	West Bengal	271	217	80	53	20	1	0	0	0	0	0
	Total States	**6554**	**4484**	**68**	**693**	**11**	**217**	**3**	**1069**	**16**	**91**	**1**
	Union Territories											
1	Andaman & Nicobar	36	36	100	0	0	0	0	0	0	0	0
2	Chandigarh	1	1	100	0	0	0	0	0	0	0	0
3	Dadra & Nagar Haveli	1	1	100	0	0	0	0	0	0	0	0
4	Daman & Diu	2	0	0	1	50	0	0	1	50	0	0
5	Lakshdweep	9	6	67	3	33	0	0	0	0	0	0
6	Pondicherry	4	2	50	0	0	0	0	1	25	1	25
	Total Uts	**53**	**46**	**87**	**4**	**8**	**0**	**0**	**2**	**4**	**1**	**2**
	Grand Total	**6607**	**4530**	**69**	**697**	**11**	**217**	**3**	**1071**	**16**	**92**	**1**

Note

Blocks- Bihar, Chattisgarh, Haryana, Jharkhand, Kerala, M.P., Manipur, Mizoam, Orissa, Punjab, Rajasthan, Tripura, UP, UttaraKhand, WB

Taluks (Command/Non-Command) -Karnataka

Mandal - Andhra Pradesh

Taluks - Goa, Gujarat, Maharashtra

Districts (Valley) - Arunachal Pradesh, Assam, Himachal Pradesh, Jammu & Kashmir, Meghalaya, Mizoram, Nagaland, Sikkim, Tripura

Islands - Lakshdweep, Andaman & Nicobar Islands

Firka-Tamil Nadu

Region - Puducherry

UT - Chandigarh, Dadar & Nagar Haveli, Daman & Diu

Tehsil-NCT Delhi

ഭൂഗർഭജലോപയോഗത്തിന്റെ അടിസ്ഥാനത്തിൽ
കേന്ദ്ര ഭൂജലബോർഡ് പുറത്തുവിട്ട സംസ്ഥാനങ്ങളുടെ പട്ടിക

ഭൂജലസമ്പത്ത് വർധിപ്പിക്കുന്നതിനും ഉപയോഗം നിയന്ത്രിക്കുന്നതിനും അടിയന്തര നടപടിയെടുത്തില്ലെങ്കിൽ ഈ സംസ്ഥാനങ്ങളിൽ ഭൂഗർഭജലം കിട്ടാത്ത സ്ഥിതിവിശേഷമുണ്ടാവും.

രാജ്യത്തെ ഭൂഗർഭജലത്തിന്റെ നീക്കിയിരിപ്പും ഉപയോഗവും സംബന്ധിച്ച് സംസ്ഥാനങ്ങൾ തിരിച്ചുള്ള വിശദമായ പഠനറിപ്പോർട്ട് ഓരോ അഞ്ചുവർഷം കൂടുമ്പോഴും കേന്ദ്ര ഭൂജലബോർഡ് പ്രസിദ്ധീകരിക്കാറുണ്ട്. അതാത് സംസ്ഥാനങ്ങളിലെ ഭൂജല അതോറിറ്റിയുമായി സഹകരിച്ചാണ് റിപ്പോർട്ട് തയ്യാറാക്കുന്നത്. കേന്ദ്ര-സംസ്ഥാന ഭൂജല ബോർഡിന് കീഴിൽ രാജ്യത്തുള്ള 15640 നിരീക്ഷണ കിണറുകളിലെ ജലനിരപ്പ് വർഷത്തിൽ നാലു തവണ ശാസ്ത്രീയമായി പരിശോധിച്ചാണ് വിവരങ്ങൾ ശേഖരിക്കുന്നത്. ജനവരി, ഏപ്രിൽ, മെയ്, ആഗസ്ത്, നവംബർ മാസങ്ങളിലായി വേനലും മഴയും സജീവമായ സമയത്തെ ജലനിരപ്പാണ് പരിശോധനക്ക് വിധേയമാക്കുന്നത്. 2011 മാർച്ചുവരെയുള്ള രാജ്യത്തെ ഭൂജലസമ്പത്ത് സംബന്ധിച്ചുള്ള ഏറ്റവും പുതിയ പഠന റിപ്പോർട്ട് പുറത്തുവന്നത് 2014 ആഗസ്തിലാണ്. ഇതുപ്രകാരം രാജ്യത്തെ ഭൂഗർഭജലത്തിന്റെ വാർഷിക ലഭ്യത 398 ബില്ല്യൺ ക്യുബിക് മീറ്ററാണ്. ഇതിൽ 245 ബില്ല്യൺ ക്യുബിക് മീറ്ററും ഉപയോഗിക്കുന്നു. അതായത് ആകെ ഭൂഗർഭജലത്തിന്റെ 62 ശതമാനവും ഉപയോഗിക്കുന്നുണ്ടെന്ന് സാരം. കൃഷി, വ്യവസായം, വീട്ടാവശ്യങ്ങൾ എന്നിവയ്ക്കാണ് ഈ വെള്ള മത്രയും ഉപയോഗിക്കുന്നത്. ഭൂഗർഭജലത്തിന്റെ ഉപയോഗം അടിസ്ഥാന മാക്കി രാജ്യത്തെ 6607 ബ്ലോക്കുകളെ നാലു വിഭാഗമായി തിരിച്ചിട്ടുണ്ട്. ആകെ ലഭ്യമായ ഭൂജലത്തിന്റെ അളവിനെക്കാൾ കൂടുതൽ ഉപയോഗിക്കുന്നത് അമിതജലചൂഷണം നടക്കുന്ന ഓവർ എക്സ്പ്ലോയ്റ്റഡ് വിഭാഗത്തിലാണ്. ഈ ഗണത്തിൽ 1071 ബ്ലോക്കുകൾ വരുന്നുണ്ട്. ഇവിടെ 100 ശതമാനത്തിൽ കൂടുതലാണ് ഉപയോഗം. ഈ മേഖലകളിൽ കടുത്ത നിയന്ത്രണം കൊണ്ടുവന്നില്ലെങ്കിൽ സമീപഭാവിയിൽ തന്നെ ഭൂജലശേഖരം ഇല്ലാതാവുന്ന സ്ഥിതിവരുമെന്നാണ് കേന്ദ്ര ഭൂജലബോർഡ് പറയുന്നത്. രണ്ടാമത് അതീവഗുരുതരമേഖല എന്ന് വിശേഷിപ്പിക്കുന്ന ക്രിട്ടിക്കൽ സോണിൽ വരുന്നതാണ്. ഇവിടെ 90 ശതമാനത്തിനും മുകളിലാണ് ഭൂഗർഭജലോപയോഗം. 217 ബ്ലോക്കുകൾ ഈ വിഭാഗത്തിലുണ്ട്. 70 ശതമാനം മുതൽ 100 ശതമാനം വരെ ഭൂഗർഭജലം ഉപയോഗിക്കുന്ന ബ്ലോക്കുകൾ ഗുരുതരമേഖലയിൽ(സെമി ക്രിട്ടിക്കൽ)വരും. ഇത് 697 ബ്ലോക്കുകളുണ്ട്. ഭൂഗർഭ ജലോപയോഗത്തിൽ അധികം പേടിക്കാനില്ലാത്ത സുരക്ഷിത മേഖലയിൽ(സേഫ് സോൺ)4530 ബ്ലോക്കുകൾ ഉൾപ്പെടുന്നു.

അമിതജലചൂഷണം നടക്കുന്ന ഓവർ എക്സ്പ്ലോയ്റ്റഡ് മേഖലയിൽ വരുന്ന 1071 ബ്ലോക്കുകൾ രാജ്യത്തെ ആകെ ബ്ലോക്കുകളുടെ എണ്ണത്തിന്റെ 16.2 ശതമാനം വരുന്നുണ്ട്. 100 ശതമാനത്തിലധികം ഭൂഗർഭജല ചൂഷണം നടക്കുന്ന ബ്ലോക്കുകൾ കൂടുതൽ തമിഴ്നാട്ടിലാണ്. ആകെയുള്ള 1129 ബ്ലോക്കുകളിൽ 374 എണ്ണവും ഓവർ എക്സ്പ്ലോയ്റ്റഡ് വിഭാഗത്തിലാണ് വരുന്നത്. മരുഭൂമികൾ ഉൾപ്പെടുന്ന രാജസ്ഥാനാണ്

രണ്ടാമത്. ആകെയുള്ള 243 ബ്ലോക്കുകളിൽ 172 എണ്ണവും ഓവർ എക്സ്പ്ലോയ്റ്റഡ് വിഭാഗത്തിലാണ്. മൂന്നാമതുള്ള പഞ്ചാബിലാണ് ഏറ്റവും ഭയാനകം. ആകെയുള്ള 138 ബ്ലോക്കുകളിൽ 80 ശതമാനവും (110 എണ്ണം)അമിതജലചൂഷണം നടക്കുന്ന സ്ഥലങ്ങളാണ്. ഹരിയാനയിലും സമാന സ്ഥിതിയാണുള്ളത്. 116 ബ്ലോക്കുകളിൽ 71-ഉം ഈ ഗണത്തിൽ ഉൾപ്പെടുന്നു. തലസ്ഥാനനഗരി ഉൾപ്പെടുന്ന ഡൽഹിയിലും സ്ഥിതി അപകടകരമാണ്. 27 ബ്ലോക്കിൽ 18 ഇടത്തും അമിത ജലചൂഷണം നടക്കുന്നു. കർണാടകം-63(ആകെ ബ്ലോക്ക് 270), ഉത്തർപ്രദേശ്-111(ആകെ ബ്ലോക്ക് 820), മഹാരാഷ്ട്ര-10, മധ്യപ്രദേശ്-24, ഗുജറാത്ത്-24, ആന്ധ്രാപ്രദേശ്-83 (ആകെ ബ്ലോക്ക് 1110), കേരളം-1(ആകെ ബ്ലോക്ക് 152) എന്നിങ്ങനെയാണ് ഓവർ എക്സ്പ്ലോയ്റ്റഡ് ബ്ലോക്കുകളുടെ കണക്ക്. കേന്ദ്രഭരണപ്രദേശങ്ങളിൽ ഡാമൻ ഡിയുവിൽ ആകെയുള്ള രണ്ടു ബ്ലോക്കിൽ ഒന്നും പുതുച്ചേരിയിൽ നാലിൽ ഒരു ബ്ലോക്കും ഈ വിഭാഗത്തിലുള്ള ജലചൂഷണം നടക്കുന്ന സ്ഥലങ്ങളാണ്.

2009-ലെ റിപ്പോർട്ടുമായി താരതമ്യം ചെയ്യുമ്പോൾ ഭൂജലനിരപ്പ് അപകടകരമായി താഴുന്ന ഓവർ എക്സ്പ്ലോയ്റ്റഡ് വിഭാഗത്തിൽ വരുന്ന ബ്ലോക്കുകളുടെ എണ്ണത്തിൽ 14 ശതമാനം എന്നത് 2011-ൽ 16.2 ശതമാനമായി ഉയർന്നതായി റിപ്പോർട്ടിൽ എടുത്തുപറയുന്നു. അതീവ ഗുരുതര മേഖലയിൽ വരുന്ന ബ്ലോക്കുകൾ (ക്രിട്ടിക്കൽ)മൂന്നിൽ നിന്നും 3.2 ശതമാനമായും ഗുരുതരമേഖലയിൽ (സെമി ക്രിട്ടിക്കൽ) വരുന്ന ബ്ലോക്കുകളുടെ എണ്ണം ഒമ്പതിൽ നിന്നും 10.5 ശതമാനമായും ഉയർന്നിരിക്കുന്നു. സുരക്ഷിത മേഖലയിൽ വരുന്ന ബ്ലോക്കുകളുടെ എണ്ണം 73 ശതമാനം എന്നത് 2011-ൽ 68.5 ശതമാനമായി കുറഞ്ഞിരിക്കുന്നു.

ഭൂഗർഭജലത്തിന്റെ ലഭ്യത ഉറപ്പുവരുത്തി ശാസ്ത്രീയമായി പരിപാലിക്കുകയെന്നതാണ് ഇന്ത്യ നേരിടുന്ന ഏറ്റവും വലിയ വെല്ലുവിളിയെന്ന് പഠനറിപ്പോർട്ടിന്റെ ആമുഖത്തിൽ പറയുന്നു. രാജ്യത്തെ ഗ്രാമീണ മേഖലയിൽ വരുന്ന 85 ശതമാനം ജനങ്ങളും നഗരമേഖലയിലെ 50 ശതമാനവും ഭൂഗർഭജലത്തെ ആശ്രയിച്ചാണ് ജീവിക്കുന്നത്. കാർഷിക മേഖലയിൽ 50 ശതമാനത്തിലധികവും ഉപയോഗിക്കുന്നത് ഭൂഗർഭജലം തന്നെ. 20 ദശലക്ഷം കിണറുകളിലൂടെയാണ് ഈ ഭൂഗർഭജലം അത്രയും പുറത്തെടുക്കുന്നത്. അതുകൊണ്ടുതന്നെ ഭൂഗർഭജലത്തിന്റെ അളവിലുണ്ടാവുന്ന ഏറ്റക്കുറച്ചിലുകൾ രാജ്യത്തെ പെട്ടെന്ന് ബാധിക്കും. ഇത് മുൻനിർത്തിയാണ് കേന്ദ്ര സർക്കാർ 2012-ൽ ദേശീയ ജലനയത്തിന് രൂപം നൽകിയത്. ഭൂഗർഭജലത്തിന്റെ നീക്കിയിരിപ്പും ഉപയോഗവും സംബന്ധിച്ച് ശാസ്ത്രീയമായ രീതിയിൽ തുടർപരിശോധനകൾ നടത്തി കേന്ദ്രത്തിന് റിപ്പോർട്ടുകൾ നൽകുകയും അതിനനുസരിച്ച് ഭൂഗർഭജല വിതാനം ഉയർത്തുന്നതിനുള്ള മുൻകരുതലുകൾ എടുക്കുകയെന്നതുമാണ് ജലനയത്തിന്റെ പ്രധാന ലക്ഷ്യം. വർധിച്ചുവരുന്ന ജനസംഖ്യ, അശാസ്ത്രീയമായ നഗരവത്കരണം, അനിയന്ത്രിതമായ വ്യവസായവത്കരണം, കാർഷികാവശ്യങ്ങൾക്കുള്ള വർധിച്ച ഉപയോഗം എന്നിവയാണ് ജലത്തിന്റെ ലഭ്യത കുറച്ചുകൊണ്ടുവരുന്ന പ്രധാന സംഗതികൾ.

ഭൂജലനിരപ്പ് അപകടാവസ്ഥയിൽ

പുഴകളും കായലുകളും കുളങ്ങളുംകൊണ്ട് സമ്പന്നമായ ദൈവത്തിന്റെ സ്വന്തം നാട്ടിലെ ഭൂഗർഭജലത്തിന്റെ അവസ്ഥ ഒട്ടും ആശാവഹമല്ല. കഴിഞ്ഞ രണ്ടുവർഷത്തിനിടെ ഭൂജലനിരപ്പ് രണ്ടുമുതൽ നാലുമീറ്റർ വരെയാണ് താണിരിക്കുന്നത്. മൂന്നുമുതൽ അഞ്ചുവർഷം വരെ തുടർച്ചയായി മഴയില്ലാതിരിക്കുമ്പോഴുള്ള സ്ഥിതിക്ക് തുല്യമാണിത്. ചൂട് സംസ്ഥാന ചരിത്രത്തിലാദ്യമായി 42 ഡിഗ്രിയിൽ തൊട്ടു. വരൾച്ച തുടങ്ങുമ്പോഴേക്കും 42 ലക്ഷത്തോളം കിണറുകൾ വറ്റിവരണ്ടു. കേന്ദ്ര ഭൂജലബോർഡിന്റെ പഠനറിപ്പോർട്ടിൽ കേരളത്തിന്റെ സ്ഥിതിവിവരകണക്കുകൾ വിശദമായി വിവരിക്കുന്നുണ്ട്.

കേരളത്തിൽ ലഭ്യമായ ആകെ ഭൂഗർഭജലത്തിന്റെ അളവ് 6. 07 ബില്ല്യൺ ക്യുബിക് മീറ്ററാണ്. ഇതിൽ 47 ശതമാനവും(2.84 ബില്ല്യൺ ക്യുബിക് മീറ്റർ) നമ്മൾ ഉപയോഗിക്കുന്നു. സംസ്ഥാനത്തെ 152 ബ്ലോക്കുകളിൽ ഒരെണ്ണം അപകടകരമായ തോതിൽ ഭൂജലം ഉപയോഗിക്കുന്ന ഓവർ എക്സ്പ്ലോയ്റ്റഡ് വിഭാഗത്തിൽ വരുന്നതാണ്. രണ്ടെണ്ണം ക്രിട്ടിക്കൽ വിഭാഗത്തിലും 23 എണ്ണം സെമി ക്രിട്ടിക് വിഭാഗത്തിലും 126 ബ്ലോക്കുകൾ സുരക്ഷിതമേഖലയിലും ഉൾപ്പെടുന്നു. ഭൂഗർഭജലത്തിന്റെ അമിതോപയോഗം പാലക്കാട്, തിരുവനന്തപുരം, കാസർകോഡ് ജില്ലകളിലാണ് കൂടുതലെന്ന് റിപ്പോർട്ടിൽ പറയുന്നു. ഓവർ എക്സ്പ്ലോയ്റ്റഡ് വിഭാഗത്തിൽ വരുന്ന കേരളത്തിലെ ഏക ബ്ലോക്ക് പ്ലാച്ചിമട ഉൾപ്പെടുന്ന ചിറ്റൂർ ബ്ലോക്കാണ് എന്നത് പഠനവിഷയമാക്കേണ്ടതാണ്. ഭൂഗർഭജല ഉപയോഗത്തിന്റെ അളവ് അതിഗുരുതരമായി താണുകൊണ്ടിരിക്കുന്ന ക്രിട്ടിക്കൽ വിഭാഗത്തിൽ വരുന്ന ബ്ലോക്കുകൾ കാസർകോഡും മലമ്പുഴയുമാണ്. പെപ്സി കമ്പനി സ്ഥിതിചെയ്യുന്ന പുതുശ്ശേരി പഞ്ചായത്ത് ഉൾപ്പെടുന്നത് മലമ്പുഴ ബ്ലോക്കിലാണ്. കൊക്കകോളയുടെ ഉത്പാദനം നടന്നിരുന്ന സമയത്ത് ക്രിട്ടിക്കൽ വിഭാഗത്തിലാണ് ചിറ്റൂർ ബ്ലോക്ക് ഉൾപ്പെട്ടിരുന്നത്. ഇവിടെ അനിയന്ത്രിതമായ ഭൂജലചൂഷണം നടത്താൻ പാടില്ലെന്ന് വ്യവസ്ഥയുണ്ടെങ്കിലും കൊക്കകോള നിയന്ത്രണങ്ങളെല്ലാം കാറ്റിൽപറത്തി. നാലുവർഷത്തെ കമ്പനിയുടെ പ്രവർത്തനത്തിന്റെ

CATEGORIZATION OF BLOCKS IN KERALA

Sl. No.	District		Semi-critical	*	Critical		Over-exploited	Saline
1	Alappuzha							
2	Ernakulam	1	Parakkadavu					
		2	Paravoor					
		3	Vypin					
3	Idukki	1	Kattappana					
		2	Nedumkandam					
4	Kannur	1	Kalyasseri					
		2	Panur					
5	Kasargod	1	Kanhangad	1	Kasargod			
		2	Karadka					
		3	Manjeswar					
6	Kollam	1	Chittumala					
7	Kottayam							
8	Kozhikode	1	Balussery					
		2	Kunnamangalam					
9	Malappuram	1	Kondotty					
		2	Tanur					
		3	Tirurangadi					
10	Palakkad	1	Pattambi	1	Malampuzha	1	Chittoor	
		2	Thrithala					
11	Pathanamthitta							
12	Thiruvananthapuram	1	Athiyannur					
		2	Nedumangad					
		4	Parassala					
13	Thrissur	1	Mathilakam					
		2	Thalikkulam					
14	Waynad							

ABSTRACT

No. of Assessed Blocks	Semi Critical	Critical	Over-exploited	Saline
152	23	2	1	Nil

കേരളത്തിലെ 152 ബ്ലോക്കുകളുടെ പട്ടിക

ബാക്കിപത്രമായി ഉള്ള ഭൂഗർഭജലം പോലും ആഴങ്ങളിലേക്ക് താണിരിക്കുന്നു. 500 ഉം 1000വും അടി താഴ്ത്തിയാലും കുടിക്കാൻ വെള്ളം കിട്ടാത്ത അവസ്ഥയാണിപ്പോൾ. ഇതോടെ ചിറ്റൂർ ബ്ലോക്ക് ഓവർ എക്സ്പ്ലോയ്റ്റഡ് വിഭാഗത്തിലുമെത്തി.

2016–ൽ ഭൂജലനിരപ്പ് മൂന്നു മീറ്റർ വരെ താണിരുന്നു. 14 ജില്ലകളിലുമുള്ള ഭൂഗർഭജല വകുപ്പിന്റെ നിരീക്ഷണ കിണറുകളിലെ ജലനിരപ്പ് പരിശോധിച്ചപ്പോഴാണ് ജലനിരപ്പ് അപകടകരമായി താഴുന്നത് കണ്ടെത്തിയത്. ആകെയുള്ള 60 ലക്ഷം കിണറുകളിൽ 42 ലക്ഷവും അന്ന് വറ്റിയിരുന്നു. 2017 തുടക്കമാവുമ്പോഴേക്കും ഭൂജലനിരപ്പ് നാലുമീറ്റർ വരെയായി താണു. 30 ലക്ഷത്തോളം കിണറുകൾ വറ്റി. ഏപ്രിൽ കഴിയുന്നതോടെ ഭൂരിഭാഗം കിണറുകളും വറ്റുന്ന സ്ഥിതിയുണ്ടാവും. ഇടുക്കി, വയനാട്, പത്തനംതിട്ട തുടങ്ങിയ മലയോര ജില്ലകളിലും പാലക്കാട്, മലപ്പുറം, കോഴിക്കോട്, കാസർകോഡ്, തൃശൂർ, കോട്ടയം, കൊല്ലം ജില്ലകളിലുമാണ് കിണറുകൾ കൂടുതൽ വറ്റുന്നത്. കാടും മലയും പുഴകളും നിറഞ്ഞ ഇടുക്കിയിലെ ഹൈറേഞ്ച് മേഖലയിൽ പോലും ഭൂഗർഭജല നിരപ്പ് അപകടകരമായി താഴുന്നു എന്നത് ഭാവിയെ ആശങ്കപ്പെടുത്തുന്നതാണ്. ഇടുക്കിയിൽ ഭൂജലവകുപ്പിന്റെ കീഴിലുള്ള നിരീക്ഷണ കുഴൽക്കിണറുകളിലെ ഭൂഗർഭജലനിരപ്പ് പരിശോധിച്ചപ്പോൾ, കഴിഞ്ഞ പത്തു വർഷ ശരാശരിയെക്കാൾ അഞ്ചുമുതൽ പതിനഞ്ച് മീറ്റർ വരെ ജലനിരപ്പ് താണതായി കണ്ടെത്തിയിരുന്നു. പാലക്കാടിന്റെ തമിഴ്നാട് അതിർത്തിയിലുള്ള ബ്ലോക്കുകളിലാണ് ഭൂഗർഭജലനിരപ്പ് അപകടകരമായി താഴുന്നതെന്ന് ഭൂജലവകുപ്പിന്റെ റിപ്പോർട്ടിൽ പറയുന്നു.

വരൾച്ച കത്തിപ്പടരുമ്പോൾ

കാവേരി നദീതടത്തിന്റെ കീഴിൽ വരുന്ന ദക്ഷിണേന്ത്യൻ സംസ്ഥാനങ്ങൾ കൊടും വരൾച്ചയിലേക്ക് നീങ്ങുകയാണെന്ന് സംശയിക്കേണ്ടിയിരിക്കുന്നു. കേരളവും തമിഴ്നാടും കർണാടകയും ആന്ധ്രാപ്രദേശും തെലുങ്കാനയും ഉൾപ്പെടുന്ന ഈ മേഖലയിൽ കഴിഞ്ഞ രണ്ടുവർഷത്തെ മഴയുടെ കണക്കെടുമ്പോൾ അതാണ് നമ്മെ ഓർമിപ്പിക്കുന്നത്. കാലവർഷവും തുലാവർഷവും ചതിച്ചത് കേരളത്തെ മാത്രമല്ല, തെലുങ്കാന ഒഴികെയുള്ള നാല് സംസ്ഥാനങ്ങളിലും മഴ നാമമാത്രമായി. തമിഴ്നാട്ടിലെ സ്ഥിതി അതിദയനീയമാണ്. അതുപോലെതന്നെ ആന്ധ്രാപ്രദേശിലും കർണാടകത്തിലും. ജലസമ്പന്നമായ കേരളത്തിലും മഴയുടെ അളവ് ഗണ്യമായി കുറയുന്നു എന്നത് കാലാവസ്ഥയിലുണ്ടായ മാറ്റത്തിന്റെ അപകടാവസ്ഥയെയാണ് സൂചിപ്പിക്കുന്നത്. കേന്ദ്രകാലാവസ്ഥാവകുപ്പിന്റെയും കേന്ദ്രജലകമ്മീഷന്റെയും ഏറ്റവും പുതിയ റിപ്പോർട്ടുകൾ ദക്ഷിണേന്ത്യൻ സംസ്ഥാനങ്ങൾക്ക് ഏറെ ആശങ്ക പകരുന്നതാണ്. രൂക്ഷമായ വരൾച്ചയുടെ പിടിയിലാണ് ഈ സംസ്ഥാനങ്ങൾ. കേന്ദ്ര ജല കമ്മീഷന്റെ റിപ്പോർട്ട് പ്രകാരം ദക്ഷിണേന്ത്യയിലെ 31 അണക്കെട്ടുകളിൽ 2017 ഫിബ്രവരി അവസാനമുള്ള വെള്ളത്തിന്റെ നീക്കിയിരിപ്പ് വെറും 18 ശതമാനമാണ്. കഴിഞ്ഞ പത്തുവർഷ ശരാശരിയെക്കാൾ 15 ശതമാനം കുറവ്. തമിഴ്നാട്ടിലാണ് ദുരിതം കൂടുതൽ. ഇവിടെ ജലത്തിന്റെ നീക്കിയിരിപ്പ് 80 ശതമാനം കുറവാണെന്ന് കേന്ദ്രജലക്കമ്മീഷന്റെ റിപ്പോർട്ടിൽ പറയുന്നു. കേരളത്തിൽ 36 ശതമാനവും കർണാടകത്തിൽ 39 ശതമാനവും ആന്ധ്രാപ്രദേശിൽ 42 ശതമാനവും കുറവ് അനുഭവപ്പെടുമ്പോൾ ഈ വരൾച്ചാക്കാലം നാലു സംസ്ഥാനങ്ങളിലും വറുതിയുടെ കാലമായിരിക്കുമെന്നതിൽ സംശയമില്ല. തെലുങ്കാനയിൽ മാത്രമാണ് അല്പം ആശ്വാസത്തിന് വകയുള്ളത്.

രാജ്യത്തെ പ്രധാനപ്പെട്ട 91 അണക്കെട്ടുകളിലെ ജലനിരപ്പ് സംബന്ധിച്ച് കേന്ദ്രജലക്കമ്മീഷൻ എല്ലാ ആഴ്ചയും റിപ്പോർട്ട് പ്രസിദ്ധീകരിക്കാറുണ്ട്. അഞ്ചു മേഖലകളാക്കി തിരിച്ചാണ് കണക്കെടുക്കുന്നത്. 2017 ഫിബ്രവരിയിൽ ഈ അണക്കെട്ടുകളിലെ വെള്ളത്തിന്റെ നീക്കിയിരിപ്പ് 39 ശതമാനമാണ്. എന്നാൽ കാവേരി നദീതടത്തിന് സമീപമുള്ള

ദക്ഷിണേന്ത്യയിലാവട്ടെ ഇതു 18 ശതമാനത്തിലെത്തി. ദേശീയശരാശരിയെക്കാൾ 21 ശതമാനം കുറവ്. ദക്ഷിണേന്ത്യയിലെ പ്രധാനപ്പെട്ട 31 അണക്കെട്ടുകളിൽ ആകെയുള്ള വെള്ളത്തിന്റെ നീക്കിയിരിപ്പ് 9. 37 ബില്ല്യൺ ക്യുബിക് മീറ്ററാണ്. 51.59 ബില്ല്യൺ ക്യുബിക് മീറ്ററാണ് സംഭരണശേഷി. അതായത് മൊത്തം സംഭരണശേഷിയുടെ 18 ശതമാനം മാത്രമാണ് ഇനി വെള്ളമുള്ളത്. പത്തുവർഷ ശരാശരിയുടെ അടിസ്ഥാനത്തിലാണ് ജലക്കമ്മീഷൻ വെള്ളത്തിന്റെ അളവ് താരതമ്യം ചെയ്യുന്നത്. ഈ 31 ഡാമുകളിലെ പത്തുവർഷ ശരാശരി 33 ശതമാനമാണ്. 15 ശതമാനം വെള്ളം കുറവാണെന്ന് കണക്കുകൾ വ്യക്തമാക്കുന്നു. രാജ്യത്തിന്റെ വടക്കൻ മേഖലയിൽ 26 ശതമാനവും കിഴക്കൻ മേഖലയിൽ 61 ശതമാനവും പടിഞ്ഞാറൻ മേഖലയിൽ 50 ശതമാനവും മധ്യമേഖലയിൽ 51 ശതമാനവും വെള്ളമാണ് ബാക്കിയുള്ളത്. വേനൽ കടുക്കുന്നതോടെ ഈ കണക്കുകളെല്ലാം മാറും. രൂക്ഷമായ വരൾച്ചയിൽ ദക്ഷിണേന്ത്യൻ സംസ്ഥാനങ്ങൾ എരിപൊരികൊള്ളും.

കേരളത്തിൽ സ്ഥിതി ഭയാനകം

വാർഷിക വർഷപാതം 3000 മില്ലിമീറ്റർ ലഭിക്കുന്ന ലോകത്തെ ഏക സ്ഥലമാണ് കേരളം. 44 നദികൾ. 34 കായലുകൾ. ലക്ഷക്കണക്കിന് കിണറുകൾ. ആയിരക്കണക്കിന് കുളങ്ങൾ. ശരിക്കും ജലസമ്പന്നമായ ഈ മണ്ണിൽ നിന്നും മഴ അപ്രത്യക്ഷമാവുന്നു എന്നത് വിചിത്രം തന്നെ. 1921-ന് ശേഷമുള്ള കടുത്ത വരൾച്ചയാണ് 2016 മുതൽ ഈ കൊച്ചു കേരളത്തിൽ അനുഭവപ്പെടുന്നത്. കാലവർഷത്തിൽ 34 ശതമാനവും തുലാവർഷത്തിൽ 62 ശതമാനവും വേനൽമഴയിൽ 18 ശതമാനവും കുറഞ്ഞതാണ് കേരളത്തിൽ വരൾച്ച രൂക്ഷമാക്കിയത്. രണ്ട് മൺസൂണുകളും മഴയില്ലാതെ കടന്നുപോവുന്നത് അപൂർവസംഭവമാണ്. കേരളത്തിൽ ഒരിക്കലും ഇങ്ങനെ സംഭവിച്ചിട്ടില്ല. 2017-ലും വേനൽമഴയിൽ 33 ശതമാനത്തിന്റെ കുറവ് വന്നതോടെ സമാനതകളില്ലാത്ത വരൾച്ചക്കാലമാണ് കടന്നുപോവുന്നത്. സംസ്ഥാനത്തെയൊട്ടാകെ വരൾച്ചബാധിതമായി പ്രഖ്യാപിക്കേണ്ടിവന്നു. അണക്കെട്ടുകൾ വരണ്ടു. കുളങ്ങളും കിണറുകളും വറ്റി. നെല്ലും പച്ചക്കറിയും വാഴയും ഉൾപ്പെടെയുള്ള കൃഷികൾ ഉണങ്ങിനശിച്ചു. ഹൈറേഞ്ചിലെ ഏലവും കാപ്പിയും കുരുമുളകും മറ്റു സുഗന്ധവിളകളും കരിഞ്ഞുണങ്ങി. കുടിവെള്ളം കിട്ടാത്ത ഭയാനകമായ വരൾച്ചാക്കാലത്തിന് അകമ്പടിയായി അസഹനീയമായ പൊള്ളുന്ന ചൂടും. 2016 ഏപ്രിലിൽ പാലക്കാട്ടെ ചൂട് 42 ഡിഗ്രി തൊട്ടതോടെ ഉത്തരേന്ത്യൻ ചൂടിന്റെ തീവ്രത ദൈവത്തിന്റെ സ്വന്തം നാടും അനുഭവിച്ചു.

മഴക്കുറവ് മൂലം സംസ്ഥാനത്തെ പ്രധാന അണക്കെട്ടുകളെല്ലാം വറ്റിവരളുകയാണ്. കഴിഞ്ഞ പത്തുവർഷ ശരാശരി കണക്കാക്കുമ്പോൾ വെള്ളത്തിന്റെ നീക്കിയിരിപ്പ് കേരളത്തിൽ 33 ശതമാനം കുറവാണ്. പ്രധാന വൈദ്യുതി ഉത്പാദക കേന്ദ്രമായ ഇടുക്കി അണക്കെട്ടിൽ ഫിബ്രവരിയിൽ 33 ശതമാനം വെള്ളമാണ് ഇനിയുള്ളത്. കഴിഞ്ഞവർഷം 54 ശതമാനം വെള്ളമുണ്ടായിരുന്നു. 18 ശതമാനം കുറവ്. മലമ്പുഴയിൽ 17 ശതമാനം വെള്ളവും. മുൻ വർഷത്തെക്കാൾ 10 ശതമാനം കുറവ്. മുല്ലപ്പെരിയാറിൽ കഴിഞ്ഞവർഷം 84 ശതമാനം വെള്ളമുണ്ടായിരുന്നിടത്ത് ഇപ്പോഴുള്ളത് ആറു ശതമാനം മാത്രം. കല്ലടയിൽ മുൻവർഷത്തെക്കാൾ

31 ശതമാനം കുറവ്. ഇടുക്കിയിലും സ്ഥിതി മാറ്റമില്ല. മുൻവർഷത്തെക്കാൾ 20 ശതമാനം കുറവ്. ഇടമലയാറിൽ മാത്രമാണ് ആശ്വാസത്തിന് വകയുള്ളത്. 47 ശതമാനം വെള്ളമുണ്ട്. എന്നാൽ കേരളത്തിൽ കിടക്കുന്നതും തമിഴ്നാടിന്റെ നിയന്ത്രണത്തിലുള്ളതുമായ ആളിയാർ ഡാമിൽ ഇപ്പോൾ ഒരു തുള്ളിവെള്ളമില്ല എന്നതാണ് യാഥാർത്ഥ്യം. മുൻ വർഷം 57 ശതമാനം വെള്ളമുണ്ടായിരുന്നിടത്താണ് ഈ ദുരവസ്ഥ. പറമ്പിക്കുളം ഡാമിലും ഇതുതന്നെ സ്ഥിതി. ഇപ്പോൾ 12 ശതമാനം വെള്ളമേയുള്ളൂ. മുൻ വർഷം 62 ശതമാനം വെള്ളമുണ്ടായിരുന്നു.

വെള്ളത്തിന്റെ കുറവ് കേരളത്തിന്റെ കാർഷികമേഖലയെ ഗുരുതരമായി ബാധിച്ചിട്ടുണ്ട്. 2017 ഫിബ്രവരിയിൽ സർക്കാർ പുറത്തുവിട്ട കണക്കുപ്രകാരം 30000 ഹെക്ടറിലെ കൃഷി ഉണങ്ങിനശിച്ചു. 200 കോടിയുടെ കൃഷിനാശം. കേരളത്തിന്റെ നെല്ലറയായ പാലക്കാട് ജില്ലയിൽ പാലക്കാട്, ചിറ്റൂർ താലൂക്കുകളിൽ രണ്ടാംവിള നെൽകൃഷി ഇറക്കിയിട്ടില്ല. മലമ്പുഴയിൽ വെള്ളമില്ലാത്തതിനാൽ പാലക്കാട് താലൂക്കിലും ആളിയാറിൽ നിന്നും വെള്ളമില്ലാത്തതിനാൽ ചിറ്റൂരും കൃഷിയിറക്കേണ്ടെന്ന് തീരുമാനിക്കുകയായിരുന്നു. 11500 ഹെക്ടർ നെൽകൃഷിയാണ് പാലക്കാട്ട് മാത്രം നശിച്ചത്. ആയിരക്കണക്കിന് ഹെക്ടർ സ്ഥലം ഇവിടെ തരിശിട്ടു. ഇതുമൂലം നെല്ലുത്പാദനം നാലിലൊന്നായി കുറയുകയും ചെയ്തു. തെങ്ങും കവുങ്ങും ഉൾപ്പെടെയുള്ള വിളകളെല്ലാം ഉത്പാദനം കുറഞ്ഞ് മുരടിച്ച് തുടങ്ങി. തമിഴ്നാട്ടിലും സമാന സ്ഥിതിയാണ്. പറമ്പിക്കുളം, മുല്ലപ്പെരിയാർ അണക്കെട്ടുകളെ ആശ്രയിച്ചാണ് തമിഴ്നാടിലെ കാർഷിക

നീരൊഴുക്ക് നിലച്ച് മണൽപരപ്പായി മാറിയ ഭാരതപ്പുഴ

വെള്ളമില്ലാതെ ഉണങ്ങിയ നെൽപാടത്ത്
ചെമ്മരിയാടുകൾ ഇറങ്ങിയപ്പോൾ. ഒരു പാലക്കാടൻ കാഴ്ച

മേഖല നിലകൊള്ളുന്നത്. പറമ്പിക്കുളത്ത് വെള്ളമില്ലാത്തതിനാൽ കോയമ്പത്തൂർ, പൊള്ളാച്ചി തുടങ്ങിയ മേഖലയിൽ നെല്ലും പച്ചക്കറിയും ഉൾപ്പെടെയുള്ള കൃഷി പാതിയായി കുറഞ്ഞു. മുല്ലപ്പെരിയാറിൽ വെള്ളമില്ലാതായതോടെ തേനി, മധുര, ശിവഗംഗ ഉൾപ്പെടെയുള്ള അഞ്ചു ജില്ലകളിലെ കൃഷിയും പ്രതിസന്ധിയിലായി. മുല്ലപ്പെരിയാർ വെള്ളം ശേഖരിച്ച് കൃഷിക്ക് വിതരണം ചെയ്യുന്ന വൈഗ അണക്കെട്ടിൽ നാലുശതമാനം വെള്ളമാണുള്ളത്. കഴിഞ്ഞ വർഷം ഇവിടെ 35 ശതമാനം വെള്ളമുണ്ടായിരുന്നു. കാർഷികമേഖലയിലുണ്ടായ തകർച്ച കർഷകരെ മാത്രമല്ല ബാധിച്ചത്. വിളവ് കുറഞ്ഞതോടെ വിലക്കയറ്റം രൂക്ഷമായി. ഭക്ഷ്യോത്പന്നങ്ങൾക്ക് കടുത്ത ക്ഷാമവും നേരിട്ടു. 2017 മാർച്ച് തുടക്കത്തിൽ കേരളത്തിൽ അരിവില കിലോവിന് 50 രൂപയിലും അധികമായി. 24 ശതമാനം വരെ വിലക്കയറ്റമുണ്ടായെന്ന് സംസ്ഥാന സർക്കാർ തന്നെ സമ്മതിച്ചതോടെ ബംഗാളിൽ നിന്നും അരി കൊണ്ടുവരേണ്ട സ്ഥിതിയുണ്ടായി.

വരൾച്ച നേരിടാൻ കേരളം സമഗ്രമായ പദ്ധതികൾ ആവിഷ്കരിച്ചെങ്കിലും ഒന്നും കാര്യമായി പ്രയോജനപ്പെട്ടില്ല എന്നതാണ് യാഥാർത്ഥ്യം. കുഴൽക്കിണർ കുഴിക്കുന്നതിന് നിരോധനം കൊണ്ടുവന്നതും കുടിവെള്ളം ടാങ്കർ ലോറികളിൽ വിതരണം ചെയ്തതും നല്ല കാര്യമാണെങ്കിലും ദീർഘകാലത്തേക്ക് വരൾച്ചയെ പ്രതിരോധിക്കാനുള്ള പദ്ധതികളെല്ലാം കടലാസിലൊതുങ്ങിയെന്ന് പറയേണ്ടിവരും. ഡാമുകളിലെ ശേഷിക്കുന്ന ജലം കുടിവെള്ളത്തിന് മാത്രമായി പരിമിതപ്പെടുത്തിയാണ്

കുടിവെള്ളപ്രശ്നം ചെറിയരീതിയിലെങ്കിലും പരിഹരിച്ചത്. ഇതിനിടെ സർക്കാർ കൃത്രിമ മഴ പെയ്യിക്കാനുള്ള സാധ്യതകൾ വരെ തേടിയിരുന്നു. വരൾച്ചയ്ക്കും കുടിവെള്ളക്ഷാമത്തിനുമൊപ്പം ഇത്തവണ 2017 തുടക്കത്തിൽ തന്നെ പൊള്ളുന്ന ചൂടും അനുഭവപ്പെട്ടു തുടങ്ങി. ഫിബ്രവരിയിൽ 38 ഡിഗ്രി വരെ താപനില ഉയർന്നു. കഴിഞ്ഞ 15 വർഷത്തിനിടെ കേരളത്തിൽ ചൂട് 0.4 ശതമാനം വർധിച്ചതായി കാലാവസ്ഥാവിഭാഗം പറയുന്നു. ഉത്തരകേരളത്തിൽ 100 വർഷത്തിനിടെ ചൂട് 12 ഡിഗ്രി വർധിച്ചു. 2017-ൽ കഠിനമായ ചൂടായിരിക്കും അനുഭവപ്പെടുകയെന്ന് കാലാവസ്ഥാ വിഭാഗം മുന്നറിയിപ്പ് നൽകുന്നു. ചൂട് ഒരു ഡിഗ്രി വരെ കൂടുമെന്നും മുന്നറിയിപ്പ് നൽകുന്നു. ഒരിക്കലും മറക്കാനാവാത്ത ദുരിതങ്ങൾ സമ്മാനിച്ച ഈ വരൾച്ചക്കാലം ഭാവിയിൽ കേരളത്തെ മരുഭൂമിയാക്കുമോ എന്ന് ഭയപ്പെടേണ്ട സ്ഥിതിയിലാണ് നാം.

കുടിനീരൂറ്റാൻ കോളക്കമ്പനികൾ

ഭൂഗർഭജലം കിട്ടാക്കനിയാവുന്നിടത്ത്, ഉള്ള വെള്ളം തുരന്നെടുത്ത് ലാഭം കൊയ്യുന്ന മനസ്സാണ് കോളക്കമ്പനികളുടേത്. ദാഹനീരിന് ജനങ്ങൾ നെട്ടോട്ടമോടുന്നത് അവരെ ഒരിക്കലും അലോസരപ്പെടുത്താറില്ല. നിയമം ലംഘിച്ച്, കൂറ്റൻ മോട്ടോറുകൾ സ്ഥാപിച്ച് ഭൂമിയുടെ ആഴങ്ങളിൽ നിന്നും പതിറ്റാണ്ടുകൾകൊണ്ട് ഊറിക്കൂടിയ ശുദ്ധജലം വലിച്ചെടുക്കുന്നതിലാണ് അവർക്ക് താത്പര്യം. അമിത ഭൂജലചൂഷണവും വരൾച്ചയും കുടിവെള്ള ക്ഷാമവും രൂക്ഷമായിടത്ത് ശീതളപാനീയങ്ങൾക്ക് നല്ല വിപണിയുണ്ടാവുമെന്ന മാർക്കറ്റ് തന്ത്രം നടപ്പാക്കാൻ അത്തരം സ്ഥലങ്ങൾ തിരഞ്ഞെടുത്ത് അവരെത്തുന്നു. ഫലഭൂയിഷ്ഠമായ കൃഷിയിടങ്ങളുള്ള മണ്ണിനോടാണ് അവർക്ക് പഥ്യം. സംസ്ഥാന ശരാശരിയുടെ നാലിലൊന്ന് പോലും മഴ ലഭിക്കാത്ത, വരൾച്ച അതിരൂക്ഷമായി അനുഭവപ്പെടുന്ന

കൊക്കകോളയുടെ പ്ലാന്റുകൾ അടയാളപ്പെടുത്തിയ ഇന്ത്യൻ ഭൂപടം

LOCATIONS OF BOTTLING PLANTS OF PEPSI IN INDIA

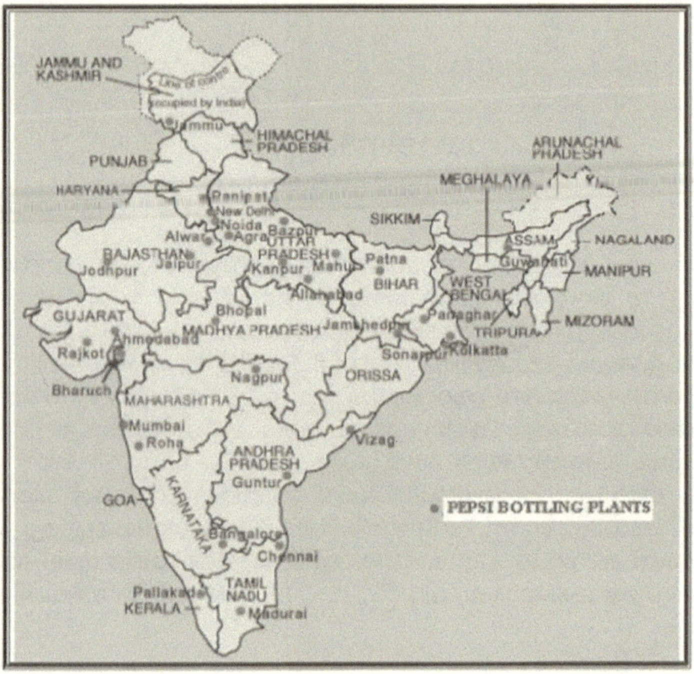

പെപ്സികോ ഇന്ത്യയുടെ പ്ലാന്റുകൾ അടയാളപ്പെടുത്തിയ ഭൂപടം

പ്ലാച്ചിമടയും പുതുശ്ശേരിയുമാണ് കോളക്കമ്പനികൾ തങ്ങളുടെ പ്ലാന്റിനു വേണ്ടി തിരഞ്ഞെടുത്തതെന്നത് കേരളത്തിന്റെ അനുഭവമാണ്. വെള്ളം മുഖ്യ അസംസ്കൃതവസ്തുവായ വ്യവസായങ്ങൾക്ക് ധാരാളം ജല സമ്പത്തുള്ള നിരവധി സ്ഥലങ്ങൾ കേരളത്തിലുണ്ടായിരുന്നിട്ടും എന്തു കൊണ്ടവർ പ്ലാച്ചിമടയെയും പുതുശ്ശേരിയെയും തിരഞ്ഞെടുത്തു എന്ന തിലാണ് അവരുടെ കോർപ്പറേറ്റ് തന്ത്രം ഒളിഞ്ഞുകിടക്കുന്നത്. ഭൂമിയുടെ അടിത്തട്ടിലുള്ള പരിശുദ്ധമായ ഭൂഗർഭജലമാണ് അവരുടെ ലക്ഷ്യം. എത്ര വെള്ളം ചോർത്തിയാലും പ്രത്യക്ഷത്തിൽ ആരും അറിയുകയുമില്ല. ഇന്ത്യയൊട്ടുക്കും ഇതേരീതിയിലാണ് ഈ കോർപ്പറേറ്റുകൾ പ്രവർത്തി ക്കുന്നത്.

കേന്ദ്ര ഭൂജലബോർഡിന്റെ റിപ്പോർട്ട് പ്രകാരം രാജ്യത്ത് ഏറ്റവുമധികം ഭൂഗർഭജലചൂഷണം നടക്കുന്ന സംസ്ഥാനങ്ങളിൽ മുന്നിലാണ് രാജ സ്ഥാൻ. അപകടകരമായ രീതിയിൽ ജലചൂഷണം നടക്കുന്ന ഓവർ

എക്സ്പ്ലോയ്റ്റഡ് വിഭാഗത്തിലാണ് ഇവിടത്തെ 172 ബ്ലോക്കുകളെ (ആകെ ബ്ലോക്ക് 243)ഉൾപ്പെടുത്തിയിരിക്കുന്നത്. വെറും 25 ബ്ലോക്കുകളിലാണ് ഭൂഗർഭജലം സുരക്ഷിതമായ രീതിയിലുള്ളത്. രാജ്യത്ത് മരുഭൂമിയുള്ള ഏക സ്ഥലം. ഇവിടെയും കൊക്കകോളയ്ക്ക് ഒരു ഉത്പാദന കേന്ദ്രമുണ്ട്. ജയ്പൂരിനടുത്ത് കാലെധാരെയിൽ. പെപ്സിക്ക് രണ്ട് പ്ലാന്റുകളുണ്ട്. ഏതുനിയമം അടിസ്ഥാനമാക്കിയാലും രാജസ്ഥാനിൽ ഭൂഗർഭജലം ഊറ്റുന്ന കമ്പനികൾക്ക് അനുമതി നൽകാനാവില്ല എന്നിരിക്കെ മൂന്ന് ശീതളപാനീയ കമ്പനികളാണ് പ്രവർത്തിക്കുന്നത്. വർഷങ്ങളായുള്ള പ്രവർത്തനംമൂലം ഉള്ള ജലംപോലും അവർ ഊറ്റിയെടുക്കുന്നു. അമിത ഭൂഗർഭജലചൂഷണവും വരൾച്ചയും നിത്യം അരങ്ങേറുന്ന ആന്ധ്രാപ്രദേശിൽ കൊക്കകോളയ്ക്കും പെപ്സിക്കും കൂടിയുള്ളത് ഏഴു പ്ലാന്റുകൾ. പെപ്സിയുടെ രാജ്യത്തെ ഏറ്റവും വലിയ പ്ലാന്റ് പ്രവർത്തിക്കുന്നതും ഈ സംസ്ഥാനത്താണ്. 63 ശതമാനം ബ്ലോക്കുകളിലും ഭൂഗർഭജലം കിട്ടാക്കനിയായ കർണാടകയിൽ രണ്ട് കമ്പനികൾക്കും കൂടി മൂന്ന് പ്ലാന്റുകളുണ്ട്. ആകെയുള്ള 116 ബ്ലോക്കിൽ 71-ഉം അമിത ഭൂഗർഭജലചൂഷണം നടക്കുന്ന, ഓവർ എക്സ്പ്ലോയ്റ്റഡ് വിഭാഗത്തിൽവരുന്ന ഹരിയാനയിൽ പെപ്സിക്ക് മൂന്ന് പ്ലാന്റുകളുണ്ട്. മഹാരാഷ്ട്രയിൽ ആറ് പ്ലാന്റുകളാണ് പ്രവർത്തിക്കുന്നത്. 80 ശതമാനം ബ്ലോക്കുകളിലും അമിത ഭൂജലചൂഷണം നടക്കുന്ന പഞ്ചാബിലുമുണ്ട് പെപ്സിക്ക് പ്ലാന്റ്. ഗുജറാത്തിൽ നാലും ഉത്തർപ്രദേശിൽ ഏഴും ബിഹാറിലും പശ്ചിമബംഗാളിലും മൂന്നും പ്ലാന്റുകൾ പ്രവർത്തിക്കുന്നു. കൊക്കകോളക്കും പെപ്സിക്കും കൂടി രാജ്യത്തൊട്ടാകെ 97 ഉത്പാദകകേന്ദ്രങ്ങളുണ്ട്. കേരളം മുതൽ കാശ്മീർ വരെയും വടക്കുകിഴക്കൻ അതിർത്തിയിൽ മേഘാലയയിലും വരെ തങ്ങളുടെ സാന്നിധ്യം അറിയിക്കുന്ന കോളക്കമ്പനികൾ തദ്ദേശീയർക്കവകാശപ്പെട്ട ഭൂഗർഭജലം ചോർത്തിയാണ് കൊള്ളലാഭം കൊയ്യുന്നത്.

കുപ്പിവെള്ള കമ്പനികളുടെ ആസ്തികൾ

വെള്ളം കുപ്പിയിലാക്കി വിൽക്കുന്നത് കഴിഞ്ഞ നൂറ്റാണ്ടിൽ ചിന്തിക്കാൻ പോലും കഴിയാത്ത സംഭവമായിരുന്നു. കാലം മാറിയപ്പോൾ കുടിവെള്ളം കുപ്പികളിൽ മാത്രം കാണുന്ന സ്ഥിതിയായി. ചില രാജ്യങ്ങളിൽ ഇന്ന് പെട്രോളിനെക്കാൾ വില കുപ്പിവെള്ളത്തിനാണ്.

ജലവിതരണം ഏറ്റെടുത്ത കോർപ്പറേറ്റുകളുടെ ചുവടുപിടിച്ചാണ് ലോകത്ത് കുപ്പിവെള്ള കമ്പനികൾ വരുന്നത്. 2015-ൽ ലോകത്തെ മുൻ നിരയിലുള്ള പത്ത് കുപ്പിവെള്ള കമ്പനികളുടെ ആസ്തി 26484 ദശലക്ഷം യു.എസ് ഡോളറാണെന്ന് അറിയുമ്പോൾ കുപ്പിവെള്ള വ്യാപാരത്തിന്റെ വ്യാപ്തി ഊഹിക്കാം. ചൈനയാണ് ലോകത്തെ ഏറ്റവും വലിയ മാർക്കറ്റ്. പിന്നെ യൂറോപ്യൻ രാജ്യങ്ങളും അമേരിക്കയും. ഏഷ്യയിൽ ദ്രുതഗതിയിൽ വളർന്നുവരുന്ന വിപണികളിലൊന്നാണ് ഇന്ത്യ.

ലോകത്ത് ആദ്യ പത്ത് സ്ഥാനങ്ങളിൽ വരുന്ന കുപ്പിവെള്ള കമ്പനി കളുടെ കണക്ക് ഇപ്രകാരമാണ്. 1-നെസ്ലെ വാട്ടർ (ആസ്തി 7364. 72 ദശലക്ഷം ഡോളർ). 2-ഹാങ്ഷൂ വഹാഹ ഗ്രൂപ്പ് (ചൈന 5074 ദശലക്ഷം ഡോളർ). 3-ഡാനോൺ(ഫ്രാൻസ്-4652. 32 ദശലക്ഷം ഡോളർ). 4-കൊക്കകോള(3900 ദശലക്ഷം ഡോളർ). 5-നോങ്ഫു സ്പ്രിങ് ലിമിറ്റഡ് (ചൈന, ഹോങ്കോങ്-2217. 7 ദശലക്ഷം ഡോളർ). 6-ടിങ്കി ഹോൾഡിങ് കോർപ്പറേഷൻ(1330. 66 ദശലക്ഷം ഡോളർ). 7-പെപ്സി(1271. 7 ദശലക്ഷം ഡോളർ). 8-സി. ആർ. ബിവറേജസ് ചൈന-332. 66 ദശലക്ഷം ഡോളർ). 9-ഫിജി വാട്ടർലിമിറ്റഡ്(അമേരിക്ക-250 ദശലക്ഷം ഡോളർ). 10-ബിസ്ലേരി(84. 6 ദശലക്ഷം ഡോളർ).

ലോകത്തെ മിക്ക രാജ്യങ്ങളിലും കുപ്പിവെള്ള വിപണി ഈ കുത്തക കമ്പനികളുടെ പിടിയിലാണ്. പൊതുടാപ്പുകൾ വഴി കിട്ടുന്ന വെള്ള ത്തിന്റെ വിലയേക്കാൾ 300 ഇരട്ടി വിലയാണ് കുപ്പിവെള്ളത്തിന്

ഈടാക്കുന്നതെങ്കിലും ഓരോ വർഷവും വില്പനയും കമ്പനികളുടെ ലാഭവും കൂടിക്കൊണ്ടിരിക്കുകയാണ്.

കുപ്പിവെള്ളത്തിന്റെ വില ചില രാജ്യങ്ങളിൽ പെട്രോളിനെക്കാൾ അധികം വരുന്നു എന്നതാണ് മറ്റൊരു കൗതുകകരമായ വസ്തുത. ഒന്നര ലിറ്റർ വരുന്ന കുപ്പിവെള്ളത്തിന് 2016-ലെ വിവിധ രാജ്യങ്ങളിലെ വില പരിശോധിക്കുമ്പോൾ ഇത് ബോധ്യമാവും. ഇന്ത്യൻ രൂപയെ അടിസ്ഥാനമാക്കിയുള്ള വില ഇങ്ങനെയാണ്.

(ബ്രായ്ക്കറ്റിൽ ഒരു ലിറ്റർ പെട്രോളിന്റെ വില) ഓസ്ട്രേലിയ-178. 24 (61. 92), കാനഡ-120(61. 41), ചൈന-41. 20(62. 96), ഇസ്രായേൽ-70(104), കുവൈറ്റ്-33. 14(14. 5), പാകിസ്ഥാൻ-26. 30(41).

മറ്റു രാജ്യങ്ങളിലും കുപ്പിവെള്ളത്തിന്റെയും പെട്രോളിന്റെയും വിലകൾ തമ്മിൽ വലിയ വ്യത്യാസമൊന്നും കാണാനാവില്ല. ഇന്ത്യയിൽ ഒന്നര ലിറ്റർ കുപ്പിവെള്ളത്തിന്റെ വില ശരാശരി 20 രൂപയാവുമ്പോൾ റഷ്യ-58, ഫ്രാൻസ്-66. 8, അഫ്ഗാനിസ്ഥാൻ-30. 50 എന്നീ രീതികളിലാണ് വില.

കുപ്പിവെള്ള-ശീതളപാനീയ വിപണിയുടെ അക്ഷയഖനി

ഇന്ത്യയിലെ 125 കോടി ജനങ്ങൾ വർഷം കുടിച്ചുതീർക്കുന്നത് 590 കോടി ലിറ്റർ ശീതളപാനീയമാണെന്ന് പറയുമ്പോൾ വിപണിയുടെ അപാരത നമുക്ക് ബോധ്യം വരും. ലോകത്തെ മുൻനിര കുപ്പിവെള്ളകമ്പനികളും ശീതളപാനീയ ബ്രാന്റുകളും ഇന്ത്യയെ കണ്ണുവെയ്ക്കുന്നത് വെറുതെയല്ലെന്ന് സാരം. 2020-ഓടെ കൊക്കകോള ലക്ഷ്യമിടുന്നത് 500 കോടി ഡോളറിന്റെ വില്പനയാണ്. ഏതാണ്ട് സമാനമായ നിക്ഷേപമാണ് പെപ്സികോ ഇന്ത്യയും നടത്താനൊരുങ്ങുന്നത്. അതിനൊത്ത് ഉത്പാദന-വിതരണ കേന്ദ്രങ്ങൾ വർധിപ്പിക്കാനാണ് കോളക്കമ്പനികളുടെ ശ്രമം.

രാജ്യത്ത് ഭൂഗർഭജലത്തിന്റെ അളവ് കുറയുന്നുവെന്ന പഠനറിപ്പോർട്ടൊന്നും തങ്ങളെ ബാധിക്കില്ലെന്ന രീതിയിലാണ് കമ്പനികളുടെ പോക്ക്. ഇന്ത്യയിൽ ശുദ്ധമായ കുടിവെള്ളത്തിന്റെ ലഭ്യതക്കുറവ് ഗുരുതരമാണെന്നും അതുകൊണ്ട് ജനങ്ങളുടെ ആരോഗ്യത്തിന് നല്ല കുടിവെള്ളവും ശീതളപാനീയവും തരാൻ തങ്ങൾക്ക് മാത്രമെ കഴിയൂ എന്നും പ്രചാരണങ്ങളിലൂടെ അവർ ജനങ്ങളെ നിരന്തരം ബോധ്യപ്പെടുത്തുന്നു. ഒരുതരം അടിച്ചേൽപ്പിക്കലാണിത്. രാജ്യത്തെ അറിയപ്പെടുന്ന സെലിബ്രിറ്റികളെയാണ് ഇതിനവർ ഉപയോഗിക്കുന്നത്.

ഇവിടത്തെ ജലം മലിനമാണെന്ന് പ്രചരിപ്പിച്ച് നമ്മെ കുപ്പിവെള്ളവും കോളയും കുടിപ്പിക്കുന്നവർ, വിദേശത്തു നിന്നും കൊണ്ടുവരുന്ന വെള്ളമല്ല ഉത്പാദനത്തിന് ഉപയോഗിക്കുന്നതെന്ന തിരിച്ചറിവ് എത്ര പേർക്കുണ്ട്. കുപ്പിവെള്ളം ശുദ്ധവും ആരോഗ്യകരവുമാണെന്നാണ് കുപ്പിവെള്ള കമ്പനികളുടെ ആപ്തവാക്യം. അതുകൊണ്ട് എല്ലാവരും കുപ്പിവെള്ളം ഉപയോഗിച്ച് ശീലിക്കണമെന്നാണ് ഉപദേശം. ഇതും വെറുതെയല്ല. 2013-ൽ രാജ്യത്ത് 6000 കോടി രൂപയുടെ കുപ്പിവെള്ള മാർക്കറ്റാണ് ഉണ്ടായിരുന്നതെങ്കിൽ 2018-ൽ അത് 16000 കോടിയിലെത്തുമെന്നാണ് പഠനങ്ങൾ സൂചിപ്പിക്കുന്നത്.

ഇന്ത്യൻ കുപ്പിവെള്ള വിപണി ശക്തിപ്രാപിക്കുന്നത് 90-കളുടെ അവസാന കാലത്ത് ബിസ്ലേരി കമ്പനിയുടെ വരവോടെയാണ്. കുപ്പി വെള്ളമെന്ന് പറഞ്ഞാൽ ബിസ്ലേരി എന്നാണ് സാധാരണക്കാർ ചിന്തിച്ചിരുന്നത്. അത്രയ്ക്കും ശക്തമായിരുന്നു അവരുടെ സാന്നിധ്യം. ആരോഗ്യത്തെക്കുറിച്ചുള്ള ആശങ്കയും പൊതുവിതരണ ടാപ്പുകളിലെ വെള്ളത്തിന്റെ ഗുണമേന്മക്കുറവും കുപ്പിവെള്ള വിപണിയുടെ വളർച്ച വേഗത്തിലാക്കി. സാമ്പത്തികരംഗത്തെ വളർച്ച, ജനങ്ങളുടെ ക്രയശേഷി വർധിപ്പിച്ചതോടെ കുപ്പിവെള്ളം കുടിക്കുകയെന്നത് നമ്മുടെയൊരു ശീലമായി മാറി. രാജ്യത്തെ കുപ്പിവെള്ള വിപണി നിയന്ത്രിക്കുന്നത് ഇന്ന് അഞ്ച് കുത്തകകളാണ്. ബിസ്ലേരി, പെപ്സികോ, കൊക്കകോള, ധാരിവാൾ, പാർലെ കമ്പനികൾ. ഗ്രാമങ്ങളുടെ മുക്കിലും മൂലയിലും വരെ ഈ കമ്പനികളുടെ ബ്രാന്റുകൾ എത്തുന്നുണ്ട്. നേരിട്ട് വിപണിയിലെത്തുന്നതിന് മുടക്കുമുതൽ കൂടുമെന്നതിനാൽ പ്രാദേശിക കമ്പനികളെ ഫ്രാഞ്ചൈസികളാക്കിയാണ് ഇവർ വിപണി പിടിച്ചെടുക്കുന്നത്. വിപണി നഷ്ടമുണ്ടായാലും ജനങ്ങളുടെ പ്രതിഷേധമുണ്ടായാലും അതെല്ലാം പ്രാദേശിക കമ്പനികളുടെ തലയ്ക്കായിരിക്കും. കുത്തകകൾ സൗകര്യപൂർവം മറ്റൊരു സ്ഥലത്തേക്ക് കൂടുമാറ്റും.

ഹിന്ദുസ്ഥാൻ കൊക്കകോള ബിവറേജസ് ലിമിറ്റഡ്

അമേരിക്കയിലെ അറ്റ്ലാന്റ ആസ്ഥാനമായി ലോകശീതളപാനീയ വിപണി നിയന്ത്രിക്കുന്ന, 44. 29 ബില്ല്യൺ യു. എസ് ഡോളറിന്റെ വാർഷിക വിറ്റുവരവുള്ള കൊക്കകോള കമ്പനിയുടെ ഇന്ത്യൻ പങ്കാളിയാണ് ഹിന്ദുസ്ഥാൻ കൊക്കകോള ബിവറേജസ് പ്രൈവറ്റ് ലിമിറ്റഡ് എന്ന എച്ച്.സി.സി. ബി.പി.എൽ. കൊക്കകോളയുടെ ഇന്ത്യൻ വിപണിയുടെ 65 ശതമാനവും നേരിട്ട് നിയന്ത്രിക്കുന്നത് എച്ച്. സി.സി.ബി.പി.എൽ ആണ്. 25 ബോട്ട്ലിങ് പ്ലാന്റുകൾ ഇവരുടെ തന്നെ പേരിൽ പ്രവർത്തിക്കുന്നു. ഇതിൽ പ്ലാച്ചിമട പ്ലാന്റ് അടച്ചുപൂട്ടി. ഫ്രാഞ്ചൈസികളായി മറ്റുകമ്പനികളുടെ 24 പ്ലാന്റുകളുമുണ്ട്. പിന്നെ പാക്കിങ് യൂണിറ്റുകളും. ആകെ 54 പ്ലാന്റുകൾ. ഹിന്ദുസ്ഥാൻ കൊക്കകോള ഉൾപ്പെടെ 14 ബോട്ട്ലിങ് കമ്പനികളുമായി സഹകരിച്ചാണ് കൊക്കകോള ഇന്ത്യയിൽ പ്രവർത്തിക്കുന്നത്. ഫ്രാഞ്ചൈസികളായ കമ്പനികളുടെ നേതൃത്വത്തിൽ ഓരോ വർഷവും പുതിയ പ്ലാന്റുകൾ പ്രവർത്തനം തുടങ്ങുന്നുണ്ടെങ്കിലും കൊക്കകോളയുടെ ഔദ്യോഗിക വെബ് സൈറ്റിൽ എച്ച്.സി.സി.ബി.പി.എൽ കമ്പനിയുടെ വിശദാംശങ്ങൾ മാത്രമാണ് ഉൾപ്പെടുത്താറ്. തംസപ്പ്, സ്പ്രൈറ്റ്, ഫാന്റ, ലിംക, കൊക്കകോള, മാസ, മിനുട്ട് മെയ്ഡ് തുടങ്ങി 15-ഓളം ശീതളപാനീയങ്ങളും നാലുതരം പഴം ജൂസുകളും കിൻലെ, ബൊണാക്വ കുപ്പിവെള്ളവും കിൻലെ സോഡയും ഉൾപ്പെടുന്ന വിപുലമായ ഉത്പന്നശ്രേണിയാണ് കൊക്കകോളയുടെ കരുത്ത്. കൊക്കകോളയുടെ പാനീയവും വെള്ളവും വിൽക്കാൻ 26 ലക്ഷം ഔട്ട്ലെറ്റുകളാണ് രാജ്യത്തൊട്ടാകെയുള്ളത്. ഏഷ്യൻ രാജ്യങ്ങളിൽ കൊക്കകോളയുടെ ഏറ്റവും വലിയ വിപണികളിലൊന്നാണ് ഇന്ത്യ. അതുകൊണ്ടുതന്നെ 2020 മുൻനിർത്തി വിപുലമായ പദ്ധതികളാണ് കൊക്കകോള ആവിഷ്കരിച്ചിരിക്കുന്നത്. ഹിന്ദുസ്ഥാൻ കൊക്കകോള കമ്പനി ഒഴികെയുള്ള ഫ്രാഞ്ചൈസികളുടെ നിയന്ത്രണം ഏകോപിപ്പിച്ചും കൂടുതൽ ബോട്ട്ലിങ് പ്ലാന്റുകൾ സ്ഥാപിച്ചും വിപണി മെച്ചപ്പെടുത്താനുള്ള പദ്ധതി 2017 മുതൽ കോളയുടെ ഇന്ത്യൻ മാനേജ്മെന്റ് നടപ്പാക്കുന്നുണ്ട്. 2011 വരെ 200 കോടി ഡോളറായിരുന്നു കമ്പനി ഇന്ത്യയിൽ നിക്ഷേപിച്ചിരുന്നതെങ്കിൽ 2020 വരെ 500 കോടി ഡോളറിന്റെ നിക്ഷേപമാണ് കൊക്കകോള ലക്ഷ്യമിടുന്നത്.

പെപ്സികോ ഇന്ത്യ

കുപ്പിവെള്ളത്തിനും ശീതളപാനീയത്തിനും പുറമെ ഭക്ഷ്യവസ്തുക്കളുടെ വിപണിയിലും ലോകത്ത് മുൻനിരയിലുള്ള കമ്പനിയാണ് അമേരിക്ക ആസ്ഥാനമായുള്ള പെപ്സികോ കമ്പനി. 65 ബില്ല്യൺ യു.എസ് ഡോളറിന്റെ വരുമാനമുള്ള, 200 രാജ്യങ്ങളിൽ പടർന്നുകിടക്കുന്ന വലിയ കമ്പനി. ആഗോളതലത്തിൽ ജനപ്രീതി നേടിയ 22 ബ്രാൻഡ് ഉത്പന്നങ്ങൾ. ഓരോന്നിന്റെയും വാർഷിക വില്പന ഒന്നും രണ്ടും ലക്ഷമല്ല, 100 കോടിയിലധികം. ഇന്ത്യയിൽ 1989 മുതലാണ് പെപ്സിയുടെ പ്രവർത്തനം ആരംഭിക്കുന്നത്. പെപ്സികോ ഇന്ത്യ എന്ന പേരിൽ. 39 ബോട്ട്ലിങ് പ്ലാന്റുകളും ഭക്ഷ്യവസ്തുക്കൾ നിർമ്മിക്കുന്ന മൂന്ന് പ്ലാന്റുകളുമുണ്ടെന്നാണ് കമ്പനിയുടെ വെബ്സൈറ്റിൽ പറയുന്നത്. ഇതിൽ 28-ഉം ഫ്രാഞ്ചൈസികളുടെതാണ്. പെപ്സി, ലെയ്സ്, കുർക്കുറെ, ട്രോപ്പിക്കാന, സെവനപ്പ്, നിമ്പൂസ്, മിറിൻഡ, മൗണ്ടയ്ൻ ഡ്യൂ, അക്വാഫിന, ഗറ്ററോഡ് തുടങ്ങി 22 -ഓളം ബ്രാൻഡ് ഉത്പന്നങ്ങളാണുള്ളത്. 2016-ൽ പെപ്സിയുടെ ഇന്ത്യയിലെ വരുമാനം 6626 കോടിയായിരുന്നു. 2020-ഓടെ 33000 കോടിയുടെ നിക്ഷേപമാണ് കമ്പനി ഇന്ത്യയിൽ പ്ലാൻ ചെയ്തിരിക്കുന്നത്.

ഇന്ത്യൻ കമ്പനികളുമായി സഹകരിച്ചാണ് പെപ്സിയുടെ പ്രവർത്തനം. മിക്ക സംസ്ഥാനങ്ങളിലും പെപ്സിക്ക് നേരിട്ട് പ്ലാന്റുകളുണ്ടാവില്ല, പകരം ഫ്രാഞ്ചൈസികളുമായി കരാർ ഒപ്പുവെച്ചാണ് പ്ലാന്റുകൾ നടത്തുന്നത്. പെപ്സിയുടെ പ്ലാന്റുകൾക്കെതിരെ ശക്തമായ പ്രതിഷേധം ഉയർന്നുവന്നത് കേരളത്തിലാണ്. പ്ലാച്ചിമടസമരം തുടങ്ങിയ ഘട്ടത്തിൽ തന്നെ പാലക്കാട് കഞ്ചിക്കോട്ടെ പെപ്സി പ്ലാന്റിനെതിരെയും പ്രതിഷേധം ഉയർന്നെങ്കിലും വ്യവസായമേഖലയിൽ പ്രവർത്തിക്കുന്നു എന്ന തൊടുന്യായം പറഞ്ഞ് നടപടികളിൽ നിന്നും രക്ഷപ്പെടുകയായിരുന്നു. കമ്പനിയുടെ ഭൂഗർഭജലചൂഷണത്തിനെതിരെ സംസ്ഥാന ഭൂജല വകുപ്പ് നൽകിയ പഠനറിപ്പോർട്ട് നടപ്പാക്കാൻ കമ്പനി ഇതുവരെ തയ്യാറായിട്ടില്ല. നിയമസഭയുടെ സബ്ജക്ട് കമ്മിറ്റിയുടെ ശുപാർശകൾ പോലും ഇവർ കാറ്റിൽപറത്തുന്നു.

ജലസമരങ്ങളുടെ പ്രസക്തി

20–ാം നൂറ്റാണ്ടിൽ എണ്ണയ്ക്കുണ്ടായിരുന്ന പ്രാധാന്യം 21–ാം നൂറ്റാണ്ടിൽ വെള്ളത്തിനായിരിക്കുമെന്ന ഫോർച്ച്യൂൺ മാസികയുടെ പ്രവചനം ശരിവയ്ക്കുന്ന രീതിയിലാണ് ഇപ്പോൾ കാര്യങ്ങളുടെ പോക്ക്. വിപണിയിലെ ഏറ്റവും വലിയ വില്പനചരക്കായി വെള്ളം മാറിയപ്പോൾ പ്രതിവർഷം ശരാശരി 80000 കോടി ഡോളറിന്റെ വെള്ളക്കച്ചവടമാണ് ലോകത്ത് നടക്കുന്നത്. ശീതളപാനീയങ്ങളുടെ വിപണി കൂടി കണക്കാക്കിയാൽ തുക ഇനിയും ഉയരും. വരൾച്ചയും കുടിവെള്ളക്ഷാമവും ലോകത്ത് നിത്യസംഭവമാവുകയും ശുദ്ധജലത്തിന്റെ ലഭ്യത കുറയുകയും ചെയ്തപ്പോൾ വെള്ളക്കച്ചവടം ലോകത്തെ ഏറ്റവും വലിയ ബിസിനസ്സായി മാറി. കുടിവെള്ള വിതരണം സ്വകാര്യവത്കരിക്കുക കൂടി ചെയ്തപ്പോൾ പൗരന് നല്ല കുടിവെള്ളം നൽകുകയെന്ന ഉത്തരവാദിത്വത്തിൽ നിന്നും രാജ്യം ഭരിക്കുന്ന സർക്കാരുകൾ ഒഴിയുകയും കോർപ്പറേറ്റ് കമ്പനികൾ ജലവിതരണം ഏറ്റെടുക്കുകയും ചെയ്തു. ജല സ്വകാര്യവത്കരണത്തെക്കുറിച്ചും വെള്ളക്കച്ചവടത്തെക്കുറിച്ചും കുടിവെള്ളം കിട്ടാത്ത ജനങ്ങളുടെ വേദനയെക്കുറിച്ചും കനേഡിയൻ ആക്ടിവിസ്റ്റുകളായ മോഡ് ബാർലോയും ടോണി ക്ലാർക്കും ചേർന്നെഴുതിയ "ബ്ലൂ ഗോൾഡ്" എന്ന പുസ്തകം സവിസ്തരം പ്രതിപാദിക്കുന്നുണ്ട്. കോർപ്പറേറ്റുകളുടെ വെള്ളം മോഷ്ടിക്കലിനെതിരായ പോരാട്ടമായാണ് ഈ പുസ്തകം സമർപ്പിച്ചിരിക്കുന്നത്. പ്ലാച്ചിമടയിൽ നടന്ന ലോകജലസമ്മേളനത്തിൽ പങ്കെടുത്ത ഇരുവരും കോർപ്പറേറ്റുകൾ നടത്തുന്ന ജലചൂഷണത്തിനെതിരെ ശക്തമായ പ്രതിരോധം ഉയർത്തിയിരുന്നു. ജലസമ്മേളനത്തിന്റെ സമാപനത്തിൽ നടന്ന പ്ലാച്ചിമട പ്രഖ്യാപനം നടത്തിയത് മോഡ് ബാർലോയും ഡോ. സുകുമാർ അഴീക്കോടും ചേർന്നായിരുന്നു. മോഡ് ബാർലോയും ടോണി ക്ലാർക്കും 2002-ൽ പുറത്തിറക്കിയ പുസ്തകത്തിൽ പറയുന്ന ആശങ്കകൾ കൂടുതൽ പ്രസക്തമാവുന്നു എന്നതാണ് യാഥാർത്ഥ്യം. പ്ലാച്ചിമടയിൽ കൊക്കകോള കമ്പനി പൂട്ടിയെങ്കിലും രാജ്യത്തെ മറ്റിടങ്ങളിലുള്ള ചൂഷണത്തിന് ഒരു മാറ്റവും വന്നിട്ടില്ല. ഇതോടൊപ്പം നദീജലതർക്കങ്ങളും വർധിച്ചിരിക്കുന്നു. രൂക്ഷമായ വരൾച്ചയുടെ കാലത്ത് ഉള്ള ഭൂജലം സംരക്ഷിക്കാൻ പ്ലാച്ചിമട പോലുള്ള ജലസമരങ്ങൾ ആവർത്തിക്കേണ്ടിയിരിക്കുന്നു.

ഓരോ 20 വർഷത്തിലും ലോകത്തിന്റെ ജലോപഭോഗം ഇരട്ടിക്കുന്നതായി ബ്ലൂ ഗോൾഡ് എന്ന പുസ്തകത്തിൽ പറയുന്നു. ജനസംഖ്യാ വർധനവിന്റെ ഇരട്ടിയോളംവരും ഇത്. ലോകത്തെ 31 രാജ്യങ്ങൾ രൂക്ഷമായ ജലക്ഷാമം അഭിമുഖീകരിക്കുന്നുവെന്ന് ഐക്യരാഷ്ട്ര സംഘടന പറയുന്നു. കൃഷി, വ്യവസായം, വീട്ടാവശ്യം എന്നിവയ്ക്കാണ് ഭൂജലം ഉപയോഗിക്കുന്നത്. ആകെയുള്ള ഭൂജലത്തിന്റെ 70 ശതമാനം വരെ കാർഷികാവശ്യത്തിനും 20 മുതൽ 25 ശതമാനം വരെ വ്യവസായ ആവശ്യത്തിനും വിനിയോഗിക്കുമ്പോൾ വീട്ടാവശ്യങ്ങൾക്ക് ഉപയോഗിക്കുന്നത് വെറും പത്തുശതമാനമാണ്. അടിസ്ഥാന ആവശ്യം (Need) എന്നതിനപ്പുറം വെള്ളം മനുഷ്യന്റെ മൗലികാവകാശമാണെന്ന (Fundamental Human Right) നിലപാടാണ് പുസ്തകം സ്വീകരിച്ചത്. എന്നാൽ 2000-ൽ യുണൈറ്റഡ് നേഷൻസ് വേൾഡ് വാട്ടർ ഫോറം ജലം ഒരു അടിസ്ഥാന ആവശ്യം എന്ന രീതിയിലാണ് പരിഗണിച്ചത്. ജലം പൗരന്റെ അവകാശമാവുമ്പോൾ ശുദ്ധമായ ജലം നൽകാൻ ഭരണകൂടങ്ങൾ ബാധ്യസ്ഥരാവുന്നു. അതൊരു ആവശ്യം മാത്രമായി മാറുമ്പോൾ സർക്കാരിന്റെ സ്ഥാനത്ത് ആർക്കുവേണമെങ്കിലും നൽകാമെന്ന സ്ഥിതി. ഭരണകൂടങ്ങൾക്ക് ഉത്തരവാദിത്വമില്ലാത്ത അവസ്ഥ. ജലസമ്പത്ത് സ്വകാര്യവത്കരിക്കാൻ പച്ചക്കൊടി കാട്ടുന്ന നിലപാടായിരുന്നു ഇതെന്ന് പുസ്തകം വ്യക്തമാക്കുന്നു. ലോക ബാങ്ക് ഉൾപ്പെടെയുള്ള അന്താരാഷ്ട്ര ഏജൻസികൾ ജലം സ്വകാര്യവത്കരണത്തിന് പ്രോത്സാഹനം നൽകിയതോടെ ലോകത്ത് ജലകുത്തകകൾ ഉദയംചെയ്തു. ഇന്ത്യൻ ആക്ടിവിസ്റ്റായ ഡോ. വന്ദന ശിവയുടെ "'വാട്ടർ വാർസ്-പ്രൈവറ്റൈസേഷൻ, പൊലൂഷൻ, പ്രോഫിറ്റ്''എന്ന പുസ്തകവും ജലസ്വകാര്യവത്കരണത്തിന്റെ അപകടങ്ങളെക്കുറിച്ചാണ് വിശദീകരിക്കുന്നത്. ജലവിതരണം സ്വകാര്യ കമ്പനികളെ ഏല്പിച്ചതോടെ സർക്കാരിന്റെ പൊതുജലവിതരണ സംവിധാനം ശുഷ്കമായി. ശുദ്ധജലവും കിട്ടാതായി. സ്വന്തം ആരോഗ്യത്തെക്കുറിച്ച് ബോധവാൻമാരായ പൗരൻമാർ പതിയെ കുപ്പിവെള്ളം കുടിക്കുന്ന ശീലത്തിലേക്ക് മാറുകയും ചെയ്തു. അത്രയ്ക്കും ശക്തമായിരുന്നു കുപ്പിവെള്ള കമ്പനികളുടെ പ്രചാരണം. വിപണിയെ ഏറെ സ്വാധീനിച്ച കൊക്കകോളയുടെ പ്രചാരണവാചകത്തെക്കുറിച്ച് വന്ദന ശിവ പറയുന്നുണ്ട്. ''ലോകത്തെ 560 കോടിയോളം വരുന്ന ജനങ്ങൾക്ക് ഇന്നും ദാഹിക്കും എന്നോർത്തുകൊണ്ടാണ് കൊക്കകോള കുടുംബത്തിലെ ഓരോ ജീവനക്കാരും ദിവസവും ഉണരുന്നത്. ദാഹത്തിനുള്ള പ്രതിവിധിയായി കൊക്കകോളയെ മാറ്റുകയും അതിൽ നിന്നും രക്ഷപ്പെടാൻ 560 കോടി ജനങ്ങൾക്കും സാധ്യമാകാത്ത വിധത്തിലാക്കുകയും ചെയ്താൽ ഭാവിയിൽ അനേകവർഷക്കാലത്തേക്ക് നമ്മുടെ വിജയം ഉറപ്പാക്കാം. മറ്റെന്തു ചെയ്തിട്ടും യാതൊരു ഫലവുമില്ല''.

ലോകത്തെ ഏറ്റവും വലിയ ജലകുത്തകകളാണ് ഫ്രഞ്ച് കമ്പനികളായ വിവെന്റിയും സ്യൂയസും. 130 രാജ്യങ്ങളിലായി 230 ദശലക്ഷം ജനങ്ങൾക്ക് കുടിവെള്ളം നൽകുന്നത് ഈ കമ്പനികളാണ്. അമേരിക്കയിലെ

അറ്റ്ലാന്റ മുതൽ മൂന്നാംലോകത്തിലെ ചെറുകിട നഗരങ്ങളിൽ വരെ കുടിവെള്ള വിതരണത്തിന്റെ ചുമതല ഈ കമ്പനികൾക്കാണ്. ബ്രിട്ടീഷ് കമ്പനികളായ തെംസ് വാട്ടർ, ബൈവാട്ടർ, അമേരിക്കൻ കമ്പനിയായ ബെക്ടെൽ തുടങ്ങിയവയാണ് ഈ രംഗത്തെ മറ്റു വലിയ കമ്പനികൾ. പൊതുടാപ്പ് വഴിയുള്ള സർക്കാരിന്റെ ജലവിതരണത്തിന്റെ സ്ഥാനത്ത് വൻകിട കമ്പനികളുടെ വെള്ളം വിതരണം സ്ഥാനംപിടിച്ചപ്പോൾ ലാഭം എന്നത് മാത്രമായി അളവുകോൽ. സൗജന്യമായി വെള്ളം നൽകിയ സ്ഥാനത്ത് ലിറ്ററിന് എന്നരീതിയിൽ വിലയിടുന്ന സ്ഥിതിയായി. ലാഭവും ബിസിനസ്സും വർധിപ്പിക്കാൻ കമ്പനികൾ ഓരോ വർഷവും വില കൂട്ടിയതോടെ സാധാരണക്കാർക്ക് ശുദ്ധമായ കുടിവെള്ളം അപ്രാപ്യമായി. ജലം സ്വകാര്യവത്കരിച്ചതിനും ലാഭത്തിന് വേണ്ടി വില അമിതമായ വർധിപ്പിച്ചതിനും ഒടുവിൽ അതിനെതിരെ ജനകീയ പ്രക്ഷോഭവും കലാപവും ഉയർന്നപ്പോൾ സർക്കാരിന്റെ കുടിവെള്ളവിതരണം പുനഃസ്ഥാപിച്ചതിനും ഏറ്റവും നല്ല ഉദാഹരണമാണ് ബൊളീവിയായിലെ കൊച്ചബാംബ എന്ന പട്ടണത്തിലുണ്ടായ സംഭവങ്ങൾ. വന്ദനശിവയുടെ പുസ്തകത്തിൽ ഇത് വ്യക്തമാക്കിയിട്ടുണ്ട്. ലോകബാങ്ക് ശുപാർശയെ തുടർന്ന് 1999-ൽ കൊച്ചബാംബയിലെ ജലവിതരണം അമേരിക്കൻ കമ്പനിയായ ബെക്ടലിന് കൈമാറി. രണ്ടുവർഷത്തിനകം വെള്ളത്തിന്റെ വിലയിൽ കമ്പനി 35 ശതമാനം വർധന വരുത്തി. വരുമാനത്തിന്റെ അടിസ്ഥാനത്തിൽ ആർക്കും ഒരിളവ് നൽകിയിരുന്നില്ല. 100 ഡോളറിൽ താഴെ മാസവരുമാനവുള്ളവർക്ക് വെള്ളത്തിന്റെ വില 20 ഡോളർ വരെ നൽകേണ്ടിവന്നപ്പോൾ ജനങ്ങൾ തെരുവിലിറങ്ങി. സമരം അടിച്ചമർത്താൻ കമ്പനി നോക്കിയെങ്കിലും അന്തിമവിജയം ജനങ്ങൾക്കായിരുന്നു. നിരവധി സമരക്കാരെ വെടിവെച്ചുകൊന്നു. അടിയന്തരാവസ്ഥയ്ക്ക് സമാനമായിരുന്നു കാര്യങ്ങൾ. അവസാനം സർക്കാരിന് തന്നെ ജലവിതരണം പുനഃസ്ഥാപിക്കേണ്ടി വന്നു. കൊച്ചബാംബയിൽ മാത്രമല്ല സമ്പന്നരാജ്യമായ അമേരിക്കയിലും വെള്ളത്തിന്റെ വില ക്രമാതീതമായി വർധിക്കുന്നത് കുടുംബ ബജറ്റിനെ താളംതെറ്റിക്കുന്നുണ്ട്. 2015-ൽ അമേരിക്കയിലെ പ്രധാനപ്പെട്ട 30 നഗരങ്ങളിൽ വെള്ളത്തിന്റെ വില ആറു ശതമാനമാണ് ഒറ്റയടിക്ക് കൂട്ടിയത്. 2010 മുതൽ ഇതുവരെയുള്ള കണക്കെടുത്താൽ വെള്ളത്തിന്റെ വിലയിൽ 41 ശതമാനം വർധനവുണ്ടായെന്ന് ഔദ്യോഗിക പഠന റിപ്പോർട്ടുകളിൽ പറയുന്നു. സമ്പന്നരാജ്യങ്ങളിലെ പൗരൻമാർക്ക് ഈ വർധന ചിലപ്പോൾ വലിയ പ്രശ്നം സൃഷ്ടിച്ചേക്കില്ല. പക്ഷേ, ദരിദ്രരാജ്യങ്ങളിൽ വരുമാനത്തിന്റെ നല്ലൊരു ഭാഗം വെള്ളത്തിനു വേണ്ടി നീക്കിവയ്ക്കേണ്ടി വരുന്നത് സാധാരണക്കാർക്ക് ചിന്തിക്കാനാവില്ല. വലിയ വിലകൊടുത്ത് വെള്ളം വാങ്ങുന്നതിന് പകരം അവർ ഗുണനിലവാരം കുറഞ്ഞ സർക്കാരിന്റെ പൊതുടാപ്പുകളിലെ വെള്ളം ഉപയോഗിക്കാൻ നിർബന്ധിതരാവും. ആരോഗ്യ പ്രശ്നങ്ങൾ സൃഷ്ടിക്കുമെന്ന് അറിയാതെയല്ല പൊതുടാപ്പിലെ വെള്ളം ഉപയോഗിക്കുന്നത്, അതല്ലാതെ മറ്റു മാർഗമില്ല.

ലാറ്റിനമേരിക്കയിലെ കൊച്ചബാംബയിൽ നിന്നും പ്ലാച്ചിമടയിലേക്ക് അധികം ദൂരമൊന്നുമില്ല എന്നതാണ് വാസ്തവം. സമൃദ്ധമായി വെള്ളം കിട്ടിയിരുന്ന പ്ലാച്ചിമട വിജയനഗർ കോളനിയിലെ പഞ്ചായത്ത് കിണർ കൊക്കകോളയുടെ പ്രവർത്തനംമൂലം മലിനപ്പെടുകയും ഉപയോഗശൂന്യമാവുകയും ചെയ്തപ്പോൾ ജനങ്ങൾക്ക് കുടിവെള്ളത്തിന് മൂന്നുകിലോമീറ്റർ അകലെ കൊച്ചിക്കാട് വരെ നടന്നുപോവേണ്ട സ്ഥിതിവന്നു. പണിക്കു പോയാൽ അന്ന് കുടിക്കാൻ വെള്ളമില്ല. വെള്ളത്തിനു പോയാൽ അന്ന് പണിയ്ക്ക് പോവാൻ കഴിയില്ല. ഈ ദുരവസ്ഥ കണ്ടാണ് സുപ്രീംകോടതി നിയോഗിച്ച മോണിറ്ററിങ് സമിതി പ്ലാച്ചിമടയിലെ 300-ഓളം കുടുംബങ്ങൾക്ക് കൊക്കകോളയോട് കമ്പനിച്ചെലവിൽ പൈപ്പ് വഴി കുടിവെള്ളം വിതരണം ചെയ്യാൻ നിർദേശം നൽകിയത്. ബെക്ടൽ ലാഭത്തിനുവേണ്ടി വെള്ളത്തിന്റെവില ക്രമാതീതമായി വർധിപ്പിച്ചപ്പോൾ ഇവിടെ കൊക്കകോള ലാഭത്തിനുവേണ്ടി പ്ലാച്ചിമടയുടെ മണ്ണും കിണറും വിഷമയമാക്കി നമ്മുടെ വെള്ളംകുടി മുട്ടിച്ചു.

അടുത്ത ലോകയുദ്ധം വെള്ളത്തിന് വേണ്ടിയായിരിക്കുമെന്ന് എല്ലാ ചിന്തകരും ഉറക്കെപ്പറഞ്ഞ് കഴിഞ്ഞു. സംസ്ഥാനങ്ങളും രാജ്യങ്ങളും തമ്മിലുള്ള നദീജലതർക്കങ്ങൾ അത് ശരിവയ്ക്കുന്നു. ജനസംഖ്യ കൂടുതലുള്ള ആഫ്രിക്കയിലും പശ്ചിമേഷ്യ ഉൾപ്പെടുന്ന ഏഷ്യൻ രാജ്യങ്ങളിലുമാണ് തർക്കം കൂടുതൽ. ടൈഗ്രസ്, യൂഫ്രട്ടിസ്, നൈൽ, ജോർദാൻ നദികളിലെ വെള്ളം പങ്കുവയ്ക്കൽ പലപ്പോഴും സംഘർഷത്തിലേക്ക് വഴിവെയ്ക്കുന്നു. സിന്ധു, ബ്രഹ്മപുത്ര നദികളിലെ വെള്ളം പങ്കുവയ്ക്കലിനെചൊല്ലി ഇന്ത്യയും പാകിസ്ഥാനും ചൈനയും തമ്മിലുള്ള തർക്കങ്ങളും പതിറ്റാണ്ടുകളായി തുടരുന്നു. ഇന്ത്യയിലെ കാര്യങ്ങൾ തന്നെ നോക്കുക. കേരളവും തമിഴ്നാടും കർണാടകവും ഉൾപ്പെടുന്ന കാവേരി നദീജലതർക്കത്തിൽ തമിഴ്നാട്ടിലും കർണാടകത്തിലും ഉണ്ടായ കലാപങ്ങൾക്ക് കണക്കില്ല. അടുത്തിടെയുണ്ടായ കലാപം നിയന്ത്രിക്കാൻ പട്ടാളത്തിന് വരെ ഇറങ്ങേണ്ടിവന്നു. കേരളവും തമിഴ്നാടും തമ്മിലുള്ള മുല്ലപ്പെരിയാർ, പറമ്പിക്കുളം-ആളിയാർ കരാറുകളും പലപ്പോഴും സംഘർഷാവസ്ഥ സൃഷ്ടിക്കുന്നുണ്ട്. കൃഷ്ണ നദിയിലെ വെള്ളത്തെച്ചൊല്ലി ആന്ധ്രാപ്രദേശിലും ബീസ് നദിയിലെ വെള്ളത്തെച്ചൊല്ലി പഞ്ചാബ്-ഹരിയാന സർക്കാരുകൾ തമ്മിലും നിയമയുദ്ധം തുടരുന്നു. നദീജലതർക്കങ്ങൾ പലപ്പോഴും മണ്ണിന്റെ മക്കൾവാദത്തിലാണ് അവസാനിക്കുന്നത്. കാവേരി വിഷയത്തിലുണ്ടായ കലാപത്തിൽ അടുത്തിടെ ബാംഗ്ളൂരിൽ ഒരു തമിഴ്നാട് സ്വദേശിയുടെ 100-ഓളം ബസ്സുകളാണ് തീവെച്ച് നശിപ്പിച്ചത്. തിരിച്ചടികൾ തമിഴ്നാട്ടിലുമുണ്ടായി. മുല്ലപ്പെരിയാർ വിഷയം കത്തിനിന്നപ്പോൾ തമിഴ്നാട്ടിലുണ്ടായിരുന്ന മലയാളികളുടെ അവസ്ഥ പരിതാപകരമായിരുന്നു. മലയാളികളുടെ നിരവധി സ്ഥാപനങ്ങൾക്ക് തീയിട്ടു. ഒട്ടേറെ പേർ തങ്ങളുടെ സമ്പാദ്യങ്ങൾ ഉപേക്ഷിച്ച് കേരളത്തിലേക്ക് താമസം മാറ്റാൻ നിർബന്ധിതരായി.

ഒടുവിൽ ജലതീവണ്ടിയും...

ജലതീവണ്ടിയെന്നത് കഥകളിൽ മാത്രമായിരുന്നു കേട്ടിരുന്നത്. 2016-ലെ കൊടുംവരൾച്ചയിൽ മഹാരാഷ്ട്രയിലെ ലാത്തൂർ ഗ്രാമത്തിലേക്ക് കുടിവെള്ളം നിറച്ച തീവണ്ടി വന്നപ്പോഴാണ് ജലതീവണ്ടിയെന്ന പ്രയോഗം നമുക്ക് പരിചിതമാവുന്നത്. കിണറുകളും നീരുറവകളും കുഴൽക്കിണറുകളും വറ്റിവരണ്ടതോടെ ഒരുതുള്ളി വെള്ളത്തിന് ലാത്തൂർ നിവാസികൾ മണിക്കൂറുകൾ അലഞ്ഞു. പലർക്കും ദാഹജലം കിട്ടിയില്ല. ആഴമേറിയ കിണറുകളിലെ ഇത്തിരി വെള്ളത്തിനുവേണ്ടി നാട്ടുകാർ തമ്മിലുണ്ടായ സംഘർഷത്തിന് കണക്കില്ല. കൃഷി നശിച്ചു. കന്നുകാലികൾ ചത്തൊടുങ്ങി. ഭീതിദമായ ഈ സ്ഥിതിവിശേഷം കണ്ടാണ് ലാത്തൂരിലെ ജനങ്ങൾക്ക് വെള്ളം എത്തിക്കാൻ കേന്ദ്ര സർക്കാർ ജലതീവണ്ടി അയയ്ക്കാൻ തീരുമാനിച്ചത്. കുടിവെള്ളംകിട്ടാതെ നരകിച്ച പ്രദേശവാസികൾക്ക് വെള്ളം എത്തിക്കാൻ കേന്ദ്രസർക്കാർ അയച്ച ജലതീവണ്ടിക്ക് കനത്ത സുരക്ഷ ഒരുക്കേണ്ടിവന്നതും തീവണ്ടി സുരക്ഷിതമായി നിശ്ചിത സ്ഥലത്തെത്തിക്കാൻ അത് കടന്നുപോവുന്ന സ്ഥലങ്ങളിലൊക്കെ 144 പ്രഖ്യാപിക്കേണ്ടിവന്നതും നമ്മുടെ രാജ്യത്ത് തന്നെയായിരുന്നു സംഭവിച്ചത്. ഇവിടെ പലയിടത്തും വെള്ളം കൊള്ളയടിക്കാൻ ശ്രമിച്ചത് തടയാൻ പൊലീസിന് ലാത്തിച്ചാർജ് നടത്തേണ്ടിയും വന്നു. ജലതീവണ്ടി ലാത്തൂരിലെത്തിച്ചശേഷം അതിന്റെ ലോക്കോപൈലറ്റ് പറഞ്ഞത് തന്റെ ജീവിതത്തിലെ മറക്കാനാവാത്ത നിമിഷമെന്നായിരുന്നു. യുദ്ധമുന്നണിയിലേക്കെന്ന പോലെയായിരുന്നു ആ യാത്ര. ദാഹജലത്തിനുവേണ്ടി ജനങ്ങൾ ജലതീവണ്ടി എത്തുന്നതും കാത്ത് രാപ്പകലുകൾ കാത്തിരുന്നുവെന്ന് ഓർക്കുക. കാലവർഷവും തുലാവർഷവും തുടർച്ചയായി മാറിനിൽക്കുന്നത് ഇനിയും ആവർത്തിച്ചാൽ കേരളത്തിലെ പാലക്കാട്ടും ലാത്തൂരിലെ സംഭവങ്ങൾ ആവർത്തിക്കാനുള്ള സാധ്യത തള്ളിക്കളയാനാവില്ല.

ഓരോ വർഷവും സൂര്യതാപമേറ്റ് മരിക്കുന്നവരുടെ എണ്ണം കൂടുകയല്ലാതെ കുറയുന്നില്ല. ആന്ധ്രാപ്രദേശ് മുതൽ ഉത്തരേന്ത്യയിലെ വിവിധ സംസ്ഥാനങ്ങളിലും ഡൽഹിയിലും ഏപ്രിൽ മുതലുള്ള മൂന്നു

മാസം സൂര്യതാപമേറ്റ് മരിക്കുന്ന സംഭവങ്ങൾ സ്ഥിരം കാഴചയാണ്. കേരളത്തിൽ ഇത് പതിവല്ലെങ്കിലും കഴിഞ്ഞ കുറച്ചുവർഷമായി പാല ക്കാട്ടും മറ്റു ചില ജില്ലകളിലും സൂര്യതാപമേറ്റ് മരിക്കുന്ന സംഭവങ്ങൾ റിപ്പോർട്ട് ചെയ്യുന്നുണ്ട്. 2016-ൽ 700-ഓളം പേരാണ് രാജ്യത്ത് സൂര്യ താപമേറ്റ് മരിച്ചത്. രാജസ്ഥാനിൽ ഇന്ത്യയുടെ ചരിത്രത്തിലെ ഏറ്റവും ഉയർന്ന ചൂട് (51 ഡിഗ്രി)രേഖപ്പെടുത്തി. ചൂടിൽ മാത്രമല്ല ജനങ്ങൾ മരി ച്ചത്. വേനലിൽ കൃഷിയുണങ്ങി കടബാധ്യത താങ്ങാനാവാതെ നൂറു കണക്കിന് കർഷകരും ആത്മഹത്യ ചെയ്തു. കർഷക ആത്മഹത്യക്ക് കുപ്രസിദ്ധി നേടിയ മഹാരാഷ്ട്രയിലെ വിദർഭയിൽ മാത്രം നൂറുകണ ക്കിന് കർഷകർ ജീവൻ ത്യജിച്ചിരുന്നു. കേരളത്തിൽ പാലക്കാട്ടും വയ നാട്ടിലും സമാന രീതിയിൽ കർഷക ആത്മഹത്യകളുണ്ടായത് മറക്ക രുത്.

ആഗോളതാപനവും കാലാവസ്ഥ വ്യതിയാനവും നമ്മുടെ വീട്ടു മുറ്റത്തും എത്തിയപ്പോൾ നഷ്ടമായത് ഞാറ്റുവേലകളായിരുന്നു. മഴയുടെ കാലചക്രത്തിന് സ്ഥിരത നഷ്ടപ്പെട്ടു. തോന്നിയപോലെയായി മഴ. ഒരു തവണ കൊടും വരൾച്ചയെങ്കിൽ അടുത്തതവണ പ്രളയമായിരിക്കും. കാർഷികമേഖലയുടെ നട്ടെല്ലൊടിഞ്ഞു. വിളക്രമം തെറ്റി. ഭൂമിയിൽ ഭൂ ഗർഭജലത്തിന്റെ അളവ് ക്രമാതീതമായി കുറഞ്ഞു. ജലസമ്പന്നമായ കേരളത്തിൽ പോലും ജീവിതം ദുസ്സഹമായെങ്കിൽ പിന്നെ പുറത്തുള്ള സംസ്ഥാനങ്ങളുടെ കാര്യം പറയാതിരിക്കുകയാണ് ഭേദം. ഇവിടെയാണ് ജലസംരക്ഷണത്തിന്റെ പ്രസക്തി ഉയരുന്നത്. നമ്മുടെ നദികളും നീരു റവകളും ഭൂജലവും സംരക്ഷിക്കാൻ നമ്മൾ തന്നെ ഇറങ്ങണം. ലാഭം മാത്രം ലക്ഷ്യമിട്ട് ഭൂഗർഭജലം ചൂഷണം ചെയ്യുന്ന കമ്പനികളെ കെട്ടു കെട്ടിച്ച് ജലവിതരണച്ചുമതല സർക്കാരുകൾ ഏറ്റെടുക്കണം. അമിത ജലചൂഷണം നടക്കുന്ന മേഖലകളിൽ വെള്ളം അസംസ്കൃതവസ്തു വായി ഉപയോഗിക്കുന്ന കമ്പനികൾക്ക് അനുമതി നിഷേധിച്ചാൽ തന്നെ അവിടം മരുഭൂമിയാവുന്നത് തടയാൻ കഴിയും. പ്ലാച്ചിമട സമരത്തിന്റെ സന്ദേശം ഈ വിധത്തിൽ ഏറ്റെടുത്താൽ രാജ്യത്തെ ജലപ്രതിസന്ധിക്ക് പരിഹാരം കാണാൻ കഴിയും. ജലക്ഷാമം അനുഭവിക്കുന്ന മേഖലകളി ലെല്ലാം പ്ലാച്ചിമട മോഡൽ സമരങ്ങൾക്കും ചെറുത്തുനില്പുകൾക്കും ജനങ്ങൾ ഉണരണം. നമുക്കുവേണ്ടിയല്ല, പ്രപഞ്ചത്തിനും ഭാവിതല മുറയ്ക്കും വേണ്ടി. ■

ലാത്തൂരിന്റെ ഓർമ്മചിത്രം

ഇത് മരുഭൂമിയിലെ കാഴ്ചയൊന്നുമല്ല. മഹാരാഷ്ട്രയിലെ ലാത്തൂരിൽ 2016 ലെ കൊടും വരൾച്ചക്കാലത്തെ ഒരു ദൃശ്യം. ദാഹജലം പോലും കിട്ടാതെ വന്നപ്പോൾ ഇത്തിരിവെള്ളം അവശേഷിച്ച കിണറിനു ചുറ്റും ഗ്രാമവാസികൾ ഒന്നാകെ വെള്ളമെടുക്കാനെത്തിയപ്പോൾ. ഭാവിയെ മുന്നിൽക്കാണാൻ നമ്മൾ തയ്യാറായില്ലെങ്കിൽ ഈ ദുരന്തം കേരളത്തിലും സംഭവിച്ചേക്കാം...

അനുബന്ധം 1

പ്രവർത്തനാനുമതി ആവശ്യപ്പെട്ട് ഹിന്ദുസ്ഥാൻ കൊക്കകോള കമ്പനി പെരുമാട്ടി പഞ്ചായത്തിന് നൽകിയ അപേക്ഷയും പെരുമാട്ടി പഞ്ചായത്തിന്റെ അനുമതി പത്രവും.

(1) 37 (9)

roceedings of the Special Grade Secretary Perumatty Grama Panchayat

(Present Sri.N.Sudevan)

Sub:- D&O Trade - Installation of 2600 H.P Electric Motor in Sy.No.528/1-2, 528/1-7, 527/1, 515/7, 526/1, 516/7, 526/7 527/2, 515/9-1, 516/5, 598/1-1, 516/2., in Moolathara Village, Chittur Taluk - Approval of site - Orders issued.

Read:-(1) Application from Sri.V.Kishan, Hindustan Cococola Bottling South West Pvt.Ltd. dated 6-10-99.

(2) Order No - C2 - 16972/99/K.Dis. dated 30-12-99 of the District Medical Officer of Health, Palakkad.

(3) Panchayat Resolution No-5 dated 25-1-2000.

Order No. A3 - 463/99/ Dated: 27-1-2000

Sri.V.Kishan, Hindustan Cococola BottlingSouth West Pvt.Ltd., has applied installation permission of 2600 H.P Electric Motor for running a Cococola Bottling Plant in Sy No. 528/1-2, 528/1-7, 527/1, 515/7,526/1, 516/7, 527/2, 515/9-1, 516/5, 598/1-1, and 516/2 in Moolathara Village vide reference 1st cited.

In reference 2nd citedthe District Medical Officer of Health, Palakkad hasapproved the site from P.H.point for the installation of 2600 H.P Electric Motor for running Cococola Bottling Plant subject tothe following conditions.

The Panchayath has resolved to accord sanction to install 2600 H.P Electric Motor for running a Cococola Bottling Plant. Hence here by sanction is accorded for the installation of 2600 H.P Electric Motor for running Cococola Bottling Plant subject to the following conditions.

1. The building and installation of machinery should be made according to the sketch and plan submitted only and any additions and alterations should not be allowed without prior sanction of this office

2. A Compound wall at a minimum of height of 2.5 meters should be constructed around the site.

3. The water using for the manufacturing should be tested periodically and the source of water should be kept under sanitary type without causing any pollution.

Contd..........

38

4. Necessary protective devices should be provided around the machineries.

5. Necessary sanitary arrangements should be provided.

6. All relevant rules xxxx under Public Health and factries should be adhered.

7. All wastes should be disposed off properly.

8. Necessary emergency doors(doors with open outwards) should be provided.

He is directed to carry out the works within Three months and report the facts to this Office for inspection and granting running licence on request. He is also directed to remit the necessary installation fees.

Encl:- Approved Plan-1.

SPECIAL GRADE SECRETARY
PERUMATTY GRAMA PANCHAYAT

To

Sri. V.Kishan,
M/S Hindustan Cococola Bottling
South West Pvt. Ltd.

RECEIVED COPY

2/2/2000

(P.M. BALACHANDRAN)

5/10/98

(1)

FORM 1

...rm of Application to be made for Construction, Establishment ...nstallation of Factory, Workshop or Workplace in which Steam or other power is to be employed

[See Rule 12 (1) (b)]

...d address of the applicant	—	MR. V. KISHAN M/S HINDUSTAN COCA-COLA BOTTLING SOUTH WEST PVT. LTD
...wner of the land	—	M/S HINDUSTAN COCA-COLA BOTTLING SOUTH WEST PVT. LTD
...ent of the owners of the land if so, copy of the same	—	ENCLOSED
...n site:-	—	CHITTUR
Village	—	MOOLATHARA
Sy. No.		REGURVEY NOS :- 528/1-2, 528/1-7, 524/1, 515/7, 526/1, 516/7, 526/7, 527/2, 515/9-1, 516/5, 528/1-1, 516/1, 516/2, 516/3, 526/2, 527/2, 516/4, 526/3, 527/3, 526/4, 526/6, 526/5-1, 526/7-2, 509/1, 526/7-1, 517/1, 517/3, 515/9-2, 516/6, 526/4, 515/9-3
Extent	—	34 ACRES 41 CENTS 250 LINKS
Boundaries:		
East	—	PROPERTY BELONGING TO UNNIKRISHNA RAJAN AND DAIVATHAL KOUNDACHI
South	—	PWD ROAD
West	—	PANCHAYAT ROAD
North	—	MOOLATHARA IRRIGATION CANAL

5. Maximum number of workers proposed to be employed on any day in the factory, workshop or workplace or premises — 200

6. Distance between the site and residential area.[Specify whether distance between the Factory premises and dwelling houses is not less than 275 metres except in areas declared specifically as industrial area] — 50 MTRS

7. Distance from the nearest source of community water supply — 3-4 KMS

8. Facilities made for the disposal of all kinds of waste from the Factory without causing any water pollution or any other public health nuisance — EFFLUENT TREATMENT PLANT CHIMNEY FOR BOILER & DG SETS.

9. Scope for future expansion of factory [Indicate whether there is sufficient space for expansion of the Factory in future, if there is scope for the same — YES

10. Whether the plan of the site and the building if any proposed to be constructed has been submitted. — YES

11. Particulars as to the power machinery or plant proposed to be installed. — 2600 HP

12. Amount of Licence fee paid.

Date:

Signature of the Applicant

V. KISHAN

GLM PD 163/88

അനുബന്ധം 2

കൊക്കകോള കമ്പനി വളം എന്ന പേരിൽ വിതരണം ചെയ്ത ഖരമാലിന്യത്തിൽ കാഡ്മിയം ഉൾപ്പെടെയുള്ള വിഷവസ്തുക്കൾ കണ്ടെത്തിയതിനെക്കുറിച്ച് ബി.ബി.സിയിൽ വന്ന വാർത്ത.

BBC Home News Sport Radio TV Weather Languages Search

[an error occurred while processing this directive]

Low graphics | Accessibility help

BBC NEWS

Watch One-Minute World News

News services
Your news when you want it

News Front Page

Africa
Americas
Asia-Pacific
Europe
Middle East
South Asia
UK
Business
Health
Science & Environment
Technology
Entertainment
Also in the news

Video and Audio

Programmes
Have Your Say
In Pictures
Country Profiles
Special Reports

RELATED BBC SITES
SPORT
WEATHER
ON THIS DAY
EDITORS' BLOG

LANGUAGES
اردو
हिन्दी
বাংলা
پښتو
नेपाली
தமிழ்
සිංහල

Last Updated: Friday, 25 July, 2003, 17:51 GMT 18:51 UK

E-mail this to a friend Printable version

Coca-Cola's 'toxic' India fertiliser

Waste product from a Coca-Cola plant in India which the company provides as fertiliser for local farmers contains toxic chemicals, a BBC study has found.

The plant denies that the fertiliser is harmful to health

Dangerous levels of the known carcinogen cadmium have been found in the sludge produced from the plant in the southern state of Kerala.

The chemicals were traced in an investigation by BBC Radio 4's Face The Facts programme and prompted scientists to call for the practice to be halted immediately.

However, Vice-President of Coca-Cola in India, Sunil Gupta, denied the fertiliser posed any risk.

"We have scientific evidence to prove it is absolutely safe and we have never had any complaints," Mr Gupta said.

Face The Facts presenter John Waite visited the plant following complaints from villagers that water supplies were drying up because of the massive quantities of water required by Coca-Cola.

> **The results have devastating consequences for those living near the areas where this waste has been dumped**
>
> Professor John Henry, poisons expert

Villagers, politicians, environmentalists and scientists have accused the firm of robbing the community of the area's most precious resource.

They say the area's farming industry has been devastated and jobs, as well as the health of local people, have been put at risk.

'Disturbing'

As part of the probe, Face The Facts sent sludge samples to the UK for examination at the University of Exeter.

Tests revealed the material was useless as a fertiliser and contained a number of toxic metals, including cadmium and lead.

The lab's senior scientist, David Santillo, said: "What is particularly disturbing is that

SEE ALSO:
Pepsi facility attacked in India
31 Mar 03 | South Asia
Indian rebels target US cola
24 Mar 03 | South Asia
Coke sells hot drinks in India
12 Nov 02 | South Asia
Coke, Pepsi pay Himalayan fines
17 Sep 02 | South Asia
More security after Coca Cola attack
22 Oct 01 | South Asia

RELATED BBCi LINKS:
BBC Radio 4

RELATED INTERNET LINKS:
Coca-Cola
Kerala government
University of Exeter
The BBC is not responsible for the content of external internet sites

TOP SOUTH ASIA STORIES
Nato's Afghan death toll mounts
Dalit murders death penalty dropped
Sri Lanka cabinet meets in north
| News feeds

the contamination has spread to the water supply - with levels of lead in a nearby well at levels well above those set by the World Health Organisation."

Locals have protested at the chemicals and the draining of water

According to Britain's leading poisons expert, Professor John Henry, consultant at St Mary's Hospital in London, immediate steps should be taken by the authorities in India to ban the practice immediately.

The levels of toxins found in the samples would, he said, cause serious problems - polluting the land, local water supplies and the food chain.

"The results have devastating consequences for those living near the areas where this waste has been dumped and for the thousands who depend on crops produced in these fields," Professor Henry said.

'Good for crops'

Cadmium is a carcinogen and can accumulate in the kidneys, with repeated exposure possibly causing kidney failure.

Lead is particularly dangerous to children and the results of exposure can be fatal. Even at low levels it can cause mental retardation and severe anaemia.

Cadmium and lead were found in the samples from the fertiliser

Professor Henry said: "What most worries me about the levels found is how this might be affecting pregnant women in the area. You would expect to see an increase in miscarriages, still births and premature deliveries."

Mr Gupta said local farmers had been grateful for the fertiliser because many could not afford brand-name products of their own.

"It's good for crops," he said. "It's good for the farmers because most of them are poor and they have been using this for the past three years."

Coca-Cola say they will continue to supply the sludge to farmers.

അനുബന്ധം 3

കോളകളിലെ കീടനാശിനി സാന്നിധ്യം സംബന്ധിച്ച് 2006-ൽ സി. എസ്. ഇ പുറത്തിറക്കിയ റിപ്പോർട്ടിന്റെ പ്രസക്ത ഭാഗം

CSE Report: Analysis of pesticide residues in soft drinks, August 2006

9. CONCLUSION

From analysis of 57 samples of 11 different brands of soft drink samples it can be concluded that:

- Out of the 15 organochlorine and 13 organophosphorus pesticides analysed in the soft drink samples, Lindane, δ-HCH, Chlorpyrifos, Heptachlor and Malathion were most commonly found in 57 soft drink samples tested.
- Lindane (γ -Hexachlorocyclohexane), a potent carcinogen was detected in 100% of the samples analysed. The average concentration detected in all the samples was 5.37 ppb, which is 53.7 times the BIS limit for individual pesticides. Lindane is the most toxic of all the isomers of HCH and has powerful insecticidal properties and is used for the control of insects of field crops and pests in houses.
- δ-HCH was also detected in 100% of the samples analysed. The average concentration detected in all the samples was 0.76 ppb, which is 7.6 times the BIS limit for individual pesticides.
- Heptachlor, a organochlorine pesticide banned for use in India, was detected in 72% of the samples at an average concentration of 0.41 ppb, which is 4.1 times the BIS limit for individual pesticides in soft drinks.
- Chlorpyrifos, a suspected neuroteratogen was detected in 100% of the 57 samples analysed with an average concentration of 4.71 ppb, which is 47 times the BIS limit.
- Malathion was present in 38.6% of the samples analysed with an average concentration of 0.17 ppb, which is 1.7 times the BIS limit.
- The average concentration of total organochlorines was 6.97 ppb and that of organophosphorus pesticides was 4.88 ppb.
- Total pesticide residues in the 57 soft drink samples manufactured in India was 11.85 ppb, which is 24 times the BIS limit for total pesticides in soft drinks (0.5 ppb).
- The variations in the pesticide residues in different samples could be due to the difference in ingredients, location of the manufacturing plants, difference in batches etc.

അനുബന്ധം 4

കൊക്കകോളയുടെ ലൈസൻസ് റദ്ദാക്കിയുള്ള പെരുമാട്ടി പഞ്ചായത്തിന്റെ കത്ത്

247

പെരുമാട്ടി ഗ്രാമപഞ്ചായത്ത് സ്പെഷ്യൽ ഗ്രേഡ് സെക്രട്ടറിയുടെ നടപടിക്രമം

(ഹാജർ കെ.എൻ.ഉണ്ണികൃഷ്ണൻ)

വിഷയം - പെരുമാട്ടി ഗ്രാമപഞ്ചായത്ത്-മണിമല? പ്ലാച്ചിമടയിൽ പ്രവർത്തിക്കുന്ന ഹിന്ദുസ്ഥാൻ കൊക്കകോള ബിവറേജ് പ്രൈവറ്റ് ലിമിറ്റഡിന്റെ ലൈസൻസ് റദ്ദു ചെയ്തത്-കാരണം കാണിക്കൽ നോട്ടീസിന്മേൽ ലഭിച്ച വിശദീകരണം-തീർപ്പാക്കി ഉത്തരവാകുന്നു.

പരാമർശം -(1) ഈ ഓഫീസിലെ 9.4.2003 ലെ ബി3-378/02 നമ്പർ നോട്ടീസ്.

(2) ബഹു: കേരള ഹൈക്കോടതിയുടെ 22.4.03 തീയതിയിലെ ഒ.പി.13513/03 നമ്പർ കേസിലെ വിധി.

(3) ഹിന്ദുസ്ഥാൻ കൊക്കകോള ബിവറേജ് പ്രൈവറ്റ് ലിമിറ്റഡ് കമ്പനി പ്ലാന്റ് മാനേജർ 30.4.03 ന് നൽകിയ മറുപടി.

(4) 6.5.03 ൽ നടന്ന പേഴ്സണൽ ഹിയറിംഗ്.

(5) പെരുമാട്ടി ഗ്രാമപഞ്ചായത്തിന്റെ 12.5.03 ലെ 1-ാം നമ്പർ തീരുമാനം.

- -

ഉത്തരവ് നമ്പർ.ബി3-378/02 തീയതി 15-05-03.

- -

പെരുമാട്ടി ഗ്രാമപഞ്ചായത്ത് പരിധിയിൽപെട്ട പ്ലാച്ചിമടയിൽ പ്രവർത്തിച്ചു വരുന്ന ഹിന്ദുസ്ഥാൻ കൊക്കകോള ബിവറേജ് പ്രൈവറ്റ് ലിമിറ്റഡ് സ്ഥാപനം അമിതമായി ഭൂഗർഭജലം ചൂഷണം ചെയ്യുന്നതായും, തന്മൂലം പെരുമാട്ടി ഗ്രാമപഞ്ചായത്തിലും സമീപപ്രദേശങ്ങളിലും രൂക്ഷമായ കുടിവെള്ളക്ഷാമം അനുഭവപ്പെടുന്നതായും, ആയതിനാൽ മേപ്പടി കമ്പനിയുടെ ലൈസൻസ് പുതുക്കി നൽകേണ്ടതില്ലെന്നും 7.4.2003 ന് പഞ്ചായത്ത് തീരുമാനിക്കുകയും, ആയതിന്റെ അടിസ്ഥാനത്തിൽ മേപ്പടി സ്ഥാപനത്തിന്റെ ലൈസൻസ് റദ്ദുചെയ്യാതിരിക്കുവാൻ കാരണം ബോധിപ്പിക്കുവാൻ ആവശ്യപ്പെട്ടുകൊണ്ട് പരാമർശം-1 പ്രകാരം കമ്പനിക്ക് നോട്ടീസ് നൽകുകയുണ്ടായി. കമ്പനി അമിതമായി ഭൂഗർഭജലം ചൂഷണം ചെയ്യുന്നതും കുടിവെള്ളക്ഷാമവും സൃഷ്ടിക്കുന്ന പരിസ്ഥിതി പ്രശ്നങ്ങളും സംബന്ധിച്ചു നിരവധി ആരോപണങ്ങൾ ഉയർന്നുവരികയും നാട്ടിൽ സംഘടനകൾ വിവിധ സമരങ്ങൾ പ്രക്ഷോഭങ്ങൾ നടത്തി വരികയും ജനങ്ങളിലുണ്ടായ അസ്വസ്ഥതയിൽ പ്രശ്നത്തിന്റെ ഗൗരവം കൂടിയതായി ബോധ്യപ്പെട്ടു. അമിതമായ ഭൂഗർഭജല ഉപയോഗം ഇതിനു കാരണം. പരിസ്ഥിതി പ്രശ്നങ്ങൾ ഉണ്ടാക്കുന്നതായി പൊതുജനങ്ങളുടെ ആരോപണത്തിൽ, പൊതു താൽപര്യം മുൻനിർത്തി ഇപ്രകാരമൊരു തീരുമാനം എടുത്തിട്ടുള്ളത്.

പഞ്ചായത്തിന്റെ പ്രത്യേക നടപടികൾക്കെതിരെ കമ്പനി അധികൃതർ ബഹു. കേരള ഹൈക്കോടതിയിൽ ഫയൽ ചെയ്തിട്ടുള്ള ഒ.പി. 13513/03 നമ്പർ കേസിൽ 22.4.03 ന് ഉണ്ടായ ഉത്തരവിൽ 1.5.03 ഓടെ കമ്പനി അധികൃതർ നോട്ടീസിന് വിശദീകരണം നൽകാനും, അയത് ലഭിച്ച് രണ്ടാഴ്ചക്കകം ഒരു ശരിയായ തീരുമാനം കൈക്കൊള്ളണമെന്നും പരാതിക്കാർ ബോധ്യപ്പെടുംപക്ഷം അവരെ കേൾക്കണമെന്നും നിർദ്ദേശിച്ചിട്ടുണ്ട്.

30.4.03 ന് കമ്പനി അധികൃതർ കാരണം കാണിക്കൽ നോട്ടീസിനുള്ള മറുപടി സമർപ്പിച്ചു. പഞ്ചായത്താഫീസിൽ വെച്ച് 6-5-2003 ന് പരാതിക്കാരെ നേരിൽ കേട്ടു. വിശദീകരണ നോട്ടീസിനുള്ള മറുപടിയിലും നേരിൽ കേട്ടപ്പോഴും ഉന്നയിച്ച വസ്തുതകളിൽ പ്രധാനപ്പെട്ടവ താഴെ പറയും പ്രകാരമാണ്.

1. 2003 മാർച്ച്മാസത്തിൽ പ്രവർത്തനം തുടങ്ങിയ കമ്പനിയുടെ ലൈസൻസ് 31.3.03 വരെ ലഭിച്ചിട്ടുണ്ട്. 2003-04 വർഷത്തേക്ക് പുതുക്കലിനുള്ള അപേക്ഷയും ഫീസും 26.2.03 ന് നൽകിയിട്ടുണ്ട്. 30 ദിവസത്തിനകം അപേക്ഷ നിരസിക്കൽ ഉണ്ടാവാതിരുന്നതിനാൽ ലൈസൻസ് ലഭിച്ചതായി കരുതുന്നു. അതിനാൽ ഇതുമായി ഈ ലൈസൻസ് റദ്ദുചെയ്യുന്നത് ഭരണഘടനാ ലംഘനമാണ്.

2. ലൈസൻസ് റദ്ദ് ചെയ്യാൻ പഞ്ചായത്ത് തീരുമാനം എടുത്തശേഷമാണ് കാരണം കാണിക്കൽ നോട്ടീസ് നൽകിയിട്ടുള്ളത്. പഞ്ചായത്ത് തീരുമാനം നിയമവിരുദ്ധമാണ്.

3. മാലിന്യങ്ങളുടെ പേരിൽ തെറ്റായ ധാരണ പരത്തുന്നത് കമ്പനി വിരുദ്ധരായ ചില ബാഹ്യ ശക്തികളാണ്.

4. ഭൂഗർഭജല ചൂഷണവും, പരിസ്ഥിതി പ്രശ്നങ്ങളും ആരോപിച്ച് ലൈസൻസ് റദ്ദുചെയ്യാൻ പഞ്ചായത്തിന് അധികാരമില്ല.

5. വ്യാവസായിക വളർച്ചയെ ബാധിക്കുന്ന തീരുമാനം പ്രദേശത്തെ നിക്ഷേപക സംരംഭകർക്ക് ആശങ്കയും ഭീതിയുളവാക്കുന്ന തരത്തിലാണ് പഞ്ചായത്തിന്റെ തീരുമാനം ഉണ്ടായിട്ടുള്ളത്.

6. പാലക്കാട് ജില്ലയിൽ പൊതുവേയും, ചിറ്റൂർ താലൂക്ക് പ്രത്യേകിച്ചും 2002 വർഷത്തിൽ വരൾച്ചയുടെയും, മഴക്കമ്മിയുടെയും കെടുതി ഉണ്ടായിട്ടുണ്ട്.

249

7. ലൈസൻസ് റദ്ദുചെയ്തുകൊണ്ടുള്ള പഞ്ചായത്തു തീരുമാനം പിൻവലിക്കാനും വിശദീകരണത്തിന്റെയും തെളിവുകളുടെയും അടിസ്ഥാനത്തിൽ ലൈസൻസ് പുതുക്കി നൽകുകയും വേണം.

ഈ തുടർന്നുള്ള കാര്യങ്ങളാണ് വിശദീകരണ നോട്ടീസിലും നേരിൽ കേട്ടപ്പോഴും കമ്പനി അധികൃതർ ബോധിപ്പിച്ചിട്ടുള്ളത്.

12.5.03 ന് ചേർന്ന പഞ്ചായത്തു യോഗം മേപ്പടി വിശദീകരണവും അതോടൊപ്പം സമർപ്പിച്ചിട്ടുള്ള ഉള്ളടക്കങ്ങളും, നേരിൽ കേട്ട വസ്തുതകളും തെളിവുകളും വിശദമായി പരിശോധിച്ച് താഴെപറയും പ്രകാരം തീരുമാനം കൈക്കൊണ്ടിട്ടുണ്ട്.

"പ്ലാച്ചിമടയിലുള്ള ഹിന്ദുസ്ഥാൻ കൊക്കോകോള ബിവറേജ് പ്രൈവറ്റ് ലിമിറ്റഡ് എന്ന സ്ഥാപനം അമിതമായി ജലചൂഷണം നടത്തുന്നതിന്റെ ഫലമായി സമീപ പ്രദേശങ്ങളിലെ കിണറുകളിലെയും ജലാശയങ്ങളിലെയും ജലസ്രോതസ്സ് ഇല്ലാതാകുകയും പരിമിതമായി ലഭിക്കുന്ന വെള്ളത്തിന്റെ ഗുണമേന്മ കുറയുകയും തന്മൂലമായി ആരോഗ്യ-പരിസ്ഥിതി പ്രശ്നങ്ങളും രൂക്ഷമായ കുടിവെള്ള ക്ഷാമവും അനുഭവപ്പെടുന്നതായി പഞ്ചായത്തിന് ബോദ്ധ്യപ്പെട്ടിട്ടുണ്ട്. ഇതുസംബന്ധിച്ച് പൊതുജനങ്ങൾക്കിടയിൽ വലിയതോതിൽ ആശങ്കയും, ഈ പ്രക്ഷോഭങ്ങളും ശക്തിപ്പെട്ടു വരികയാണ്. കുടിവെള്ള പ്രശ്നവും, ആരോഗ്യ-പരിസ്ഥിതി പ്രശ്നവും ഒരു യാഥാർത്ഥ്യമായി നിലനിൽക്കുന്നു. കമ്പനി അധികൃതർ വിശദീകരണത്തോടൊപ്പവും, നേരിൽ കേട്ടപ്പോഴും സമർപ്പിച്ച തെളിവുകൾ വാസ്തവ വിരുദ്ധമാണ്.. ഈ പഞ്ചായത്തിന് ബോദ്ധ്യപ്പെട്ടിരിക്കയാൽ ലൈസൻസ് റദ്ദു ചെയ്തതുതന്നെയും, പുതുക്കി കിട്ടണമെന്നുമുള്ള കമ്പനി അധികൃതരുടെ അപേക്ഷ പരിഗണനാർഹമല്ലെന്നും, ലൈസൻസ് പുതുക്കി നൽകേണ്ടതില്ലെന്നും ഐകകണ്ഠേന തീരുമാനിച്ചു."

കമ്പനിയുടെ വാദഗതികൾ വസ്തുത വിരുദ്ധമാണെന്ന് പഞ്ചായത്ത് അഭിപ്രായപ്പെട്ട സാഹചര്യത്തിൽ 30.4.2003 ന് സമർപ്പിച്ച അപേക്ഷയിലും നേരിൽ കേട്ടപ്പോൾ ബോധിപ്പിച്ച വസ്തുതകളും തെളിവുകളും സ്വീകാര്യമല്ല. പഞ്ചായത്ത് കൈക്കൊണ്ടിട്ടുള്ള മേപ്പടി തീരുമാനത്തിന്റെ അടിസ്ഥാനത്തിൽ 2003-2004 വർഷത്തെ ലൈസൻസിന് മേൽ പ്രാബല്യമില്ലാത്തതിനാൽ ലൈസൻസ് റദ്ദു ചെയ്യുന്നത് അപേക്ഷ പരിഗണിക്കുവാൻ നിർവ്വാഹമില്ല.

മേൽ നടപടികളുടെ അടിസ്ഥാനത്തിൽ ഹിന്ദുസ്ഥാൻ കൊക്കോകോള ബിവറേജസ് പ്രൈവറ്റ് ലിമിറ്റഡ് എന്ന സ്ഥാപനത്തിന് പെരുമാട്ടി ഗ്രാമപഞ്ചായത്ത് അനുവദിച്ചിരുന്ന ഫാക്ടറിയുടെ പ്രവർത്തനാനുമതി നൽകിയിരുന്ന ബോട്ട്ലിംഗ് പ്ലാൻറിൻെറ ലൈസൻസ് റദ്ദു ചെയ്തുകൊണ്ട് ഇതിനാൽ ഉത്തരവാകുന്നു. കമ്പനിയുടെ പ്രവർത്തനം 17.5.2003 മുതൽ നിറുത്തിവയ്ക്കേണ്ടതും വിവരം ഈ ഓഫീസിനെ അറിയിക്കേണ്ടതുമാണ്.

ബഹു: കേരള ഹൈക്കോടതിയുടെ 22.4.03 ലെ ഒ.പി.13513/03 നമ്പർ ഉത്തരവിലെ നിർദ്ദേശത്തിൻെറ അടിസ്ഥാനത്തിൽ മേൽപറഞ്ഞ പ്രകാരം മേൽപടി നടപടികളും ചെയ്തിരിക്കുന്നു.

സ്പെഷ്യൽ ഗ്രേഡ് സെക്രട്ടറി,
പെരുമാട്ടി ഗ്രാമ പഞ്ചായത്ത്.

പ്ലാൻറ് മാനേജർ
ഹിന്ദുസ്ഥാൻ കൊക്കോകോള ബിവറേജ്-
പ്രൈവറ്റ് ലിമിറ്റഡ്,
കന്നിമാരി (പി.ഒ.),
ചിറ്റൂർ വഴി.

പകർപ്പ്: - 1) ജില്ലാ കളക്ടർ, പാലക്കാട്.(ദയവായുള്ള അറിവിന്).
2) പഞ്ചായത്ത് ഡെപ്യൂട്ടി ഡയറക്ടർ, പാലക്കാട്. "
3) സർക്കിൾ ഇൻസ്പെക്ടർ ഓഫ് പോലീസ്, ചിറ്റൂർ-തത്തമംഗലം

അനുബന്ധം 5

കൊക്കകോളയുടെ ഖരമാലിന്യത്തിൽ കാഡ്മിയം ഉൾപ്പെടെയുള്ള അപകടകരമായ മാലിന്യങ്ങൾ കണ്ടെത്തിയതായുള്ള സംസ്ഥാന മലിനീകരണ നിയന്ത്രണ ബോർഡിന്റെ കത്ത്

5

(31) 2 69 ANNEXURE (32)

09 ... 2009 15:41 KSPCB, PALAKKAD 04912505542 p. 1

KIND ATTN: Smt. M.S. SHEEBA, EE

KERALA STATE POLLUTION CONTROL BOARD PALAKKAD. Date. 12-8-03 DISTRICT OFFICE

HW. 5

Email: kspcb@asianetindia.com
Telephone: 2318153, 2318154 & 2318155
Annex: 2304642, 2304643
FAX: 2318152

KERALA STATE POLLUTION CONTROL BOARD
PATTOM P.O., THIRUVANANTHAPURAM - 695 004
www.keralapcb.org

In reply please refer to: PCB/HO/HWM/CC-PLT/2003 Date : 7-8-2003

From

The Member Secretary

To

M/s Hindustan Cocoa Cola Beverages (P) ltd
Moolathara village
Chittoor,
Palakkad-6778534

Sub:- **Hazardous waste discharge from the factory- Reg.**

Ref:- This office letter No.PCB/H/EC/PLKD/15/2002 dated 5-8-2003

Sirs,

In continuation to the letter cited it is informed that the sludge sample taken from your factory premises has revealed a cadmium concentration of 201.8mg/kg on analysis by the Board. This quantity of cadmium in the waste is above the limit prescribed under schedule 2 class A of the Hazardous Waste (Management & Handling) Rules; which specifies a maximum concentration limit of 50mg/kg. The waste is hence to be treated as Hazardous Waste. You are requested to take immediate action to stop the supply of this waste to external agencies and also internal use as manure. Whatever waste that has been transported outside should immediately be recovered and stored in secured site within the factory premises itself. Please note that non-compliance with Board's direction can invite severe legal action against the company. A report on the compliance is also to be reported immediately.

Yours faithfully,

MEMBER SECRETARY

Copy to:- EE, Palakkad D.O

1/4/14

PUBLIC INFORMATION OFFICER
KERALA STATE POLLUTION CONTROL BOARD
PATTOM P.O., THIRUVANANTHAPURAM-695 004

അനുബന്ധം 6

ഹൈക്കോടതി ഉത്തരവിനെ തുടർന്ന് 13 വ്യവസ്ഥകൾ മുൻനിർത്തി പെരുമാട്ടി പഞ്ചായത്ത് കൊക്കകോളയ്ക്ക് മൂന്നു മാസത്തേക്ക് ലൈസൻസ് പുതുക്കി നൽകിയതിന്റെ കത്ത്.

(21)

പെരുമാട്ടി ഗ്രാമപഞ്ചായത്ത് സ്പെഷ്യൽഗ്രേഡ് സെക്രട്ടറിയുടെ നടപടിക്രമം

(ഹാജർ : ടി. ഹൃദയരാജ്)

വിഷയം : ഡി & ഒ ട്രേഡ് ലൈസൻസ്-ഹിന്ദുസ്ഥാൻ കൊക്കകോള ബീവറേജസ് പ്രൈവറ്റ് ലിമിറ്റഡ്, പ്ലാച്ചിമട- മൂന്നുമാസ കാലയളവിലേക്ക് ലൈസൻസ് അനുവദിച്ച് ഉത്തരവാകുന്നു.

പരാമർശം : 1) ബഹു. കേരള ഹൈക്കോടതിയുടെ 16.11.05ലെ IA.2981/05 in W.A.2125/03 വിധിന്യായം.

2) ഹിന്ദുസ്ഥാൻ കൊക്കകോള ബീവറേജസ് പ്രൈവറ്റ് ലിമിറ്റഡ് കമ്പനിയുടെ ഏരിയാ ജനറൽമാനേജരുടെ 7.12.05ലെ ലൈസൻസിനുള്ള അപേക്ഷ.

3) പെരുമാട്ടി ഗ്രാമപഞ്ചായത്തിന്റെ 4.1.2006ലെ 1-ാം നമ്പർ തീരുമാനം.

ഉത്തരവ് നമ്പർ : ബി3-[illegible]/05 തീയതി : 4.1.2006

പരാമർശം രണ്ട് പ്രകാരം 7.12.05ന് ഹിന്ദുസ്ഥാൻ കൊക്കകോള ബീവറേജസ് പ്രൈവറ്റ് ലിമിറ്റഡ് കമ്പനിക്കുവേണ്ടി പരാമർശം ഒന്നിലെ ബഹു. കേരള ഹൈക്കോടതിയുടെ അടിസ്ഥാനത്തിലും 1994ലെ കേരള പഞ്ചായത്ത് രാജ് ആക്ട് ചട്ടങ്ങൾ അനുസരിച്ചും ഏരിയാ ജനറൽ മാനേജർ ലൈസൻസിനുവേണ്ടി സമർപ്പിച്ച അപേക്ഷ പെരുമാട്ടി ഗ്രാമപഞ്ചായത്തിന്റെ ഭരണസമിതിയോഗം 4.1.2006ന് വിശദമായി പരിശോധിക്കുകയും ചർച്ച ചെയ്യുകയും ചെയ്തു. ബഹു. കേരള ഹൈക്കോടതിയുടെയും ബഹു. സുപ്രീം കോടതി നിയമിച്ച സുപ്രീം കോടതി മോണിറ്ററിംഗ് സമിതിയുടെയും നിർദ്ദേശങ്ങൾക്കനുസരിച്ച് പെരുമാട്ടി ഗ്രാമപഞ്ചായത്ത് ഭരണസമിതി പരാമർശം മൂന്നിലെ ഒന്നാം നമ്പർ തീരുമാനപ്രകാരം താഴെ പറയുന്ന കർശന നിബന്ധനകൾക്ക് വിധേയമായി 4.1.2006 മുതൽ മൂന്നു മാസക്കാലയളവിലേക്ക് ലൈസൻസ് നല്കുവാൻ തീരുമാനിച്ചിരിക്കുന്നു.

<u>ലൈസൻസി പാലിക്കേണ്ട നിബന്ധനകൾ</u>

1) ബഹു. സുപ്രീം കോടതിയുടെ എം.സി.മേത്ത V/s യൂണിയൻ ഓഫ് ഇന്ത്യ 2004 (12) SCC 118 എന്നായി പ്രസിദ്ധീകരിച്ച വിധിന്യായത്തിൽ ഭൂഗർഭജലം സമൂഹത്തിന്റെ സ്വത്താണെന്നും വായു, വെള്ളം, മണ്ണ് തുടങ്ങിയവ ഉപയോഗിക്കുന്നതിന് പൗരനുള്ള അവകാശം ഭരണഘടനയുടെ 21-ാം അനുച്ഛേദത്തിന്റെ പരിരക്ഷയിൽ ഉൾപ്പെടുന്നതാണെന്നും പരിസ്ഥിതിയുടെ സന്തുലനാവസ്ഥ നിലനിർത്തേണ്ടത് അത്യാവശ്യമാണെന്നും മേൽപ്പറഞ്ഞ അത്യുന്നത കോടതി പ്രഖ്യാപിച്ചിരിക്കുന്നു. ഗാർഹിക, കൃഷി ആവശ്യങ്ങൾ എന്നിവയ്ക്ക് ഭൂഗർഭജലം അത്യന്താപേക്ഷിതമാണെങ്കിൽ അതിന് മുൻതൂക്കം നല്കേണ്ടതാണെന്നും ബഹു. സുപ്രീം കോടതി അഭിപ്രായപ്പെട്ടിരിക്കുന്നു. മേൽ പ്രസ്താവിച്ച കോടതി വിധിയുടെ അടിസ്ഥാനത്തിലും പെരുമാട്ടി ഗ്രാമപഞ്ചായത്തിലെ ചില പ്രദേശങ്ങളിൽ നിലനില്ക്കുന്ന ജലക്ഷാമം പ്രത്യേകിച്ചും ഫെബ്രുവരി മുതൽ ഏപ്രിൽ വരെയുള്ള കാലങ്ങളിൽ കണക്കിലെടുത്തും കേരള പഞ്ചായത്ത് രാജ് ആക്ട് നിയമത്തിലെ 166, 218, 219 എന്നീ വകുപ്പുകളനുസരിച്ചും 1994-ലെ അവ സംബന്ധമായ ചട്ടങ്ങളനുസരിച്ചും പെരുമാട്ടി ഗ്രാമപഞ്ചായത്തിലെ ഒന്നുമുതൽ എട്ട് വരെയുള്ള വാർഡുകളിലും പതിനൊന്നുമുതൽ പതിനേഴ് വരെയുള്ള വാർഡുകളിലും ഉൾപ്പെടുന്ന മുഴുവൻ പ്രദേശങ്ങളിലും ഉള്ള നീരുറവകൾ, ഭൂഗർഭജലം എന്നിവ സംരക്ഷിക്കേണ്ടതും പൊതുവായതും 2006 ജനുവരിമാസം ഒന്നാം തീയതിമുതൽ കുടിവെള്ളം, ഗാർഹിക കാർഷിക ആവശ്യങ്ങൾ എന്നിവയ്ക്ക് മാത്രമേ ഉപയോഗിക്കാവൂ എന്ന് 20.12.05 ൽ കൂടിയ പഞ്ചായത്ത് ഭരണസമിതിയോഗം തീരുമാനിച്ചിരിക്കുന്നു. ആ പ്രദേശങ്ങളിലെ നിവാസികളുടെ ജലദൗർലഭ്യം കുറയ്ക്കുന്നതിന് ഒരു [illegible] പദ്ധതിയും പഞ്ചായത്ത് ആവിഷ്ക്കരിച്ചിട്ടുണ്ട്.

മേൽപ്പറഞ്ഞ പഞ്ചായത്ത് തീരുമാനത്തിന്റെ അടിസ്ഥാനത്തിലും, ഭൂഗർഭജലവകുപ്പ് പെരുമാട്ടി ഗ്രാമപഞ്ചായത്ത് അമിത ഭൂഗർഭ ജലചൂഷണമേഖലയായി പ്രഖ്യാപിച്ചതിന്റെ അടിസ്ഥാനത്തിലും ബഹു. സുപ്രീംകോടതി മോണിറ്ററിംഗ് സമിതിയുടെ റിപ്പോർട്ടുകളുടെ അടിസ്ഥാനത്തിലും താങ്കളുടെ സ്ഥാപനം വ്യവസായികാവശ്യങ്ങൾക്കോ, ശീതള പാനീയങ്ങൾ, എരിയേറ്റഡ് കാർബണേറ്റ് ബിവറേജസ്, ഫ്രൂട്ട് ജ്യൂസ് തുടങ്ങിയവയുടെ നിർമ്മാണത്തിനോ പെരുമാട്ടി ഗ്രാമപഞ്ചായത്ത് പ്രദേശങ്ങളിൽനിന്ന് ഭൂഗർഭജലം ഉപയോഗിക്കാൻ പാടുള്ളതല്ല.

2) ഈ ലൈസൻസ് താങ്കളുടെ അപേക്ഷയിൽ കാണിച്ച ആവശ്യത്തിന് മാത്രമല്ലാതെ മറ്റ് ലൈസൻസുകൾ ആവശ്യമായ ഒരു പ്രവൃത്തിക്കും സാധകമാവുന്നതല്ല.

3) ലൈസൻസ് ആവശ്യമുള്ള മറ്റേതെങ്കിലും പ്രവൃത്തി താങ്കളുടെ സ്ഥാപനം ഏർപ്പെടുന്നതാകയാൽ ലൈസൻസ് എടുക്കാത്ത അത്തരം പ്രവൃത്തികൾ നിയമവിരുദ്ധമായി പ്രഖ്യാപിച്ച് ഉടൻതന്നെ നിർത്തിവെയ്ക്കാൻ പഞ്ചായത്തിന് അവകാശമുണ്ടായിരിക്കുന്നതാണ്.

4) താങ്കളുടെ സ്ഥാപനത്തിന് മലിനീകരണ നിയന്ത്രണബോർഡിൽ നിന്നുമുള്ള അനുമതി പത്രവും ഫാക്ടറീസ് ആക്ട് അനുസരിച്ചുള്ള ലൈസൻസുകളും ഉണ്ടെന്ന് പഞ്ചായത്തിനെ ബോധ്യപ്പെടുത്തേണ്ട ചുമതല ബഹു. കേരള ഹൈക്കോടതിയുടെ 7.4.2005ലെ WA 2125 വിധിയനുസരിച്ചുള്ള ബാധ്യത ഈ ലൈസൻസ് പുറപ്പെടുവിച്ച് 15 ദിവസത്തിനകം പഞ്ചായത്തിനെ ബോധ്യപ്പെടുത്തേണ്ടതാണ്.

5) പെരുമാട്ടി ഗ്രാമപഞ്ചായത്ത് പ്രദേശത്തെ നിവാസികൾ ഇന്നും ടാങ്കർലോറികളിൽ കൊണ്ടു വരുന്ന വെള്ളം ആശ്രയിച്ചാണ് കഴിയുന്നത് എന്നതു കണക്കിലെടുത്തുകൊണ്ട് കമ്പനി പ്രതിദിനം ഒരു ലക്ഷം ലിറ്റർ വെള്ളം പഞ്ചായത്ത് നിർദ്ദേശിക്കുന്ന ചുവടെ പറയുന്ന സ്ഥലങ്ങളിലെ ജനങ്ങൾക്ക് വിതരണം ചെയ്യേണ്ടതാണ്.

<u>ജലം വിതരണം ചെയ്യേണ്ട പ്രദേശങ്ങൾ :</u>

പ്ലാച്ചിമട, വിജയനഗർ, മമ്മിൽ, കുഞ്ചുമേനോൻപതി, നെല്ലിമേട്, കടമ്പാൻപാറ, ചളിപ്പതി, അമ്മാസകോളനി, മാധവൻനായർകോളനി, കരിക്കുന്ന്, പൂവരശുമരത്തുകാട്, മാമരത്തുകാട്, മുലക്കട, സർക്കാർപതി, കമ്പാലത്തറ, ഗ്രാമ്പി, ഗ്രാമ്പി അമ്മൻകോളനി, കറുപ്പിള്ളിച്ചുറക്കാട്, രാജമാണിക്യംകാട്, മീനാക്ഷിപുരം, കൂട്ടുക്കാരൻകാട്, എല്ലക്കാട്, മുത്തുസ്വാമിപുതൂർ, രാമർപണ്ണ, വേമ്പം, മലമട്, പുതുശ്ശേരി പുറയോരം, അഞ്ചുവള്ളക്കാട്, അഞ്ചുവള്ളക്കാട്പാറക്കളം.

6) ബഹു. സുപ്രീം കോടതി നിയമിച്ച മോണിറ്ററിംഗ് സമിതി താങ്കളുടെ സ്ഥാപനം സന്ദർശിച്ച് താങ്കളുടെ സ്ഥാപനത്തിൽനിന്ന് പുറത്ത് വിടുന്ന ഖരമാലിന്യങ്ങളിൽ ജനങ്ങളുടെ ആരോഗ്യത്തെ ബാധിക്കുന്ന മാരക വിഷാംശങ്ങൾ കണ്ടെത്തിയിരിക്കുന്നു. മോണിറ്ററിംഗ് സമിതിയിലെ അംഗങ്ങൾ തന്നെ താങ്കളുടെ സ്ഥാപനം വലിച്ചെടുക്കുന്ന ഭൂഗർഭജലം കുടിച്ചതിനു ശേഷം അതിന്റെ രുചി ശരിയല്ലെന്നും കുടിവെള്ളത്തിനായി ഉപയോഗിക്കാൻ അനുയോജ്യമല്ലെന്നും കണ്ടെത്തിയിരിക്കുന്നു. ഈ റിപ്പോർട്ടും കൂടി പരിഗണിച്ചാണ് ഭൂഗർഭജലം എടുക്കുന്നതിന് നിബന്ധനകളും നിയന്ത്രണവും ഏർപ്പെടുത്താൻ പഞ്ചായത്ത് നിർബന്ധിതമായത്. ഈ സാഹചര്യത്തിൽ കേരള പഞ്ചായത്ത് രാജ് നിയമത്തിലെ വിവിധ വകുപ്പുകൾ വഴി പഞ്ചായത്തിന് സിദ്ധിച്ച അവകാശത്തിന്റെ അടിസ്ഥാനത്തിൽ താങ്കളുടെ സ്ഥാപനത്തിൽനിന്ന് പുറത്തുവിടുന്ന ഖരമാലിന്യങ്ങൾ ഫാക്ടറി പരിസരത്തു നിന്ന് ഒരു രീതിയിലും പുറത്തേക്ക് കൊണ്ടു പോകരുതെന്നും ഖരമാലിന്യങ്ങൾ അവിടെ തന്നെ വേണ്ടവിധം സംസ്കരിച്ച് ശുദ്ധീകരിക്കാനുള്ള സംവിധാനം ഈ ലൈസൻസ് നല്കിയ തിയ്യതിമുതൽ ഒരു മാസത്തിനകം ഏർപ്പെടുത്തി പഞ്ചായത്തിനെ ബോധ്യപ്പെടുത്തേണ്ടതാണ്.

7) ബഹു. കേരള ഹൈക്കോടതിയുടെ 7.4.2005ലെ വിധിന്യായപ്രകാരമുള്ള കമ്പനി നടത്തേണ്ട സാമൂഹ്യസുരക്ഷാപദ്ധതികൾ ഗ്രാമപഞ്ചായത്തുമായി ചർച്ച ചെയ്തശേഷം ഈ ലൈസൻസ് പുറപ്പെടുവിച്ച് ഒരു മാസത്തിനകം നടപ്പാക്കേണ്ടതാണ്.

8) കേന്ദ്ര സർക്കാരിൽനിന്നും താങ്കളുടെ സ്ഥാപനം പോലെയുള്ളവ നടത്തുന്നതിലേക്കാവശ്യമായ ഫുഡ് പ്രോഡക്ട് ഓർഡർ നിലവിലുണ്ടെന്ന് ഈ ലൈസൻസ് പുറപ്പെടുവിച്ച് 15 ദിവസത്തിനകം പഞ്ചായത്തിനെ ബോധ്യപ്പെടുത്തേണ്ടതാണ്.

9) കേരള പഞ്ചായത്ത് രാജ് ആക്ടിലെ 166, 171 എന്നീ വകുപ്പുകളനുസരിച്ച് പഞ്ചായത്തിൽ നിക്ഷിപ്തമായ ചുമതലകൾ നിർവ്വഹിക്കുന്നതിന് താങ്കളുടെ സ്ഥാപനത്തിൽ നിർമ്മിക്കപ്പെടുന്ന ഉല്പന്നങ്ങളിൽ കാഡ്മിയം തുടങ്ങിയ മാരക വിഷങ്ങൾ ഉണ്ടെന്നുള്ള ഭയപ്പാട് ഒഴിവാക്കാൻ വേണ്ട നടപടികളും രേഖകളും ഈ ലൈസൻസ് പുറപ്പെടുവിച്ച് 15 ദിവസത്തിനകം പഞ്ചായത്തിൽ ഹാജരാക്കേണ്ടതാണ്.

10) ഈ ലൈസൻസിന്റെ കാലാവധി നിലവിലിരിക്കുന്ന പ്രത്യേക സാഹചര്യങ്ങൾ കണക്കിലെടുത്തുകൊണ്ട് പരീക്ഷണാർത്ഥം 4.1.2006 മുതൽ 4.4.2006 വരെയായി മൂന്നു മാസം ക്ലിപ്തപ്പെടുത്തിയിരിക്കുന്നു.

11) ഇതുപ്രകാരം പുറപ്പെടുവിക്കുന്ന ലൈസൻസിനുള്ള ഫീസ് 7500/- രൂപയും പി.എഫ്.എ. 125/- രൂപയും ചേർത്ത് ഗ്രാമപഞ്ചായത്തിൽ 7625/- രൂപ ഫീസ് താങ്കൾ 11.1.2006നുള്ളിൽ അടച്ച് ലൈസൻസ് കൈപ്പറ്റേണ്ടതും അല്ലാത്തപക്ഷം സ്വമേധയാ ലൈസൻസ് റദ്ദായി പോയതായി കണക്കാക്കേണ്ടതുമാണ്.

12) മേൽ നിശ്ചയിച്ച കാലാവധിക്കുള്ളിൽ ഏതെങ്കിലും നിബന്ധനകൾ പാലിക്കാത്തപക്ഷം അനുവദിച്ച ലൈസൻസ് സ്വമേധയാ റദ്ദ് ചെയ്തതായി കണക്കാക്കാവുന്നതാണ്.

13) ഈ ലൈസൻസ് പെരുമാട്ടി ഗ്രാമപഞ്ചായത്ത് ബഹു. സുപ്രീം കോടതിയിൽ സമർപ്പിച്ച വിവിധ സ്പെഷൽ ലീവ് ഹർജികളിൽ ഉണ്ടായേക്കാവുന്ന ഉത്തരവുകൾക്കും വിധികൾക്കും വിധേയമാണ്. ബഹു. കേരള ഹൈക്കോടതി തള്ളിക്കളഞ്ഞ ഹർജി ഉത്തരവിലെ I.A.2189/05 in W.A.2125/03 16-11-2005-ലെ വിധിയിലെ പരാമർശങ്ങൾക്കനുസരിച്ചാണ് നല്കുന്നത്.

പഞ്ചായത്ത് ഭരണസമിതി മൂന്നു മാസക്കാലയളവിലേക്ക് ലൈസൻസ് ഫീസ്, പി.എഫ്.എ. എന്നിവ യഥാക്രമം Rs. 7500/-, Rs. 125/- ഇതാക്കിയാൽ മതി എന്ന് തീരുമാനിച്ചിരിക്കയാൽ താങ്കൾ ഗ്രാമപഞ്ചായത്തിൽ സമർപ്പിച്ച Rs. 1,52,500/- രൂപയുടെ പേ ഓർഡർ ഇതോടൊപ്പം തിരികെ അയയ്ക്കുന്നു. (Pay Order No. 389525/0878940/05-06 dt. 7-12-05 of ING Vysya Bank)

വിശ്വസ്തതയോടെ

അനുബന്ധം 7

സംസ്ഥാന മലിനീകരണ നിയന്ത്രണ ബോർഡ് കൊക്ക കോളയ്ക്ക് നൽകിയ കാരണം കാണിക്കൽ നോട്ടീസ്

General: 0471 - 2312910, 2318153, 2318154, 2318155 Chairman: 2318150 Member Secretary: 2318151

e-mail: kspcb@keralapcb.org FAX: 2318152 web: www.keralapcb.org

KERALA STATE POLLUTION CONTROL BOARD

Pattom P.O., Thiruvananthapuram-695 004

Registered with A/D

No. PCB/PLKD/CE/32/99 Date: 27.09.2007

SHOW CAUSE NOTICE

WHEREAS Hidustan Coca-cola Beverages (Pvt.) Ltd. (hereinafter referred to as the Company) applied for Consent of the Board in June 1999 to establish a factory for manufacturing 5,61,000 litre of soft drinks (Coca-cola, Limca, Fanta, Thumps up, Sprite, Kinley soda and Maaza) per day at Plachimada in Palakkad District;

WHEREAS Consent to operate was issued to the Company by the Board with validity upto 31.12.2004;

WHEREAS the toxic heavy metal cadmium was found in concentrations in the range 200-300 mg/kg against the tolerance limit of 50mg/kg in the sludge from the effluent treatment plant of the company;

WHEREAS the company had used the sludge as manure within its own premises and also given it free of cost to the farmers;

WHEREAS the Board had conducted studies on well water quality in the area and found that cadmium in water of the well of Shri. Manikyam Chettiyar, in whose premises the sludge was applied, was at 0.01 mg/l and that in the water of the Panchayat well near the factory premises was at 0.02 mg/l against the tolerance limit of 0.01 mg/l in drinking water;

WHEREAS it is evident that the well water was polluted by cadmium leached from the sludge disposed by the company;

WHEREAS the Monitoring Committee appointed by the Honourable Supreme Court to oversee implementation of the order of the court in W.P.(C) 657/95 inspected the factory premises of the Company and the surrounding area and noticed that due to the operation of the Company, severe pollution was caused to the drinking water sources of a large number of people who were dependant on well water;

WHEREAS further studies conducted by the CPCB revealed that the sludge from nearly half of such soft drink industries contained cadmium in excess of tolerance limits;

WHEREAS the Company which is in the line of production of soft drinks for a very long time can be reasonably be presumed to have been aware of the adverse effects caused by disposal of the sludge on land but displayed callous indifference and criminal negligence;

AND WHEREAS the Company authorities are therefore liable to be held responsible for the commitment of the aforesaid offence of violation of section 24 of the Water Act by contaminating the drinking water sources by the seepage of cadmium from the sludge generated by the Company and this offence is punishable under section 43 read with section 47 of the Water (Prevention & Control of Pollution) Act 1974;

NOW THEREFORE you are hereby called upon to show cause, if any, within 15 days of receipt of this notice, why you shall not be proceeded against under sections 43 and 47 of the Water Act 1974.

Dated this the 27th day of September 2007

For and on behalf of the
KERALA STATE POLLUTION CONTROL BOARD

CHAIRMAN

To

1. Shri Vineeth Kumar Kapila
   (Occupier Hindustan Coca Cola Beverages (Pvt.) Ltd. PLKD)
   Enkay Towers, Udyog Vihar,
   Phase V, Gurgaon,
   Haryana 122106
2. The Hindustan Coca Cola Beverages (Pvt.) Ltd.,
   Moolathara Village, Kannimari P.O.,
   Chittur taluk,
   Palakkad - 678 534.

Copy to:

1. CEE, RO, KKD
2. SEE, DO, PLKD

അനുബന്ധം 8

പ്ലാച്ചിമട ഉന്നതാധികാര സമിതി റിപ്പോർട്ട് അംഗീകരിച്ച് സംസ്ഥാന സർക്കാർ പുറപ്പെടുവിച്ച ഉത്തരവ്

GOVERNMENT OF KERALA

Abstract

Water Resources Department –Recommendations of High Power Committee for assessing the nature and magnitude of loss sustained on account of functioning of the Coco Cola Company in Plachimada - Approved- Orders issued.

WATER RESOURCES (GW) DEPARTMENT

G.O.(MS) No. 37 /2010 /WRD Dated, Thiruvananthapuram , 03 ..07 ..2010.

Read: 1. G.O.(Rt) No. 425/09/WRD dated 17..04..2009.
2. G.O.(Rt) No. 542/09/WRD dated 23..05..2009.
3. Report of the High Power committee headed by the Additional Chief Secretary.

ORDER

As per G.O read as 1st paper above, Government had decided to appoint a High Power Committee to assess the nature and magnitude of loss sustained on account of functioning of Coca Cola Company in Plachimada. Vide G.O. read as 2nd paper above, a High Power Committee was constituted with experts from different fields , viz. Agriculture ,Health, Animal Husbandry ,Kerala State Pollution Control Board etc. for the purpose.

The High Power Committee, in its report read as 3rd paper above, has recommended and observed as follows:

- "The Coca Cola Company at Plachimada has been causing environmental degradation by over extraction of ground water and irresponsible disposal of the sludge.
- The Coca Cola Company is culpable under several laws in force.
- The water resources of the area have been affected and the water scarcity has been compounded.
- By passing off the sludge as manure, the Company has not only misguided the farmers but has become responsible for the soil degradation, water contamination and consequential loss of agriculture.
- There has been a steady decline in the agriculture production in the area.
- The production of milk, meat and eggs also has suffered.
- Metals like cadmium, lead and chromium have been detected in the sludge and this has affected the health of the people.
- The general health of the people has been affected with skin ailments, breathing problems and other debilities.

....2

- Low birth weight of children has also been noticed.
- Environment of the Village has acutely been damaged by polluting water and soil.
- Drinking water has become scarce and women have to walk long distances and this has deprived them of their wages, and this needs to be compensated.
- Children have dropped out of the school on account of the social, health and economic factors caused by the pollution and this opportunity cost has to be compensated.
- The Grama Panchayath has been providing drinking water in tanker lorries ever since the wells and water bodies have been rendered useless by the Company by its extraction of water and disposal and effluents.
- The actual economic loss on account of the depletion of water resources has not been quantified but its proxies have been used.
- The compensation that could be claimed on various losses has been calculated as below:

Agriculture loss :	Rs.84.16 crores
Health damages:	Rs.30.00 crores
Cost of providing water:	Rs.20.00 crores
Wage loss and opportunity cost :	Rs.20.00 crores
Cost of pollution of the water resources:	Rs.62.10 crores
Total :	Rs.216.26 crores.

- There are sufficient provisions under the existing laws to claim this compensation of these damages from the Company under the "polluter pays principle."
- However it is desirable to set up a dedicated institution to adjudicate the individual claims . Such a dedicated mechanism could either be

  (a) a Tribunal under Article 323 B of the Constitution of India to be legislated by the State Legislature, or

  (b) an Authority under Section 3 (3) of the Environment (Protection) Act, 1986 to be created by the Central Government.

- Once Government decides on a suitable mechanism and it comes into being, individual claims will have to be assessed and actual compensation decreed and the polluter Company made to pay it.

- The Company located in this drought-prone area, should not resume its operation"

Government have examined the matter in detail in consultation with the Industries Department and Law Department and order the following:

i) The recommendations and observations of the High Power Committee headed by Sri.K. Jayakumar, Additional Chief Secretary, to assess the extent of damages caused by Coca Cola Plant at Plachimada and claiming compensation is approved.

ii) The Law Department is entrusted with the drafting of the legislation for setting up a Tribunal for this purpose.

(BY ORDER OF THE GOVERNOR)

L.RADHAKRISHNAN,
PRINCIPAL SECRETARY

To

The Director, Ground Water Department, Thiruvananthapuram.
General Administration(SC)Department(Vide item No.4825 dated 30..06..2010.)
Law Department (Vide U.O.No.11814/Leg F2/2010/Law dated 21..06..2010)
Industries Department (Vide Note No. 10752/ J3/2010/ ID dated 15/6/2010)
Stock File/Office copy

Forwarded/By Order

Section Officer

അനുബന്ധം 9

പട്ടികജാതി-വർഗ അതിക്രമം തടയൽ നിയമപ്രകാരം കുടിവെള്ള സ്രോതസ്സ് മലിനപ്പെടുത്തിയെന്ന പ്ലാച്ചിമട നിവാസികളുടെ പരാതിയിൽ കൊക്കകോള കമ്പനി മേധാവികൾക്കെതിരെ പാലക്കാട് മീനാക്ഷിപുരം പൊലീസ് രജിസ്റ്റർ ചെയ്ത കേസിന്റെ പ്രഥമവിവര റിപ്പോർട്ട്.

Before the Hon'ble SC/ST Special Court, Mannarkad

FORM No. 1

KERALA POLICE

FIRST INFORMATION REPORT

26/188/2007. 2..

No. 47
District പാലക്കാട്

FIRST INFORMATION—(പ്രഥമ വിവരം)

Police Station മീനാക്ഷിപുരം

ഇന്ന് 9.06.2016 തിയതി ബഹുമാനപ്പെട്ട പാലക്കാട് ജില്ലാ പോലീസ് മേധാവിക്ക് ഷിജുവേലു. M കിണാശേരി എന്നയാൾ നൽകിയ പരാതി letter no: G6-37742/2016/P-District Police Office. Palakkad dated 9.06.2016 ആയി മീനാക്ഷിപുരം സ്റ്റേഷനിലേക്ക് അയച്ചുതന്നതിന്റെ അടിസ്ഥാനത്തിൽ മീനാക്ഷിപുരം പോലീസ് സ്റ്റേഷൻ സബ് ഇൻസ്പെക്ടർ (ശ്യാംകുമാർ V.S) ആയ ഞാൻ ഇന്ന് 09.06.2016 തിയതി വൈകീട്ട് 18.00 മണിക്ക് പ്രസ്തുത പരാതി മീനാക്ഷിപുരം പോലീസ് സ്റ്റേഷൻ ക്രൈം നമ്പർ 308/2016 u/s 3(1)(x) of the Sheduled-Castes and Sheduled Tribes (Prevention of Atrocities) Act 1989 ആയി കേസ് രജിസ്റ്റർ ചെയ്യുന്നു. പരാതിയുടെ പകർപ്പുകൾ ഇതോടൊപ്പം സമർപ്പിക്കുന്നു

submitted

Syamkumar. V.S
SI of Police
Meenakshipuram PS
09.06.2016

www.ingramcontent.com/pod-product-compliance
Lightning Source LLC
LaVergne TN
LVHW060622051026
849519LV00002B/717
9789386440228